ഗ്രീൻ ബുക്സ്
പ്രിയപ്പെട്ട ലിയോ
വേണു വി. ദേശം

കവി, വിവർത്തകൻ. 1959 മേയിൽ
ആലുവായ്ക്കടുത്ത് ദേശത്തു ജനിച്ചു.
സുവർണ്ണകഥകൾ - ആന്റൺ ചെഖോവ്, ചാപ്ലിന്റെ ചിരി,
നിന്ദിതരും പീഡിതരും, അപരൻ, അജ്ഞാതന്റെ കുറിപ്പുകൾ,
ദസ്തയെവ്സ്കി-അന്നയുടെ കുറിപ്പുകൾ,
തികച്ചും നിർഭാഗ്യകരം എന്നീ പുസ്തകങ്ങൾ
ഗ്രീൻ ബുക്സ് പ്രസിദ്ധീകരിച്ചു. ദസ്തയെവ്സ്കിയടക്കം
പല ലോകസാഹിത്യപ്രതിഭകളുടെയും കൃതികൾ
മലയാളത്തിലേക്ക് ഭാഷാന്തരം ചെയ്തു.
ഉമ്പായി പാടിയ - പ്രണാമം എന്ന
ആദ്യ മലയാള ഗസൽ ആൽബത്തിനു കവിതകളെഴുതി.

നോവൽ
പ്രിയപ്പെട്ട ലിയോ

വേണു വി. ദേശം

ഗ്രീൻ ബുക്സ്

green books private limited
gb building, civil lane road, ayyanthole,
thrissur- 680 003, kerala
ph: +91 487-2381066, 2381039
website: www.greenbooksindia.com
e-mail: info@greenbooksindia.com

(malayalam)
priyappetta leo
(novel)
by
venu v. desam

first published august 2016
copyright reserved

cover design : rajesh chalode
cover image: nikolaj2/istockphoto

branches:
thrissur 0487-2422515
palakkad 0491-2546162
kannur 0497-2763038
Thiruvananthapuram 9846670899

isbn : 978-93-86120-46-5

---

no part of this publication may be reproduced, or transmitted in any form or by any means,
without prior written permission of the publisher

GBPL/816/2016

മുഖക്കുറി

മഹാനായ ലിയോ ടോൾസ്റ്റോയിയുടെ ജീവിതകഥ നോവൽരൂപത്തിൽ മലയാളത്തിൽ ആദ്യമായി പ്രസിദ്ധീകരിക്കുകയാണ്. റഷ്യൻ സാഹിത്യത്തിൽനിന്ന് അസംഖ്യം കൃതികൾ മൊഴിമാറ്റം ചെയ്തുകൊണ്ട് വിവർത്തന സാഹിത്യത്തിൽ മുദ്ര പതിപ്പിച്ച എഴുത്തുകാരനാണ് വേണു വി. ദേശം. അദ്ദേഹത്തിന്റെ 'പ്രിയപ്പെട്ട ലിയോ' എന്ന നോവൽരചന വളരെ ശ്രദ്ധേയമായിരിക്കുന്നു.

കൃഷ്ണദാസ്
മാനേജിങ് എഡിറ്റർ

അനാഥമായ ഒരു മരണം

നമുക്ക് മലയാളികൾക്ക് അറിയാവുന്ന ടോൾസ്റ്റോയിയേയല്ല ഈ നോവലിൽ പരിചയപ്പെടാനിട വരിക. യുദ്ധവും സമാധാനവും ഉയിർത്തെഴുന്നേല്പ്, അന്നാ കരനീന, ഇവാൻ ഇലീച്ചിന്റെ മരണം തുടങ്ങിയ ക്ലാസിക് നോവലുകൾ രചിച്ച വിശ്വസാഹിത്യകാരനെ മാത്രമേ നമുക്കറിയൂ. ഗാന്ധിജിയും ടോൾസ്റ്റോയിയും തമ്മിൽ നടന്ന കത്തിടപാടുകളെപ്പറ്റിയും നമുക്കറിയാം. Kingdom of God is within you എന്ന ടോൾസ്റ്റോയിയുടെ ആധ്യാത്മിക കൃതി വായിച്ചതോടെ യാണ് ഗാന്ധിജി ടോൾസ്റ്റോയിയുടെ ശിഷ്യത്വം സ്വീകരിക്കുന്നത്. അന്നാകരനീന എഴുതിക്കഴിഞ്ഞതോടെ ആത്മീയമായ ഒരു പരിണാമം ടോൾസ്റ്റോയിയെ ബാധിച്ചു. താൻ നേടിയതൊന്നും നേട്ട മല്ലെന്നും ശരിയായ ക്രിസ്ത്യൻ മതമല്ല റഷ്യയിലുള്ളതെന്നും അദ്ദേഹത്തിന് തോന്നി. ഭൗതികമായതെല്ലാം ത്യജിച്ച് ആത്മീയ ജീവിതത്തിലായിരുന്നു പിന്നീടുള്ള മുപ്പതു വർഷങ്ങൾ. ഈ പരി ണാമം ആ ജീവിതത്തിൽ സങ്കല്പിക്കാനരുതാത്ത കുഴപ്പങ്ങൾ തീർത്തു. പള്ളിക്കും ഭരണകൂടത്തിനും വലിയ തലവേദനയായി ടോൾസ്റ്റോയിയുടെ മതാത്മകരചനകളും പ്രവർത്തനങ്ങളും മാറി. തന്റേതായ അഞ്ചു കല്പനകൾ പ്രചരിപ്പിക്കുന്നതിനായി കണക്കറ്റ മതരചനകൾ ടോൾസ്റ്റോയി നിർവഹിച്ചു. വലിയ പ്രചാരം ഈ പുസ്തകങ്ങൾക്ക് ദേശവിദേശങ്ങളിൽ ലഭിച്ചു. ചക്രവർത്തിക്കു ബദലായി ടോൾസ്റ്റോയി വന്നെത്തുമെന്ന നിലയിലായി. പള്ളി ടോൾസ്റ്റോയിയെ പുറത്താക്കിയെങ്കിലും ഏതോ ഭയങ്ങളാൽ ചക്ര വർത്തി ടോൾസ്റ്റോയിയെ തൊട്ടില്ല.

ടോൾസ്റ്റോയിയുടെ വലംകൈയായി ഈ പ്രവർത്തനങ്ങളിൽ മുന്നിട്ടുനിന്ന ശിഷ്യനായിരുന്നു വ്ളാഡിമീർ ചെർത്ക്കോവ്. ടോൾസ്റ്റോയിയുടെ ജീവിതത്തിൽ ഭാര്യ സോഫിയയ്ക്കുണ്ടായി രുന്നതിനേക്കാൾ സ്ഥാനം അലക്സാണ്ടർ രണ്ടാമൻ എന്ന സാർചക്ര വർത്തിയുടെ ജാരസന്തതിയായിരുന്ന ഈ വ്യാജവേഷക്കാരൻ

നേടിയതോടെ ടോൾസ്റ്റോയിയുടെ കുടുംബം ശിഥിലമായി. ഒരു കിനാവള്ളിയെന്നപോലെ ചെർത്ക്കോവ് ടോൾസ്റ്റോയിയെ വരിഞ്ഞു ചൂഷണം ചെയ്തു. അവസാനംവരെ ശിഷ്യനെ ഉപേക്ഷിക്കുവാൻ ടോൾസ്റ്റോയി തയ്യാറായതുമില്ല. ചെർത്ക്കോവാകട്ടെ സോഫിയ അറിയാതെ തനിക്കനുകൂലമായി ഒരു മരണപത്രംപോലും ടോൾസ്റ്റോയിയെക്കൊണ്ടെഴുതിക്കുകയും ചെയ്തു.

സോഫിയയും ചെർത്ക്കോവും ഇരുവശങ്ങളിൽനിന്നും സ്വന്തം അവകാശങ്ങൾക്കായി ആ മഹാത്മാവിനെ വലിച്ചുകീറി. സോഫിയയെ നമുക്ക് കുറ്റപ്പെടുത്താനാവുമെന്നു തോന്നുന്നില്ല. ടോൾസ്റ്റോയിയുടെ പതിമ്മൂന്നു കുട്ടികളെ പ്രസവിക്കുകയും മഹാനോവലുകൾ പലവട്ടം പകർത്തിയെഴുതി സഹകരിക്കുകയും ചെയ്തവളാണ് ആ സാധ്വി. റഷ്യൻ ഗവണ്മെന്റ് ഔദ്യോഗികമായി അടിമകളെ സ്വതന്ത്രരാക്കുന്നതിന് രണ്ടു വർഷം മുമ്പേ ടോൾസ്റ്റോയി തന്റെ അടിമകളെ സ്വതന്ത്രരാക്കി. തന്റെ കൃതികളുടെ പകർപ്പവകാശം ജനതയ്ക്ക് വിട്ടുകൊടുക്കുന്നുവെന്ന ടോൾസ്റ്റോയിയുടെ പ്രസ്താവനയോടെ സോഫിയയ്ക്കു പൊറുതിമുട്ടി. ചെർത്ക്കോവാകട്ടെ സോഫിയയെ മുഖ്യശത്രുവായി കരുതി ജനമധ്യത്തിൽ താറടിക്കുകയും ചെയ്തു.

രോഗിയും ക്ഷീണിതനുമായ ടോൾസ്റ്റോയി 82-ാം വയസ്സിൽ ഒരു രാത്രി അന്തിമശാന്തി തേടി വീടുവിട്ടിറങ്ങി. റഷ്യയിലെ അസ്റ്റപ്പോവാ എന്ന ചെറിയ റെയിൽവേസ്റ്റേഷനിൽക്കിടന്ന് അനാഥനെപ്പോലെ മരിക്കുകയും ചെയ്തു. ഒരേസമയം ഗൃഹനാഥനും സന്ന്യാസിയുമാകാൻ ശ്രമിക്കുകയാലാണ് ആ മഹാമനസ്സിന് ഈ ദുരന്തം സംഭവിച്ചത്. എട്ടുദശകങ്ങൾക്കപ്പുറം ജീവിച്ച ആ മനുഷ്യൻ അനുഭവിക്കാത്ത ആഘോഷങ്ങളോ വേദനകളോ ഇല്ല, ഒരു ആത്മീയഗുരുവാകാൻ അഭിലഷിച്ച ടോൾസ്റ്റോയി സ്വന്തമായി ഒരു മതം സ്ഥാപിക്കുകയും ചക്രവർത്തിയെ പരോക്ഷമായി വെല്ലുവിളിക്കുകയും ചെയ്തു.

മനുഷ്യരാശിയുടെ ഉന്നമനത്തിനായി പ്രവർത്തിക്കുമ്പോൾ ആ മഹാഗുരുവിന്റെ സ്വകാര്യജീവിതം തകർന്നടിയുകയായിരുന്നു.

ആ ദാരുണമരണത്തിന്റെ പഴി മുഴുവനും വന്നുവീണത് പത്നി സോഫിയാ ആന്ദ്രേവ്നയുടെ ചുമലിലാണ്. വാസ്തവികതയുടെ കാചത്തിലൂടെ ആ സ്ത്രീയെ നോക്കിക്കാണാൻ ശ്രമിക്കുകയാണ് ഈ കൃതിയിലൂടെ ഞാൻ.

വേണു വി. ദേശം

സമർപ്പണം
അപ്പു അവധൂതിന്

കഥാപാത്രങ്ങൾ

ലിയോ ടോൾസ്റ്റോയി	:	റഷ്യൻ നോവലിസ്റ്റ്
സോഫിയ ആന്ദ്രേവ്ന (സോണിയ)	:	ടോൾസ്റ്റോയിയുടെ ഭാര്യ
ചെർത്ക്കോവ്	:	ടോൾസ്റ്റോയിയുടെ ശിഷ്യൻ
ഡോ.മക്കോവിറ്റ്സ്കി	:	ടോൾസ്റ്റോയിയുടെ കൂടെ അവസാനം ഉണ്ടായിരുന്ന ഡോക്ടർ. ശിഷ്യനുമാണ്.
സെർജി, ആന്ദ്രേയി	:	ആൺമക്കൾ
താനിയ, മാഷ, സാഷ	:	പെൺമക്കൾ
തനയേവ്	:	സോഫിയ ആന്ദ്രേവ്നയുടെ സംഗീതാധ്യാപകൻ

ഒന്ന്

പടിവാതിൽക്കൽ

സ്വന്തം ഭർത്താവിനെ അവസാനമായി ഒരുനോക്കു കാണുവാനും പരിചരിക്കുവാനുമുള്ള അവകാശത്തിനുവേണ്ടി ഒരു സ്ത്രീ യാചിക്കുന്നത് ലോകചരിത്രത്തിൽത്തന്നെ ആദ്യമായിരിക്കാം. എത്രമേൽ കൊള്ളരുതാത്തവളായിക്കൊള്ളട്ടെ സ്ത്രീക്ക് ആ അവകാശം നിഷേധിക്കുന്നത് മനുഷ്യത്വമാണോ? എന്തൊക്കെത്തന്നെയായാലും എന്റെ കാര്യത്തിൽ സംഭവിച്ചിരിക്കുന്നതതാണ്. ലോകാരാധ്യനായ വിശ്വസാഹിത്യകാരനും സമാധാനദൂതനുമായ ടോൾസ്റ്റോയിയുടെ പത്നിയാണ് ഞാൻ - സോഫിയാ ആന്ദ്രേവ്ന. അദ്ദേഹം ആസന്നമരണനായിക്കിടക്കുന്ന മുറിക്കു പുറത്ത് പരിത്യക്തയായി ഈ കൊടുംതണുപ്പിൽ അദ്ദേഹത്തെ ഒരുനോക്കു കാണുവാൻ വെമ്പൽപൂണ്ട് കാത്തുനിൽക്കുകയാണ് നിർഭാഗ്യവതിയായ ഞാൻ. അകത്തേക്ക് ജനൽച്ചില്ലിലൂടെ നോക്കുമ്പോൾ ആരോ ജനൽത്തിരശ്ശീല വലിച്ചിട്ട് കാഴ്ച മറയ്ക്കുന്നു. മറ്റേതൊരുവൾക്കാണ് ഈ വിധി അനുഭവിക്കേണ്ടിവന്നിട്ടുള്ളത്? ലോകത്തിന്റെ മുഴുവൻ പരിഹാസത്തിനും പാത്രമായി നിന്ദിതയും പീഡിതയുമായ സോഫിയാ ആന്ദ്രേവ്നാ ഇവിടെ നരകിച്ചുനില്ക്കുന്നു.

മുമ്പ് എത്രയോ വട്ടം ലിയോ മാരകരോഗങ്ങൾക്കടിപ്പെട്ടും അവയവങ്ങൾ ഒടിഞ്ഞും കിടന്നപ്പോഴൊക്കെയും അരികിൽനിന്നു മാറാതെയും ഊണുമുറക്കവുമുപേക്ഷിച്ചും ശുശ്രൂഷിച്ചത് ഞാനല്ലേ? അന്നൊന്നും ഒന്നു വീശിക്കൊടുക്കുവാൻ പോലും ഒരു ശിഷ്യനേയും കണ്ടിട്ടില്ലല്ലോ. അപ്പോഴൊക്കെ ആ ജീവനെ കെട്ടുപോകാതെ ഞാൻ കാത്തുപോന്നു. ഇതാ, ലിയോയുടെ ജീവിതം ദാരുണമായി ഒടുങ്ങുന്നതിന് ഞാൻ സാക്ഷിയാകേണ്ടിവന്നിരിക്കുന്നു. ഈ ദുരന്തത്തിന് കാരണക്കാരി ഞാനാണെന്ന് നാളെ ലോകം വിധിയെഴുതാതിരിക്കുകയില്ല. സംഭവഗതികളുടെ നീക്കം അങ്ങനെയാണ്. എന്റെ പക്ഷത്തെന്താണ് നീതി എന്ന് അന്വേഷിക്കുവാൻ ആരെങ്കിലും തയ്യാറാകുമോ? അങ്ങനെയെങ്കിൽ ലിയോയുടെ ഈ ഒളിച്ചോട്ടം അവനവനിൽ നിന്നുതന്നെയുള്ളതായിരുന്നുവെന്നേ കണ്ടെത്താനാവൂ. അതാവും സത്യം. ലിയോ ഇത്രയും കൊടിയ ആത്മക്ഷതി അനുഭവിക്കാനിടവന്നതിന് കാരണം സ്വന്തം ആദർശങ്ങൾക്കനുസരിച്ച്

ജീവിക്കാൻ സാധിച്ചില്ല എന്നതുതന്നെയാണ്. ഭാര്യാഭർത്താക്കന്മാർക്കിടയിലെ അസ്വാരസ്യങ്ങൾക്ക് ഏതെങ്കിലും ഒരാൾ മാത്രം എങ്ങനെ ഉത്തരവാദിയാകും? എന്തായാലും വിചാരണക്കൂട്ടിൽ പ്രതിയായി ഞാൻ പ്രതിഷ്ഠിക്കപ്പെടുമെന്ന് തീർച്ച. അതു ഞാൻ മുൻകൂട്ടിക്കാണുന്നു. ഋഷിയായ ആരാധനാപാത്രത്തിന്റെ പതനത്തിന്, ജീവിതം നരകസമാനമാക്കിയതിന് ചരിത്രം എന്നെ കുറ്റക്കാരിയെന്നു വിധിക്കും. സോക്രട്ടീസിന്റെ ഭാര്യയായ സാന്തിപ്പി തത്ത്വജ്ഞാനിയായ ഭർത്താവിന് സ്വൈരം കൊടുക്കാത്തവൾ എന്ന പഴി കേട്ടു. സാന്തിപ്പിയോടൊപ്പം അങ്ങനെ സോഫിയാ ആന്ദ്രേവ്നയുടെ പേരുകൂടി ചേർക്കപ്പെടും. എന്റെ ഭർത്താവിന്റെ ജീവിതം ഇവ്വിധം ഒടുങ്ങുന്നതിന് ഒരിക്കലും ഞാൻ കാരണക്കാരിയായിട്ടില്ല. അദ്ദേഹത്തിന്റെ നിഴലിൽനിന്ന് ഒരിക്കലും ഞാൻ നീങ്ങിനിന്നിട്ടുമില്ല. അദ്ദേഹത്തിന്റെ പതിമ്മൂന്നു കുട്ടികളെ ഞാൻ പ്രസവിച്ചു. മൂന്നുവട്ടം ഗർഭമലസുകയുമുണ്ടായിയെന്നുമോർക്കണം. പ്രസവിച്ച കുട്ടികളിൽ ചിലർ കുട്ടിക്കാലത്തുതന്നെ മരണമടയുകയും ചെയ്തു. ആറു വർഷത്തെ അധ്വാനംകൊണ്ട് ലിയോ എഴുതിത്തീർത്ത 'യുദ്ധവും സമാധാനവും' എന്ന ബൃഹദ് നോവൽ പന്ത്രണ്ടു പ്രാവശ്യം പകർത്തിയെഴുതി ഞാൻ സഹായിച്ചിട്ടുമുണ്ട്. ആ ആറു വർഷങ്ങൾക്കിടയിലായിരുന്നു എന്റെ നാലു പ്രസവങ്ങൾ എന്നും നിങ്ങളറിയണം.

സാഹിത്യരചനയ്ക്കായി ലിയോയോടൊപ്പം കൂടുക എന്നതാണ് ജീവിതത്തിൽ എനിക്ക് ഏറ്റവും അനുഭൂതി പകർന്നിരുന്നത്. സാഹിത്യപ്രവർത്തനത്തിൽനിന്നും ആത്മീയമേഖലയിലേക്ക് ലിയോ മാറിയതോടെയാണ് കാര്യങ്ങൾ തലകീഴ് മറിഞ്ഞു തുടങ്ങിയത്. എനിക്ക് സങ്കല്പിക്കാൻപോലും കഴിയാത്തവിധം ഞങ്ങളുടെ ജീവിതം വികലമാകുന്നതായി ഞാനറിഞ്ഞുതുടങ്ങി. സർവവും താളംതെറ്റിത്തുടങ്ങുന്നത് ആ നശിച്ച ശിഷ്യനായ ചെർത്ക്കോവ് പ്രത്യക്ഷപ്പെടുന്നതോടെയാണ്. അയാളെ ആദ്യം കണ്ടപ്പോൾത്തന്നെ ഒരു ധൂമകേതു എന്റെ ജീവിതത്തിലേക്ക് കടന്നുവന്നിരിക്കുന്നതായി എനിക്ക് സംശയമുദിച്ചു. അയാളുടെ ഇരുണ്ട താടി ഒരു താർത്താറിന്റെ ഛായ നല്കിയിരുന്നു. സംസാരിക്കുമ്പോൾ കവിളെല്ലുകൾ ക്ഷോഭിക്കുന്നതായും ഏമ്പക്കം അമർത്തിവെക്കുന്നതുപോലെയും കാണപ്പെട്ടു. *ടോൾസ്റ്റോയിയന്മാരെപ്പോലെ മസ്ലീൻ പുറംകുപ്പായമായിരുന്നു ധരിച്ചിരുന്നത്. ത്വഗ്രോഗം മറച്ചുവെക്കുവാൻ കൈകളിൽ ഗ്ലൗസ് അണിഞ്ഞിരുന്നു. അതിവിനയം ചെർത്ക്കോവിന്റെ വല്ലാത്ത നാട്യമായിരുന്നു. ഗുരുവിന്റെ ആദർശവാദവും കാഴ്ചപ്പാടുകളും പങ്കുവെക്കാൻ കഴിയാത്തവളാണ് ഞാനെന്ന് അയാൾ ടോൾസ്റ്റോയിയന്മാരോട് ഖേദിച്ചു. ഞാനും പുത്രന്മാരും സസ്യഭക്ഷണശീലം ആരംഭിക്കാത്തതിന്റെ പേരിലും പഴി പറഞ്ഞു. ചെഖോവിന്റെ നേരെ എതിർധ്രുവമാണ് ചെർത്ക്കോവെന്നു പറയാം.

---

* ടോൾസ്റ്റോയിയുടെ ശിഷ്യർ

ഒരു പുതുപനിനീർപ്പൂവിന്റെ നൈർമല്യമുള്ള വ്യക്തിത്വമാണ് ചെക്കോവിന്റേത്. ഒരു തികഞ്ഞ സാത്വികൻ. ക്ഷയരോഗം അലട്ടിയിരുന്നുവെങ്കിലും സദാ സന്തുഷ്ടനായിരിക്കുവാൻ ചെഖോവ് ശ്രദ്ധിച്ചു. ആ യുവാവിനോട് എനിക്കു വാത്സല്യമായിരുന്നു. ചെഖോവെഴുതിയ ഓരോ കഥയിലും ജീവിതസത്യമുണ്ട്. നർമ്മവുമുണ്ട്. ചിലപ്പോൾ തന്നെത്തന്നെ അയാൾ പരിഹസിക്കുന്നതു കാണാൻ രസമായിരുന്നു. ഡോക്ടറായിരുന്നുവല്ലോ ചെഖോവ്. ദരിദ്രരായ രോഗികൾക്ക് അയാൾ സൗജന്യമായി മരുന്നുകൾ നല്കിപ്പോന്നു. ലിയോയോട് ഒരു ഗുരുവിനോടുള്ള ഭക്തി തന്നെയാണ് ചെഖോവ് പുലർത്തിയതെന്ന് എനിക്കറിയാം. കലർപ്പറ്റ ആരാധന. ഒരു മകളോടുള്ള വാത്സല്യം ലിയോ ചെഖോവിന് പകർന്നു നല്കുകയുമുണ്ടായി. കന്യകകൾ നെയ്യുന്ന പട്ടുതൂവാലകൾപോലെയാണ് ചെഖോവിന്റെ കഥകളെന്ന് ലിയോ അഭിപ്രായപ്പെട്ടു. ഓരോ വട്ടം സന്ദർശനത്തിനുശേഷവും ചെഖോവും ഭാര്യയും വിടപറയുമ്പോൾ എന്റെ ഹൃദയം വിങ്ങുമായിരുന്നു. എനിക്ക് അയാളോട് ആത്മബന്ധം തോന്നിത്തുടങ്ങിയിരുന്നു.

കുറച്ചുകാലം *യാസ്നായപോല്യ്യാനക്കരികിലായിരുന്നു ചെഖോവിന്റെ താമസം. മൂന്നുവർഷത്തോളം അവിടെ താമസിച്ചിട്ടും ലിയോയെ സന്ദർശിക്കുവാൻ തിരക്കുകൾമൂലം ചെഖോവിന് കഴിഞ്ഞില്ല. അയാൾക്ക് കുറച്ച് കൃഷിയിടമുണ്ടായിരുന്നു. കർഷകത്തൊഴിലാളികൾക്കൊപ്പം ചെഖോവും പണിക്കിറങ്ങി. സാഹിത്യത്തിൽനിന്നും ഭേദപ്പെട്ട വരുമാനവുമുണ്ടായിരുന്നു. തൊട്ടടുത്ത് ജരാനതകായമായി നിന്ന ഒരു പള്ളി അയാൾ പുതുക്കിപ്പണിത കാര്യം അയാളുടെ മരണശേഷമാണ് ഞാനറിയുന്നത്. "സാഹിത്യകലയിൽ തന്റെ സ്ഥാനം ചെഖോവിന് കീഴെയാണെന്ന്" ചെഖോവ് മരിച്ച ദിവസം ലിയോ പത്രക്കാരോട് പറഞ്ഞതു ഞാൻ കേട്ടു. ലളിതവും സുഖപ്രദവുമായിരുന്നു ചെഖോവിന്റെ കല. ചെഖോവിനെപ്പറ്റി ഓർക്കുമ്പോഴൊക്കെയും എന്റെ ഹൃദയത്തിൽ സ്നേഹസൗരഭ്യത്തിന്റെ പ്രഭാതരശ്മികൾ വിരിയും. ഒപ്പം നനുത്ത വേദനയും.

നേരെമറിച്ചാണ് ചെർത്ക്കോവിന്റെ വ്യക്തിത്വം. ഞാനീ നിലയിലെത്തിയതിനു കാരണം ആ നീചൻ മാത്രമാണ്. അലക്സാണ്ടർ രണ്ടാമൻ ചക്രവർത്തിയുടെ ജാരസന്തതിയാണ് ആ സർപ്പം. ലിയോയുടെ പ്രവർത്തനങ്ങളിൽ ഒരു സഹായി എന്ന നിലയ്ക്കേ ചെർത്ക്കോവിനെ ഞാൻ പരിഗണിച്ചിരുന്നുള്ളൂ. ലിയോയുടെ ജീവിതത്തിൽ എനിക്കുണ്ടായിരുന്നസ്ഥാനം ചോർന്നുപോകുന്നതായി പൊടുന്നനെ ഞാൻ തിരിച്ചറിഞ്ഞു. പോകെപ്പോകെ ആ സ്ഥാനത്ത് ചെർത്ക്കോവ് കയറിപ്പറ്റുകയായിരുന്നു. ആ വ്യാജവേഷക്കാരൻ എന്റെ കുടുംബം ശിഥിലമാക്കി. ചെർത്ക്കോവിനെ ഊരിയെറിയുവാൻ ഒരിക്കലും ലിയോയ്ക്കു

* ടോൾസ്റ്റോയി വസതി

കഴിഞ്ഞില്ല. ഹൊ! അയാൾ മൂലം എത്രയേറെ ദുരിതങ്ങൾ ഞാൻ കുടിച്ചു തീർത്തു. അറുതിയില്ലാത്ത അത്തരം അനുഭവങ്ങൾ എണ്ണിപ്പറയുന്നില്ല. പക്ഷേ, ഞാനറിയാതെ തനിക്കനുകൂലമായി ഒരു മരണപത്രം ചെർത്ക്കോവ് ലിയോയെക്കൊണ്ട് എഴുതിപ്പിച്ച വസ്തുത ഒരു വലിയ കൂട്ടുകുടുംബം പോറ്റിക്കൊണ്ടുപോകുന്ന ഞാനെങ്ങനെ സഹിക്കുമെന്നു പറയൂ. അക്ഷന്തവ്യമാണ് ആ അപരാധം. ഞാൻ ലിയോയുടെ പതിമ്മൂന്നു കുട്ടികളെ പ്രസവിച്ചവളാണ്.

ലിയോയുടെ രഹസ്യഡയറിയിൽനിന്നാണ് ഈ പരമരഹസ്യം അറിയുന്നത്. ആ മരണപത്രം കണ്ടെത്തി നശിപ്പിക്കാൻ കഴിഞ്ഞാലല്ലാതെ ചെർത്ക്കോവിന്റെ മാരകമായ പിടിയിൽനിന്നും എന്നേയും മക്കളേയും പേരക്കുട്ടികളേയും വിടുവിക്കാൻ കഴിയുകയില്ല എന്ന് ഞാൻ ഉറച്ചു.

ഒരു രാത്രി എങ്ങനേയും ആ മരണപത്രം കൈക്കലാക്കണമെന്ന് തീരുമാനിച്ചു. ലിയോ ഉറങ്ങുന്നതിനായി ഞാൻ കാത്തുകിടന്നു. എന്റെ കിടപ്പുമുറിയിൽനിന്നും മൂന്നു മുറികൾക്കപ്പുറത്താണ് ലിയോ ഉറങ്ങിയിരുന്നത്. മിക്കവാറും അദ്ദേഹത്തിന് ഉറക്കം കുറവാണ്. ഉറങ്ങി എന്ന് ബോധ്യപ്പെട്ടപ്പോൾ ഞാൻ കാലൊച്ച കേൾപ്പിക്കാതെ ആ ശയനമുറിയിലെത്തി. എനിക്ക് എളുപ്പം തപ്പിയെടുക്കാൻ കഴിയാത്ത എവിടെയെങ്കിലുമായിരിക്കുമല്ലോ മരണപത്രം സൂക്ഷിച്ചിരിക്കുക. മേശവലിപ്പുകളും അലമാരകളും തുറന്നു പരിശോധിച്ചു. കിട്ടിയില്ല. പഠനമുറിയിലെ അലമാരകളും പരതി. നിരാശിതയായി ഞാൻ തിരിച്ചുപോയി. കുറേക്കഴിഞ്ഞപ്പോൾ ലിയോയുടെ മുറിയിൽ ചെറിയ വെളിച്ചം കണ്ട് അദ്ദേഹത്തിന് സുഖമില്ലാതെയായോ എന്ന് പരിഭ്രമിച്ച് ഓടിച്ചെന്നു. “എന്തെങ്കിലും ആവശ്യമുണ്ടോ?” എന്ന ചോദ്യത്തിന് ക്രുദ്ധമൗനമായിരുന്നു മറുപടി. കോപം ആ മുഖത്ത് കത്തിക്കാളുന്നത് വ്യക്തമായും ഞാനറിഞ്ഞു. എന്നിട്ടും ശാന്തനായിരിക്കുവാൻ പാടുപെടുന്നുമുണ്ട്. എന്റെ ഒളിച്ചുള്ള വരവും പരതലും പാടുപെടലുമൊക്കെ അദ്ദേഹം കണ്ടിരിക്കുന്നു!!

ഞാൻ വീണ്ടും തിരിച്ചുപോയി ഉറങ്ങാൻ കിടന്നു. ആ രാത്രി ലിയോ വീടുവിട്ടു പൊയ്ക്കളഞ്ഞു.

പതിവിനു വിപരീതമായി നേരം പുലർന്നപ്പോൾത്തന്നെ ഞാൻ എഴുന്നേറ്റില്ല. ഓരോന്നാലോചിച്ച് കിടക്കയിൽത്തന്നെ കിടന്നു. തുറന്നിട്ടിരുന്ന വാതിലുകൾ അടച്ചിട്ടിരിക്കുന്നതായി പെട്ടെന്ന് എന്റെ ശ്രദ്ധയിൽ പെട്ടു. അതെ. പല കാലമായി ഞാൻ ശങ്കിച്ചുകൊണ്ടിരുന്നത് സംഭവിച്ചിരിക്കുന്നുവെന്ന് ആറാമിന്ദ്രിയം എന്നോട് പറഞ്ഞു.

ചകിതയായി ഞാൻ ഉമ്മറത്തേക്കോടി. അവിടെ *സാഷ ഒരു പുസ്തകവും വായിച്ചുകൊണ്ട് ആട്ടുകട്ടിലിലിരിപ്പുണ്ട്. ലിയോയെക്കുറിച്ചുള്ള എന്റെ ചോദ്യം നിസ്സാരീകരിക്കുംവിധമായിരുന്നു അവളുടെ മറുപടി.

* ഏറ്റവും ഇളയ പുത്രി

"പോയി."

"പോയോ? എങ്ങോട്ട്?"

"അതെനിക്കറിഞ്ഞുകൂടാ."

"അയ്യോ! ഇനി തിരിച്ചുവരില്ലേ?"

"ദാ! കിടക്കയിൽകിടന്നിരുന്നതാണിത്." അവൾ ഒരു കുറിപ്പെടുത്ത് എനിക്കു നേരെ നീട്ടി. ഞാനത് തിക്തവേദനയോടെ ധൃതിയിൽ വായിച്ചു.

"എന്റെ വേർപാട് നിന്നെ വേദനിപ്പിക്കുമെന്നതിൽ എനിക്കു ദുഃഖമുണ്ട്. മറ്റൊരു വിധത്തിൽ പ്രവർത്തിക്കുവാനെനിക്ക് കഴിയുന്നതല്ല എന്ന് നീ മനസ്സിലാക്കണം. ആഡംബരജീവിതം എനിക്ക് സഹിക്കാൻ കഴിയുന്നില്ല. ലൗകികവ്യാപാരങ്ങൾ കൈയൊഴിഞ്ഞ് ധ്യാനപരതയിൽ മുഴുകുവാൻ ആണ് എന്റെ എപ്പോഴുമുള്ള ആഗ്രഹം. ഏകാന്തധ്യാനത്തിനായി പോകുന്ന എന്നെ ഞാനെവിടെയാണെന്ന് തിരിച്ചറിഞ്ഞാൽപോലും നീ തേടിവരരുത്. ഇത് ഒരു അപേക്ഷയാണ്. എന്നോടൊപ്പം ജീവിച്ച നാല്പത്തിയെട്ടു വർഷങ്ങൾക്കു നന്ദി. ആദരണീയമായിരുന്നു ആ കാലം. നീ ചെയ്ത തെറ്റുകൾക്ക് ഞാൻ മാപ്പുനല്കിയതുപോലെ എന്റെ തെറ്റുകൾ നീയും പൊറുക്കുക. എന്റെ വേർപാട് മൂലമുളവാകുന്ന പരിസ്ഥിതികളുമായി നീ ഇണങ്ങിച്ചേർന്നേ തീരൂ. എന്നോട് ഒരുതരം വിരോധവും വെച്ചുപുലർത്തരുതേ. എന്തെങ്കിലും എന്നെ അറിയിക്കുവാനുണ്ട് എങ്കിൽ അത് സാഷ വഴിയാകാം. അവൾക്കറിയാം എവിടെ ഞാൻ ഉണ്ടാകുമെന്ന്."

ആ കുറിപ്പ് എന്റെ കണ്ണിൽ ഇരുട്ടുപടർത്തി. വീഴാതിരിക്കുവാൻ ഞാൻ ഒരു തൂണിൽപ്പിടിച്ചു. ലിയോയെക്കൂടാതെ ജീവിതത്തിൽ ഒരടി മുമ്പോട്ട് പോകുവാൻ എനിക്ക് കഴിയുകയേയില്ല - വിശേഷിച്ചും ഇത്രയേറെ കലങ്ങിമറിയലുകൾക്കുശേഷം. ഞങ്ങളുടെ തൊടിയിൽ ആഴമുള്ള ഒരു കുളമുണ്ട്. സന്ദർശകരായി എത്തിയ ഒരു യുവതിയും കുഞ്ഞും ആ കുളത്തിൽ വീണു മരിച്ചിട്ടുണ്ട്. കുളത്തിൽ ചാടി ആത്മഹത്യ ചെയ്യണം എന്ന ആശയമാണ് എന്റെ മനസ്സിലൂടെ പാളിയത്. ജീവിതം അവസാനിപ്പിക്കുവാനുള്ള ആ തീരുമാനം ഞൊടിയിടയിൽ സംഭവിച്ചതാണ്. ഞാൻ ഓടിയിറങ്ങി കുളത്തിലേക്ക് പാഞ്ഞു. കാര്യം മണത്തറിഞ്ഞ സാഷയും ബൾഗാക്കോവും എന്റെ പിന്നാലെയും. സാഷ ഇതികർത്തവ്യതാമൂഢയായി അല്പനേരം നിന്നനില്പു നിന്നുപോയെങ്കിലും ഓടിത്തുടങ്ങിയപ്പോൾ സ്വയം മറന്നോടി. ഞാൻ ചാടി കുറെ വെള്ളം കുടിച്ചുകഴിഞ്ഞപ്പോഴേക്കും പിന്നാലെ ചാടിയ സാഷ എന്നെ രക്ഷിച്ചു കരയ്ക്കെത്തിച്ചു. ആത്മഹത്യാശ്രമം എന്നെ അവശയാക്കിക്കളഞ്ഞു. കുടിച്ച വെള്ളം പുറത്തുപോയിക്കഴിഞ്ഞപ്പോൾ സാഷയോട് ഞാൻ കേണപേക്ഷിച്ചു. "ഞാൻ മുങ്ങി മരിച്ചു എന്ന് കമ്പിയടിച്ച് അച്ഛനെ തിരികെയെത്തിക്കൂ... ആ പാവം ഈ തണുപ്പത്തു മരവിച്ചു മരിക്കും... ദയ കാണിക്കൂ..." അവൾ അത് കേട്ടഭാവംപോലും നടിച്ചില്ല. വീണ്ടും ഞാൻ വെള്ളത്തിൽ ചാടാനാഞ്ഞു. അയൽപക്കത്തുനിന്നും ചിലർ അപ്പോഴേക്കും ഓടിക്കൂടിയിരുന്നു.

അവരുടെ സഹായത്തോടെ സാഷ എന്നെ പിടിച്ചുവലിച്ച് കൊണ്ടുപോയി മുറിക്കകത്തടച്ചു പൂട്ടിക്കളഞ്ഞു. രണ്ട് നേഴ്സുമാർ എന്നെ ശുശ്രൂഷിക്കാനെത്തി. രാത്രിയായപ്പോൾ എനിക്കു മുറി തുറന്നുകിട്ടിയെങ്കിലും കെട്ടിടത്തിനു മുകളിൽനിന്നും ചാടി മരിക്കുമോ എന്നു ഭയന്ന് സാഷയും നേഴ്സുമാരും എന്നെ ഒറ്റയ്ക്കു വിട്ടില്ല. എന്റെ കൺവെട്ടത്തുനിന്നും കത്തികളും കത്രികകളും സാഷ മാറ്റിവെച്ചു. അവൾ സഹോദരങ്ങൾക്കു കമ്പിയടിച്ചു. *സെർജിയും ആന്ദ്രേയിയും രാത്രിയാകും മുമ്പെത്തി. സെർജി പതിവുപോലെ മദ്യപിച്ചിരുന്നു. സെർജിയും സാഷയും എപ്പോഴും ലിയോയുടെ പക്ഷത്തായിരുന്നു നിലയുറപ്പിച്ചിരുന്നത്. ഏതു കാര്യത്തിലും അവർ പിതാവിനെ സാധൂകരിച്ചു സംസാരിച്ചു. വലിയ മുൻകോപിയായിരുന്ന സെർജി നിസ്സാരകാര്യങ്ങൾക്ക് അപരിചിതരെപ്പോലും ദ്വന്ദ്വയുദ്ധത്തിനു വെല്ലുവിളിക്കുകയും സ്വയംകൃതാനർത്ഥങ്ങളിൽ ചെന്നുചാടുകയും ചെയ്യുമായിരുന്നു. മക്കളിൽ വെച്ച് ഏറ്റവും കൂടുതൽ മനഃശ്ശല്യമുണ്ടാക്കിക്കൊണ്ടിരുന്നത് അവനാണ്. ഇത്തവണ പപ്പാ മമ്മയോട് ചെയ്തത് കടുംകൈ തന്നെയായിപ്പോയി എന്ന് മക്കൾ അഭിപ്രായപ്പെടുകയുണ്ടായി – അത്രയും നന്ന്.

പിന്നീടുള്ള നാലു ദിവസങ്ങളിൽ ഞാൻ വെള്ളം മാത്രമേ കുടിച്ചുള്ളൂ. അതും വല്ലപ്പോഴും മാത്രം. ഞരമ്പുരോഗം ചികിത്സിക്കുന്ന ഒരു ഡോക്ടറെ അലക്സി മോസ്കോയിൽനിന്നും വരുത്തി. എനിക്ക് വിശപ്പനുഭവപ്പെട്ടിരുന്നില്ല. ദാഹം കടുത്തതുമായിരുന്നു. ഞാൻ ലിയോക്ക് ഒരു കുറിപ്പെഴുതി – അദ്ദേഹം എവിടെയാണ് എന്ന് അറിയാൻ കഴിഞ്ഞിരുന്നില്ലെങ്കിലും.

“പ്രിയപ്പെട്ടവനേ – ഞാൻ അങ്ങയെത്തിരക്കി വന്നേക്കാം. പക്ഷേ, എനിക്കനങ്ങുവാൻ വയ്യ. അങ്ങേക്ക് എന്താണ് തൃപ്തികരം എന്ന് അങ്ങേക്കറിയാം. അതിൻപടി ചെയ്തുകൊള്ളുക. അങ്ങയുടെ ഒളിച്ചോട്ടം എന്നെ ചിലത് പഠിപ്പിച്ചു. ഞാൻ മരിക്കാതിരിക്കുകയും അങ്ങു തിരിച്ചു വരികയും ചെയ്യുകയാണെങ്കിൽ പിന്നീട് കാര്യങ്ങൾ അങ്ങേക്ക് എളുപ്പമാക്കിത്തീർക്കുവാൻ ഞാൻ യത്നിക്കും. പക്ഷേ, അങ്ങിനി ഒരിക്കലും തിരിച്ചുവരില്ല എന്ന് എനിക്കറിയുകയും ചെയ്യാം. അതാണ് ഭീകരം. അങ്ങയെ ഞാൻ മാറോടമർത്തുന്നു. ദൈവം അങ്ങയെ കാത്തുകൊള്ളും.”

ഇതിനിടെ സാഷയും വാർവ്വരയും കൂടി ഞാനറിയാതെ ലിയോ തങ്ങിയിരുന്നിടത്തേക്ക് യാത്രയായിക്കഴിഞ്ഞിരുന്നു.

പിറ്റേന്ന് എനിക്ക് എഴുന്നേറ്റ് നിൽക്കാമെന്നായി. ഞാനെണീറ്റ് പഠനമുറിയിൽ തൂങ്ങിക്കിടന്നിരുന്ന ഞങ്ങളുടെ കൂറ്റൻ ഛായാചിത്രത്തിന് കീഴെ വന്നുനിന്നു. പൊയ്പ്പോയ കാലത്തിന്റെ പ്രതീതികൾ എന്റെ സ്മൃതിപഥത്തിലൂടെ കുത്തിയൊലിച്ചുകൊണ്ടിരുന്നു. അപ്പോൾ

* ആൺമക്കൾ

മുൻവാതിൽക്കൽ മുട്ടുകേട്ടു. അത് ഒരു വൃദ്ധഭൃത്യയായിരുന്നു. അവർ ഒരു കമ്പിസന്ദേശം നീട്ടി. *റഷ്യൻ വേഡിന്റെ ഒരു റിപ്പോർട്ടർ എനിക്ക് അയച്ചതായിരുന്നു ആ സന്ദേശം. "അസ്റ്റപ്പോവാ റെയിൽവേ സ്റ്റേഷനിൽ ലിയോ ടോൾസ്റ്റോയി രോഗബാധിതനായി കഴിയുന്നു. 104 ഡിഗ്രിയാണ് പനി." എന്നു മാത്രമേ ആ കമ്പിസന്ദേശത്തിൽ കണ്ടുള്ളൂ.

സന്ദർഭത്തിന്റെ ഗൗരവം ഉടനെ ഞാൻ ഉൾക്കൊണ്ടു. അവസാന മുഹൂർത്തത്തിൽ അരികിൽ എന്നെ കാണാഞ്ഞാൽ അദ്ദേഹത്തിന് ശാന്തി യോടെ ഇഹലോകം വെടിഞ്ഞുപോകാൻ കഴിയുകയില്ല എന്ന് എനിക്ക റിയാം. സത്യത്തിൽ ലിയോ ഒരു ശിശുവിനെപ്പോലെയാണ്. വിശേഷിച്ചും അസുഖമെന്തെങ്കിലുമുണ്ടെങ്കിൽ. ഇനി ഒരു നിമിഷംപോലും വൈകാതെ അസ്റ്റപ്പോവായിലെത്തണമെന്ന് അന്തരംഗം എന്നോട് മന്ത്രിച്ചു. താനിയ ഒരു കപ്പു കാപ്പിയുമായെത്തി എന്നെ ഗുണദോഷിച്ചു. "അമ്മേ - അച്ഛൻ വിളിപ്പിക്കുകയാണെങ്കിൽ പോകാൻ പറ്റുമോ ഇങ്ങനെ വെള്ളംപോലും കുടിക്കാതെ കിടന്നാൽ?" ഞാൻ കമ്പിസന്ദേശം അവൾക്കു നല്കി.

ഞങ്ങൾ യാത്രയ്ക്കു തയ്യാറായി. സ്റ്റേഷനിലെത്തിയപ്പോൾ അന്നത്തെ വണ്ടി പോയിക്കഴിഞ്ഞു എന്ന് അറിവായി. ഞാൻ വിട്ടു വീഴ്ചയ്ക്കു സന്നദ്ധയായിരുന്നില്ല. പ്രത്യേകാവശ്യത്തിന് വാടകയ്ക്കു കിട്ടുന്ന ഒരു തീവണ്ടി ബുക്കു ചെയ്യാൻ ഞാൻ അഞ്ഞൂറു റൂബിൾ അല ക്സിക്കു നല്കി. അർധരാത്രിയായപ്പോഴേക്കും വണ്ടി ഇവിടെയെത്തി. നാല്പത്തെട്ട് വർഷങ്ങൾ ടോൾസ്റ്റോയിയോടൊപ്പം ജീവിച്ച സാധ്വിയായ ഭാര്യയ്ക്ക് മരണാസന്നനായ അദ്ദേഹത്തെ കാണാൻ അനുവാദം നിഷേധി ക്കപ്പെട്ടിരിക്കുന്നു എന്ന വാർത്തയാണ് അസ്റ്റപ്പോവാ റെയിൽവേ സ്റ്റേഷ നിൽ എന്നെ വരവേറ്റത്. ഈ വിവരം എന്നെ അറിയിക്കാൻ നിയുക്ത നായത് ലിയോയെ ഒളിച്ചോടാൻ സഹായിക്കുകയും അദ്ദേഹത്തിന് കാവ ലാളായി കൂടെപ്പോവുകയും ചെയ്ത ഡോ. മക്കോവിറ്റ്സ്കി ആയിരുന്നു. ഡോക്ടർ ചെർത്ക്കോവിന്റെ ആശ്രിതനാണ്. എന്റെ സന്ദർശനം ലിയോ യുടെ നില കൂടുതൽ വഷളാക്കുമത്രേ. ഹൊ! എത്ര ഭീകരമായ നിരോ ധനാജ്ഞ! അതുകേട്ട് മടങ്ങിപ്പോകുവാൻ സോഫിയാ ആന്ദ്രേവ്നയ്ക്കു കഴിയുമോ? രോഗി കിടന്നിരുന്ന കോട്ടേജിന്റെ പടിവാതിൽക്കൽ ഞാൻ കാത്തുനിന്നു. ഭർത്തൃഭക്തയായ ഒരു സ്ത്രീയും അനുഭവിക്കേണ്ടിവന്നി ട്ടില്ലാത്ത ഒരു വിധിയായിപ്പോയി എന്റേത്.

കൂടെവന്ന നേഴ്സുമാർ എന്റെ ആരോഗ്യത്തിൽ ശ്രദ്ധാലുക്കളാണ്. കൊടുംതണുപ്പിലിങ്ങനെ നില്ക്കരുതെന്നും തീവണ്ടിയിലേക്കു തിരിച്ചു പോകണമെന്നും അവരെന്നെ നിർബന്ധിച്ചു. ഒരു ചുവരിനപ്പുറം ആർത്ത നായി കിടക്കുകയാണ് ലിയോ ടോൾസ്റ്റോയി. ഞാനെങ്ങനെ സ്വസ്ഥ യായി തീവണ്ടിയിൽച്ചെന്നിരിക്കും? ആൾക്കൂട്ടം നിരനിരയായി നീങ്ങു ന്നുണ്ട്. ആ നിരയിൽച്ചെന്നു നിന്നാലോ? വേണ്ട. ചെർത്ക്കോവ് കണ്ടു

---

* ഒരു റഷ്യൻ ദിനപത്രം

പിടിച്ച് നാണം കെടുത്തിക്കളയും. കാര്യങ്ങൾ കൂടുതൽ വഷളാവും. അര നൂറ്റാണ്ടോളം ലിയോ ടോൾസ്റ്റോയിക്കു തുണയായിരുന്ന ഞാൻ എന്നെന്നേക്കുമായി ഭ്രഷ്ടയാക്കപ്പെട്ടിരിക്കുന്നു!! അവിശ്വസനീയം.

പുറപ്പെട്ടപ്പോൾ അദ്ദേഹത്തിന് ഏറ്റവും ഇഷ്ടപ്പെട്ട തലയിണ കൂടെ കരുതിയിരുന്നു. അത് ആ കൈകളിലെത്തിക്കണമെന്ന് ഞാൻ മോഹിച്ചു. ആ മോഹം നിവർത്തിക്കപ്പെട്ടു. ഡോക്ടർക്ക് തലയിണ കൈമാറിയപ്പോൾ മകൾ താനിയയാണ് അതെത്തിച്ചതെന്നേ ലിയോ അറിയാവൂ എന്ന് ഞാൻ പ്രത്യേകം നിർദ്ദേശിച്ചു. ഡോക്ടർ താനിയയെപ്പറ്റി സൂചിപ്പിച്ചപ്പോൾ അവളെ കാണണമെന്നായി ലിയോ. അവൾ കടന്നുചെന്നു. അപ്പോൾ പൊട്ടിക്കരഞ്ഞുകൊണ്ട് ലിയോ എന്നെ തിരക്കിയത്രേ. അവൾക്കും കരച്ചിൽ പൊട്ടി. ഗദ്ഗദകണ്ഠയായി അവൾ പുറത്തേക്കോടി.

ഇടയ്ക്ക് സകലനിയന്ത്രണവും വിട്ടപ്പോൾ ഞാൻ വായിൽവന്നതെല്ലാം ചെർത്ക്കോവിനെ വിളിച്ചുപറഞ്ഞു. പെൺകുട്ടികൾ ഓടിവന്ന് എന്നെ തീവണ്ടിയിലേക്ക് പിടിച്ചുവലിച്ചു. അവരോടൊപ്പം തീവണ്ടിയിൽച്ചെന്ന് അല്പനേരം വിശ്രമിക്കാൻ ശ്രമിച്ചു. ഇരിക്കപ്പൊറുതി കിട്ടിയില്ല. വീണ്ടും വണ്ടിയിൽനിന്നിറങ്ങി ജനാലയ്ക്കലെത്തി. ജനൽത്തിരശ്ശീല ഇടയ്ക്കിടെ മാറ്റുന്നുണ്ട് - ആരാധകവൃന്ദത്തിന് വന്ദിച്ചു നീങ്ങാൻ. എത്രയോ മണിക്കൂറുകളായി കുത്തിത്തുളയ്ക്കുന്ന ഈ തണുപ്പിൽ ഞാൻ നിന്നനില്പു നിൽക്കുന്നു. പൊയ്പ്പോയ ജീവിതരംഗങ്ങൾ പ്രജ്ഞയിലൂടെ പായുന്നുമുണ്ട്.

രണ്ട്

കൃതഘ്നന്റെ ചിരി

ലിയോ ടോൾസ്റ്റോയിയെ ആദ്യമായി കാണുമ്പോൾ അദ്ദേഹത്തിന് വയസ്സ് അമ്പത്തിയഞ്ച്. ആദ്യകാഴ്ചയിൽത്തന്നെ ഞങ്ങൾ അനുരക്തരായി. എന്താണ് അദ്ദേഹത്തിലേക്ക് എന്നെ മോഹിപ്പിച്ചതെന്ന് വ്യവച്ഛേദിച്ചെടുക്കുവാൻ ഞാനാളല്ല. അന്നു തുടങ്ങിയ ആത്മബന്ധം ഇന്നും മുറിവില്ലാതെ കുതിച്ചൊഴുകുന്നു. ഞാൻ പണ്ട് പട്ടാളത്തിൽ ചാരന്മാരുടെ വിഭാഗത്തിൽ ഒരു ഉന്നതപദവി വഹിച്ചിട്ടുണ്ട്. ടോൾസ്റ്റോയിയുടെ നോവലുകളൊന്നും ഞാൻ വായിച്ചിട്ടില്ല. ദൈവാന്വേഷണത്തിന് ഇനിയും പക്വത സിദ്ധിച്ചിട്ടില്ലാത്ത യുവാക്കൾക്കും സമയം കളയാൻ മറ്റു വഴികളില്ലാത്ത വീട്ടമ്മമാർക്കുമുള്ളതാണ് നോവലുകൾ എന്നതാണ് എന്റെ അഭിപ്രായം.

എന്റെ ജീവിതം മാറ്റിമറിച്ചത് ഒരു ആശുപത്രി സന്ദർശനമാണ്. നരകയാതന അനുഭവിക്കുന്ന രോഗികൾ ഒരു വീണ്ടുവിചാരത്തിന് എന്നെ ഉദ്യുക്തനാക്കി. അതുവരെ ഞാൻ നയിച്ചുപോന്ന അധാർമ്മികജീവിതം എന്നെ വലിയ കുറ്റബോധത്തിലേക്കു തള്ളിവിട്ടു. എന്താണ് പാരമാർഥികമായുള്ളത് എന്ന അന്വേഷണത്തിലേക്ക് ഞാനെന്നെ എടുത്തെറിഞ്ഞു. ആ ആശുപത്രിയിൽ ഒട്ടേറേ രാഷ്ട്രീയത്തടവുകാരുണ്ടായിരുന്നു. ഭരണകൂടഭീകരതയ്ക്കെതിരെ ചെറുത്തുനിന്ന വിപ്ലവകാരികൾ, നിഗൂഢാത്മവാദികൾ, സമാധാനവാദികൾ എന്നുവേണ്ട ക്രിസ്ത്യാനികൾ വരെ ആ ആശുപത്രിത്തടങ്കലിൽ പീഡനമനുഭവിക്കുകയായിരുന്നു. അവരോട് ആശയവിനിമയം നടത്തിയപ്പോൾ എനിക്ക് അഗാധമായ അനുകമ്പ തോന്നി. താൽക്കാലികമായെങ്കിലും ഞാനുൾപ്പെട്ട പ്രഭുവർഗത്തോട് പുച്ഛവും തോന്നി.

അതേത്തുടർന്ന് ഞാനെന്റെ ജോലി രാജിവെച്ചു. വെറോണിക്ക എന്ന സ്ഥലത്ത് അമ്മയ്ക്ക് ഒരു കൃഷിയിടമുണ്ടായിരുന്നു. മുന്നൂറേക്കർ വരും. അതിൽത്തന്നെ ഒരു പശുവളർത്തൽ കേന്ദ്രവും പ്രവർത്തിച്ചുവന്നു. അവിടെ ഞാൻ സുഖകരമായ ഏകാന്തതയിലാറാടിയെങ്കിലും മുമ്പ് ഞാനനുഭവിച്ചിരുന്ന സമനില എന്നെ കൈവിട്ടിരുന്നു. ചിലപ്പോൾ

രാത്രികളിൽ ഞാൻ എന്നെത്തന്നെ ഭയന്നു. വിയർപ്പിൽ കുളിച്ചു. സർവ്വവും എവിടെനിന്നും ആവിർഭവിക്കുന്നുവെന്നും ഏതിൽ നില നില്ക്കുന്നുവെന്നും എന്തിലേക്ക് ലയിക്കുന്നുവെന്നുമുള്ള സമസ്യകൾ എന്റെ പ്രജ്ഞയെ ആഴത്തിൽ മഥിച്ചു. നിദ്രാരാഹിത്യം എന്നെ വേട്ട യാടി. ജീവിതസമസ്യകൾ എന്നെ നീറ്റിക്കൊണ്ടേയിരുന്നു. ജീവിതവും മരണവും ഒരേസമയം എന്നെ ചിന്താക്രാന്തനാക്കി. അതുവരെ നാസ്തി കനായിരുന്ന ഞാൻ ക്രിസ്തുവിനു മുമ്പിൽ പ്രാർത്ഥനയോടെ മുട്ടുകുത്തി. ഏതോ അഭയം അവിടെ ഞാൻ രുചിച്ചു.

എന്റെ ഈ ശീഘ്രഗതിയിലുള്ള പരിണാമം തൊട്ടടുത്ത ബന്ധു ക്കളേയും ഉദ്യോഗസ്ഥ സുഹൃത്തുക്കളേയും ഞെട്ടിച്ചുകളഞ്ഞു. എനിക്ക് ഭ്രാന്തായോ എന്ന് അവർ സംശയിച്ചു. *ഡിസംബറിസ്റ്റുകളെപ്പോലെ ഞാനും സൈബീരിയയിൽപോയി ഒടുങ്ങുമോ എന്നും തീർത്തും യാഥാർഥ്യവാദികളായ ആ പാവങ്ങൾ പരിഭ്രമിച്ചു. എന്റെ നിലപാടു കളും രീതിമാറ്റവും അമ്മയെയാണ് ഏറ്റവുമധികം അങ്കലാപ്പിലാഴ്ത്തി യത്. ഞാൻ ഏതോ മയക്കുമരുന്നിന് അടിമയായി എന്ന് അവർ തെറ്റി ദ്ധരിച്ചു.

തിരക്കുപിടിച്ച ഒരു ഹാളിൽവെച്ചായിരുന്നു ആദ്യമായി ഞാനെന്റെ ഗുരുവായ ടോൾസ്റ്റോയിയെ കാണുന്നത്. അന്ന് ഞാൻ അദ്ദേഹത്തെ പരിചയപ്പെടാൻ എന്റെ സ്വാധീനങ്ങളെല്ലാം പ്രയോഗിച്ചിട്ടും നടന്നില്ല. ആ മനുഷ്യന്റെ ഭാവഹാവാദികൾ എന്നെ അതിയായി ആകർഷിച്ചു. ടോൾസ്റ്റോയിയെപ്പറ്റി അറിയാത്തവരാരും തന്നെ റഷ്യയിൽ ഉണ്ടായിരു ന്നില്ലല്ലോ. ചുവന്നുതടിച്ച ആ മൂക്കും ചപ്രച്ച മുടിയും താടിയും എന്റെ ഓർമയിൽ നിന്നും മായാതെയുമായി. അധികം വൈകാതെ ഒരു സുഹൃ ത്തിന്റെ മുറിയിൽ വെച്ച് ഞാൻ അദ്ദേഹത്തെ പരിചയപ്പെട്ടു. എന്റെ ജീവിതത്തിൽ പരമപ്രധാനമാണ് അന്നത്തെ പകൽ.

എന്റെ ഭാവിപദ്ധതികളും ആശയങ്ങളും അന്നുതന്നെ ഞാൻ ഗുരു വുമായി പങ്കുവച്ചു. സോഫിയ ആന്ദ്രേവ്ന വിലങ്ങുതടിയായിട്ടു ണ്ടെങ്കിൽകൂടി അവയിൽ മിക്കവാറും ഞാൻ സാധിതപ്രായമാക്കുക യുണ്ടായി.

എത്രയേറെ കത്തുകളാണ് അദ്ദേഹമെനിക്കെഴുതിയത്? എന്നോ ടൊപ്പം ജീവിക്കുവാൻ അദ്ദേഹം അതിയായി ആഗ്രഹിച്ചു. ഒരു സങ്കോച വുമില്ലാതെ സ്വന്തം വികാരങ്ങൾ വെട്ടിത്തുറന്നു പറയുവാനുള്ള അദ്ദേഹ ത്തിന്റെ പ്രാപ്തി എന്നിൽ വിറയലുണ്ടാക്കുന്നു. ഒരു മനുഷ്യന് മറ്റൊരു മനുഷ്യനെ എത്രമേൽ സ്നേഹിക്കുവാൻ കഴിയുമോ അത്രമേൽ ഞാനെന്റെ ഗുരുവിനെ സ്നേഹിച്ചു. ആരാധിച്ചു.

---

* സോഷ്യലിസ്റ്റ് വിപ്ലവത്തിന് മുമ്പേതന്നെ ചക്രവർത്തിക്കെതിരായി നടന്ന കലാപം. പട്ടാളത്തിലെ പ്രഭുക്കന്മാരാണ് ഇതിനു പിന്നിൽ.

എന്നെപ്പറ്റി പരാമർശിക്കുമ്പോഴൊക്കെ ഗുരുവിന് നൂറുനാവാണെന്ന് അദ്ദേഹത്തിന്റെ ബന്ധുക്കളും സുഹൃത്തുക്കളും പരാതി പറഞ്ഞു. ഇരുപത്തേഴ് വർഷങ്ങളായി സോഫിയാ ആന്ദ്രേവ്ന ആ പക കൊണ്ടു നടക്കുന്നു. അറിഞ്ഞുകൊണ്ടുതന്നെ ആ പക വർധമാനമാക്കാനു തകുന്ന പ്രവർത്തനങ്ങൾ എന്റെ ഭാഗത്തുനിന്നും ഞാൻ തുടർന്നു കൊണ്ടുമിരിക്കുന്നു. എന്നെ എതിർത്തുനില്ക്കുവാൻതക്ക ശക്തികൾ ഒന്നുംതന്നെ ഇന്ന് റഷ്യാ മഹാരാജ്യത്തില്ല. ഏതുരംഗത്തേയും മേധാ വികൾ എന്റെ പരിചയപരിധിയിലുള്ളവരാണ്. എന്റെ പാരമ്പര്യത്തെ ഭയ പ്പെടുന്നവരുമാണ് അവർ.

*അന്നാ കരനീന എഴുതിക്കഴിഞ്ഞതോടെയാണ് താൻ ജീവിച്ച ത്രയും പാഴായി എന്ന ചിന്ത ഗുരുവിൽ ഉദിച്ചത്. ആത്മീയതയി ലേക്കുള്ള ശക്തമായ ഒരു ദിശാവ്യതിയാനമായിരുന്നു ആ ആത്മ സംഘർഷങ്ങളുടെ ഫലം. ഒരുതരം ശൂന്യതാബോധം അദ്ദേഹത്തെ വലയം ചെയ്യുകയും വലിയ പാതകങ്ങൾ താൻ ആചരിച്ചിരിക്കുന്നു വെന്നും അതിൽനിന്നും മോക്ഷം ലഭിക്കുകയില്ല എന്നും അദ്ദേഹം വെന്തുരുകി.

പാരമ്പര്യനിഷ്ഠമായ ക്രിസ്ത്യൻരീതികളും പള്ളിയുടെ ചിട്ടവട്ടങ്ങളും സാർ ചക്രവർത്തിയുടെ ക്രൗര്യവുമായി ഒത്തുപോകുവാൻ ടോൾസ്റ്റോ യിക്കു വയ്യാതെയുമായി. യൗവനംതൊട്ടേ വ്യവസ്ഥാപിതത്വത്തെ തന്റേ തായ രീതിയിൽ ആ എഴുത്തുകാരൻ ചെറുത്തിരുന്നു. ലൗകികജീവിതം വെടിഞ്ഞ് ഒരു സന്ന്യാസിയാകുക എന്നതായി അദ്ദേഹത്തിന്റെ ജീവിത ലക്ഷ്യം. ആന്തരസത്തയെക്കുറിച്ചുള്ള അന്തമറ്റ അന്വേഷണങ്ങളിൽ പ്പെട്ട് ആ മഹാരഥൻ മരുഭൂമിയിൽ വഴിതെറ്റിയ യാത്രികനെപ്പോലെ അലച്ചിലിൽപ്പെട്ടു. അങ്ങനെ സ്വന്തമായി ഒരു മതം സ്ഥാപിക്കുവാൻ ഉഴറി നടക്കുമ്പോഴാണ് എന്തിനുംപോന്ന ഒരുവനെ ശിഷ്യനായി ലഭിക്കുന്നത്. ടോൾസ്റ്റോയിയെ പരിചയപ്പെടാൻ ബോധപൂർവം ഒരു അവസരം ഞാൻ സൃഷ്ടിച്ചെടുക്കുകയായിരുന്നു. എന്റെ തത്ത്വശാസ്ത്രപരമായ സംശയ ങ്ങളും കണ്ടെത്തലുകളും ആ മനീഷിക്കു മുമ്പിൽ ഞാൻ തുറന്നുവെച്ചു. എന്നെ അദ്ദേഹം കണക്കിലേറെ വിലമതിച്ചു. ടോൾസ്റ്റോയിയെപ്പോലെ ഒരാളെ അത്രവേഗം വിധേയനാക്കാൻ കഴിഞ്ഞതിൽ ഞാൻ എന്നെ ത്തന്നെ അഭിനന്ദിച്ചു. അത്രയ്ക്കും നയതന്ത്രജ്ഞതയും സാമർഥ്യവും എനിക്കുണ്ടായിരുന്നു. ഇന്നും ആ ബലത്തിലാണ് ഞാൻ ജീവിക്കുന്നത്. എനിക്കു ചുറ്റും വരുന്ന എന്തിനേയും എന്റെ കീഴിലാക്കാനെനിക്കറിയാം. ശക്തനായ ഒരു അനുയായിക്കുവേണ്ടി ദാഹിച്ചിരിക്കുകയായിരുന്ന ആ ആത്മജ്ഞാനി ആ ഒഴിവിലേക്ക് എന്നെ പ്രതിഷ്ഠിക്കുകയായിരുന്നു. വീണുകിട്ടിയ അവസരം ബുദ്ധിയും യുക്തിയും ഉപയോഗിച്ച് ആവോളം ഞാൻ ഊറ്റിവറ്റിച്ചു. പൂർണവിജയത്തിലേക്കെത്താൻ കഴിയുംമുമ്പ് അതി

* ടോൾസ്റ്റോയിയുടെ പ്രധാനപ്പെട്ട ഒരു നോവൽ

ശക്തയായ ഒരു ശത്രു എന്റെ മുന്നിൽത്തടഞ്ഞു - സോഫിയാ ആന്ദ്രേവ്ന. ടോൾസ്റ്റോയിയുടെ ധർമ്മപത്നി. അവരെ മറികടക്കുക എളുപ്പമല്ല എന്നെനിക്ക് പ്രത്യക്ഷത്തിൽത്തന്നെ മനസ്സിലായിരുന്നു. പക്ഷേ, ഞാൻ ചെർത്ക്കോവായിപ്പോയല്ലൊ. രാജരക്തം സിരകളിലൊഴുകുന്ന ഒരു സർവ്വനിഷേധവാദി. മുന്നിൽക്കണ്ട വിഘ്നങ്ങളെയെല്ലാം പൊടിച്ചു കളഞ്ഞ ചരിത്രമേ ചെർത്ക്കോവിനുള്ളൂ.

ഉപരിവർഗസന്തതിയായ എനിക്ക് സർവ്വവിധ സുഖസൗകര്യങ്ങളു മനുഭവിച്ച് ജീവിക്കുമ്പോൾത്തന്നെ റഷ്യ ആരാധിക്കുന്ന പ്രവാചക സദൃശനായ ഒരു മഹാത്മാവിന്റെ ശിഷ്യപ്രധാനി എന്ന നിലയിൽ ഇത്രയും കാലം ജനതയുടെ കണ്ണിൽ പൊടിയിട്ടു നടക്കാൻ കഴിഞ്ഞില്ലേ? വൈകാതെ ഞാൻ സോഫിയാ ആന്ദ്രേവ്നയേയും മറികടക്കും. ഗുരു ഒന്നു കണ്ണടച്ചോട്ടെ. എനിക്കൊരു ആത്മകഥ എഴുതാനുണ്ട്. ഞാനവരെ സർവാംഗം കരിപൂശും. അതിനുശേഷം കോടതി വ്യവഹാരങ്ങളിലും പെടുത്തും.

ടോൾസ്റ്റോയിയുമായി പരിചയപ്പെട്ട നാളുകളിൽ എനിക്ക് യാസ്നായ പോള്യാനയിൽ വലിയ വരവേല്പാണ് ലഭിച്ചിരുന്നത്. സർവ്വാദരണീയ നായ ഒരു പ്രഭുകുമാരൻ, സൈന്യത്തിലെ ഒരു ഉന്നതോദ്യോഗസ്ഥൻ എന്നീ യോഗ്യതകൾ എന്റെ വ്യക്തിത്വത്തിന് വർണപ്പകിട്ടേറ്റിയിരുന്നു വല്ലോ. പോകെപ്പോകെ ഞാൻ സിൻബാദിന്റെ ചുമലിൽക്കയറിയ കടൽക്കിഴവനെപ്പോലെ ടോൾസ്റ്റോയിയെ ഗ്രസിക്കുകയാണെന്ന് സോഫിയാ ആന്ദ്രേവ്ന തിരിച്ചറിയുകയായിരുന്നു. അതോടെ ഞങ്ങൾക്കിടയിൽ പ്രചണ്ഡമായ ഒരു ശീതസമരം പൊട്ടിപ്പുറപ്പെട്ടു. അതിന്റെ അന്തിമഫലമായാണ് ആ വൃദ്ധ ഈ കോട്ടേജിനു പുറത്ത് കണ്ണീർ വാർത്തുകൊണ്ട് നില്ക്കുന്നത് - തന്റെ മരണാസന്നനായ പ്രിയതമനെ ഒരു നോക്ക് കാണാൻ കഴിയാതെ... വൃദ്ധയാണെന്ന പരിഗണനപോലും ഞാൻ നല്കില്ല. പുറത്ത് കൊടുംതണുപ്പുമാണ്. അനുഭവിക്കട്ടെ. എന്റെ പ്രതികാരം ആരംഭിച്ചിട്ടേയുള്ളൂ.

ക്രിസ്തുമതം അനുശാസിക്കുന്ന ഭാതൃസ്നേഹത്തിനുമപ്പുറത്തായി രുന്നു ഞാനും ടോൾസ്റ്റോയിയും തമ്മിലുണ്ടായിരുന്ന ബന്ധം. ഞങ്ങൾക്കിടയിൽ ഔപചാരികതയുടേതായ ഒരു വിലക്കുകളുമുണ്ടായിരുന്നില്ല. ആദ്യനാളുകളിൽത്തന്നെ തന്റെ ദാമ്പത്യകലഹങ്ങളും വീട്ടിലെ സ്വരൈക്യമില്ലായ്മയും ഒക്കെത്തന്നെ ടോൾസ്റ്റോയി എന്റെ മുന്നിൽ തുറന്നിട്ടു. ശിഷ്യസംഘത്തിന്റെ നായകനായിക്കഴിഞ്ഞിരുന്നു അതിനകം ഞാൻ.

അവസാനനാളുകളായപ്പോഴേക്കും സോഫിയാ ആന്ദ്രേവ്നയും ഞാനും ഇരുവശങ്ങളിലുമായി നിന്ന് അധികാരസംസ്ഥാപനത്തിനും അവകാശങ്ങളെച്ചൊല്ലിയും ടോൾസ്റ്റോയിയെ വലിച്ചുകീറി. ജനങ്ങളോട് ടോൾസ്റ്റോയി പുലർത്തിപ്പോന്ന വിശാലമനസ്കതയാൽ നിരന്തരം ശ്വാസംമുട്ടനുഭവിച്ചിരുന്ന സ്ത്രീയാണ് സോഫിയാ ആന്ദ്രേവ്നാ.

ടോൾസ്റ്റോയി തന്റെ അടിമകളെ തുറന്നുവിട്ടതുകണ്ട് അവർ അന്തംവിട്ടു പോയി. തന്റെ രണ്ട് അടിമകൾക്കുമാത്രം മുമ്പ് ടോൾസ്റ്റോയിയുടെ പിതാവും സ്വാതന്ത്ര്യം നല്കിയിട്ടുണ്ട്. ആ അടിമകൾ ഇരട്ടകളായിരുന്നു. അവരെ അദ്ദേഹം അകമഴിഞ്ഞു സ്നേഹിച്ചിരുന്നു. വേട്ടയ്ക്കു പോകുമ്പോൾ കൂട്ടിനു കൊണ്ടുപോകുകയും ചെയ്തു. ആഹാരത്തിൽ വിഷം കലർത്തി ഇവർ യജമാനനെ വധിക്കുകയും വീടിന് തീയിടുകയും ചെയ്തു. രണ്ടു വയസ്സു മാത്രമുള്ളപ്പോൾത്തന്നെ ടോൾസ്റ്റോയിക്ക് അമ്മയെ നഷ്ടപ്പെട്ടിരുന്നു. വകയിലുള്ള ഒരമ്മാവനാണ് അദ്ദേഹത്തെ എടുത്തുവളർത്തിയത്. താൻ അടിമകളെ തുറന്നുവിട്ടപ്പോൾ ടോൾസ്റ്റോയി ഭാര്യയുടെ അനുവാദം ചോദിച്ചില്ല. അനുവാദം ചോദിച്ചാൽ കാര്യം നടക്കുകയില്ല എന്ന് അദ്ദേഹത്തിന് ഉറപ്പായിരുന്നുതാനും. ആദർശം നടിച്ചിരുന്ന ഞാൻ ഗുരുവിനെ അനുകരിച്ച് എന്റെ എസ്റ്റേറ്റിലെ അടിമകളെ തുറന്നുവിടാൻ ഒരുക്കമായിരുന്നില്ല. കർഷകരേയും തൊഴിലാളികളേയും പിഴിഞ്ഞാണല്ലോ എനിക്കു ജീവിക്കാനുള്ള വക അലവൻസായി എന്റെ അമ്മ അയച്ചുതന്നിരുന്നത്.

ലിയോ ടോൾസ്റ്റോയിയും ഞാനും തമ്മിൽ സ്വവർഗാനുരാഗമുണ്ടായിരുന്നുവെന്ന് സംശയിക്കുന്നവരുമുണ്ട്. ഞാനതിന് മറുപടി പറയുവാനുദ്ദേശിക്കുന്നില്ല. അത് എക്കാലത്തേക്കും ഒരു വിവാദവിഷയമായിരിക്കട്ടെ. സോഫിയാ ആന്ദ്രേവ്നയാണ് ഈ വിഷയത്തിൽ ഏറ്റവുമധികം വിഷമിച്ചിരുന്നത്. ഞാൻ ഗൂഢമായി അവരുടെ വിഷമങ്ങളിൽ ആനന്ദം കൊണ്ടു. എന്റെ പല പ്രവർത്തനങ്ങളും ഗുരുവിന്റെ ധാർമ്മികബോധത്തിനെതിരായിരുന്നിട്ടും ഗുരുവിനെന്നെ തള്ളിപ്പറയാൻ കഴിഞ്ഞതുമില്ല. ആ മഹാപ്രതിഭ മിക്കവാറും ഒരനാഥനെപ്പോലെ ഈ ഒറ്റപ്പെട്ട റെയിൽവേ സ്റ്റേഷനിൽ കുറ്റിക്കാടുകൾക്കിടയിൽ നില്ക്കുന്ന തുരുമ്പിച്ച ഈ കുടുസ്സു വീട്ടിൽ മരണം കാത്തുകിടക്കുകയാണിപ്പോൾ. സോഫിയാ ആന്ദ്രേവ്ന അകത്തേക്കുള്ള അനുമതിയും കാത്ത് ദുരിതത്തിലാഴ്ന്നു നില്ക്കുന്നു. ഇവിടെ സർവ്വവും എന്റെ ചൊൽപ്പടിയിലുമാണ്. ഞാൻ ഉപകാരങ്ങളേക്കാളേറെ ഉപദ്രവമാണ് ടോൾസ്റ്റോയി കുടുംബത്തിനു ചെയ്തത്. നിരന്തരം കൂടുതൽ പരിഗണനയാവശ്യപ്പെട്ട് ഞാൻ ഗുരുവിനെ അലട്ടിക്കൊണ്ടേയിരുന്നു. വിദേശങ്ങളിൽ അദ്ദേഹത്തിന്റെ സ്ഥാനപതിയായി അലഞ്ഞുനടന്നു. ഏറെ ലാഭം നേടിയ പുസ്തകങ്ങൾ അനവധി പതിപ്പുകൾ അച്ചടിച്ചുവിറ്റു കീശ വീർപ്പിച്ചു. എന്റെ പ്രേരണകൊണ്ടാണ് പകർപ്പവകാശം സൗജന്യമാക്കുവാൻ ടോൾസ്റ്റോയി തയ്യാറായത്. ഉയിർത്തെഴുന്നേല്പ് എന്ന നോവലായിരുന്നു എന്റെ സ്വർണഖനി. വിദേശങ്ങളിൽ അത് ചെലവായതിന് കണക്കില്ല. സോഫിയാ ആന്ദ്രേവ്നയുമായുള്ള യുദ്ധത്തിന്റെ കടശ്ശിക്കളി അങ്ങനെയാണ് ആരംഭിക്കുന്നത്. എന്റെ ആർത്തിക്കെതിരെ ടോൾസ്റ്റോയിയുടെ മക്കൾ ഒടുവിൽ അണിനിരന്നെങ്കിലും ഗുരു എന്റെ പക്ഷത്തായതിനാൽ അവരുടെ എതിർപ്പുകൾ ഞാൻ പരിഗണിച്ചതേയില്ല. ഗുരു നല്കിയ ഊർജ്ജം

കൊണ്ട് സംഹാരരുദ്രയായ സോഫിയാ ആന്ദ്രേവ്നയെപ്പോലും ഞാൻ നേരിട്ടു. ഗുരു എഴുതുന്നതെന്തായാലും എന്റെ ഗുണദോഷവിചിന്തനത്തിനു ശേഷമേ പ്രസിദ്ധീകരിക്കാൻ കഴിയുമായിരുന്നുള്ളൂ. ഞാൻ ചക്രവർത്തിയുടെ ചാരനായിരുന്നുവെന്നും ടോൾസ്റ്റോയിയുടെ രഹസ്യങ്ങൾ ചോർത്തുകയാണ് ലക്ഷ്യമെന്നും ചില ദോഷൈകദൃക്കുകൾ കണ്ടെത്തിയിട്ടുമുണ്ട്. അത് പരമാർത്ഥമല്ലെങ്കിലും ആ പറച്ചിലിലും കുറച്ച് യാഥാർഥ്യമുണ്ടെന്ന് ഈ വൈകിയ വേളയിൽ ഞാൻ അംഗീകരിക്കുന്നു. ഭീകരവും ഏകാധിപത്യപരവുമായിരുന്നു ഗുരുവിൽ ഞാൻ ചെലുത്തിയ സ്വാധീനം. ആരാണ് കൃതികൾ പ്രസിദ്ധീകരിക്കേണ്ടതെന്നും ആരാണവ പരിഭാഷപ്പെടുത്തേണ്ടതെന്നും ഞാൻ തീരുമാനിച്ചു. ഗുരു എന്തെഴുതിയാലും പഠനമുറിയിൽനിന്നും ഞാനത് ഏതുവിധേനയും കടത്തിക്കൊണ്ടു പോയിരുന്നു. അഗാധമായ മസൃണതയോടെയാണ് ഗുരുവെന്നെ സ്നേഹിച്ചിരുന്നതെങ്കിലും ആ സ്നേഹം കീഴടങ്ങലാക്കി ഓരോ അവസരത്തിലും ഞാൻ മാറ്റിയെടുത്തു. വീടുപേക്ഷിച്ചിറങ്ങിപ്പോകുംമുമ്പ് എനിക്കെഴുതിവെച്ച കുറിപ്പ് ഇന്നലെ കിട്ടി. അതിങ്ങനെയാണ്.

"ആദ്യമായി ഇന്ന് ഒരു വസ്തുത എനിക്ക് പിടികിട്ടി. ഉറപ്പായ ഒരു കാര്യം. എനിക്ക് നിന്നെപ്പിരിഞ്ഞിരിക്കുവാനേ കഴിയില്ല. ഒട്ടേറെ ചിന്തകളും വികാരങ്ങളും എന്നിൽ കുഴഞ്ഞുമറിയുന്നു. സ്വാഭാവികമെന്നോണം നിന്നിലേക്കേ എനിക്കവ പകരുവാൻ കഴിയൂ."

എന്നെപ്പോലൊരുവന് ഈ വാക്കുകൾ അർഹിക്കുന്ന മഹത്വം അവയ്ക്ക് നല്കുവാൻ കഴിയുമോ? ഞാൻ ടോൾസ്റ്റോയിയുടെ കൂടെ കൂടിയത് സ്വന്തമാക്കുവാനും വലിച്ചൂറ്റി കുടിക്കുവാനും വേണ്ടി മാത്രമാണ്. അദ്ദേഹത്തിന്റെ ആത്മീയമായ യോഗ്യതകൾ ലോകത്തിനൊട്ടാകെ ഉപകരിക്കേണ്ടിയിരിക്കെ ഞാൻ അവയെ വേലികെട്ടി സ്വാർത്ഥമായി തിരിച്ചെടുത്തു. അനവധി ഗൂഢതന്ത്രങ്ങൾ അതിലേക്കായി മെനഞ്ഞു. ഏതൊക്കെ ചരടുവലികളിലേർപ്പെട്ടു!

ഒരേസമയം ഭരണകൂടത്തിനും ഭരണകൂടത്തിന്റെ കണ്ണിലെ കരടായ ടോൾസ്റ്റോയിക്കുമൊപ്പം കഴിയുക നിസ്സാരമാണെന്നാണോ? ഇരുവശത്തിനുമിടയിൽ സമനില പാലിക്കുവാൻ അളവറ്റ മെയ്വഴക്കമാവശ്യമായിരുന്നു. പക്ഷേ, സകലതും ഞാൻ നിസ്സാരമായേ കണക്കാക്കിയിട്ടുള്ളൂ. എനിക്ക് നഷ്ടപ്പെടുവാൻ ഒന്നുമേ ഉണ്ടായിരുന്നില്ലല്ലോ. നേടാനാണെങ്കിൽ വേണ്ടുവോളമുണ്ടായിരുന്നുതാനും.

മറ്റൊരു പ്രധാന വസ്തുതകൂടി പറയാം. കഴിഞ്ഞയാഴ്ച ഒരു ദിവസം രാത്രിയാണല്ലോ ടോൾസ്റ്റോയി വീട്ടിലെ പൊറുതി സഹിയാതെ ഇറങ്ങിപ്പോരുന്നത്. എന്റെ പ്രേരണയാൽ ഇത്തരം പലായനശ്രമങ്ങൾ മുമ്പുമുണ്ടായിട്ടുണ്ട്. ക്രിസ്തുവിനേയോ ബുദ്ധനെയോപോലെ വീടുപേക്ഷിച്ച് ജനതയിലേക്കിറങ്ങി പ്രഭാഷണം ചെയ്യാൻ നിരന്തരം ഞാൻ ഗുരുവിനെ പ്രചോദിപ്പിച്ചുകൊണ്ടിരുന്നു. സോഫിയാ ആന്ദ്രേവ്നയോടുള്ളതിനേക്കാൾ

പ്രതിബദ്ധത എന്നോടാണെന്ന് തെളിയിക്കുക മാത്രമായിരുന്നു അതിൽ എന്റെ ഉന്നം.

ഞാൻ അലക്സാണ്ടർ രണ്ടാമന്റെ ഒരു അവിഹിത സന്തതിയാണെന്ന് വിശ്വസിക്കുന്നവരുണ്ട്. ശരിയുമാണത്. എന്റെ പിതാവ് ത്സാറിന്റെ പട്ടാളത്തിൽ ജനറലായിരുന്നു. പ്രപിതാമഹന്മാരും വലിയ പ്രതാപികളായിരുന്നു. കൊട്ടാരവുമായി ബന്ധപ്പെട്ട് വലിയ ഉദ്യോഗങ്ങളിലായിരുന്നു അവരെല്ലാം. അമ്മാവനാകട്ടെ രഹസ്യപ്പോലീസ് തലവൻപോലുമായിരുന്നു. ചക്രവർത്തി ഇടയ്ക്ക് എന്റെ തറവാട് സന്ദർശിക്കുമായിരുന്നു. അത്തരം സൗഹൃദസന്ദർശനങ്ങളുടെ ഫലമായി പിറന്ന കുട്ടിയാണത്രേ ഞാൻ.

ഗുരു എന്തുകൊണ്ട് എന്നെ ഒരു ചാരനായി സംശയിച്ചില്ല? അതോ എന്റെ ഇരുണ്ട വശങ്ങൾ കണ്ടിട്ടും മൗനം പാലിച്ചതായിരുന്നോ ആവോ? ഞാൻ വഞ്ചിക്കുകയാണെന്ന് തിരിച്ചറിഞ്ഞിട്ടുപോലും എന്നെ തള്ളിപ്പറയുവാനോ സൗഹൃദം അവസാനിപ്പിക്കുവാനോ അദ്ദേഹം മുതിർന്നില്ലല്ലോ. അക്കാര്യം എന്നെ അമ്പരപ്പിക്കുന്നു. ടോൾസ്റ്റോയിയുടെ ശിഷ്യനായിരിക്കുമ്പോൾത്തന്നെ ഞാൻ രാജപക്ഷവാദിയായിരുന്നുവെന്ന് പറഞ്ഞുവല്ലോ. സഹികെട്ടപ്പോൾ ചക്രവർത്തി എന്നെ ഇംഗ്ലണ്ടിലേക്കു നാടുകടത്തിക്കളഞ്ഞു. അതും എനിക്ക് ഗുണകരമായി ഭവിച്ചു. ഒരു രക്തസാക്ഷിയുടെ പരിവേഷം ജീവിച്ചിരിക്കെത്തന്നെ കിട്ടുന്നത് അലങ്കാരമല്ലേ? എവിടെയും കൂടുതൽ പരിഗണന ലഭിക്കും. എന്റെ ഇംഗ്ലണ്ടിലെ താമസം ഒരു സുഖവാസകേന്ദ്രത്തിലായിരുന്നു. അമ്മയ്ക്ക് ഇംഗ്ലണ്ടിലും വലിയ ബന്ധങ്ങളുണ്ടായിരുന്നുവല്ലോ. അവർ എനിക്ക് അഭയം തന്നു. ടോൾസ്റ്റോയിശിഷ്യനെന്ന പ്രാമാണ്യം ഞാൻ അക്കാലത്ത് ശരിക്കും ആസ്വദിക്കുകയുണ്ടായി. എന്റെ പ്രഭാഷണങ്ങൾ ശ്രവിക്കുവാൻ യുവജനത ഇടിച്ചുകയറി. ഞാൻ കൂടെക്കരുതിയ പുസ്തകങ്ങൾ അതിശീഘ്രം വിറ്റുപോകുകയും ചെയ്തു. അധികം വൈകാതെ അമ്മയുടെ ഉന്നത ബന്ധങ്ങൾ എനിക്ക് സ്വതന്ത്രനാകാൻ വേണ്ട സാഹചര്യവുമുണ്ടാക്കി.

സോഷ്യലിസ്റ്റ് വിപ്ലവം എന്ന ആശയവുമായി ലെനിൻ മുന്നേറിത്തുടങ്ങിയതോടെ കാര്യങ്ങൾ രാഷ്ട്രീയമായി കീഴ്മേൽ നിലംപൊത്തുമെന്ന് ഞാൻ ദീർഘവീക്ഷണം ചെയ്തു. പല ജനവിഭാഗങ്ങളും ചക്രവർത്തിയുടെ ദുഷ്ചെയ്തികൾക്കെതിരെ ജീവന്മരണസമരം മൂർച്ഛിപ്പിച്ചിരുന്നുവെന്നത് ലെനിന്റെ ഗതിവേഗം വർധിപ്പിച്ചു. എന്റെ ഭാര്യ അന്നയുടെ വകയിൽ ഒരമ്മായിയാണ് ക്രൂപ്സ്കയ* എന്ന് ഞാൻ കണ്ടെത്തി. അവരുടെ വൈകാരികതയിൽ തൊട്ട് ഞാൻ ലെനിനുമായി ബന്ധം സ്ഥാപിച്ചു. ഫാക്ടറിത്തൊഴിലാളികൾക്കനുകൂലമായി ആദർശം മുഴക്കിയിരുന്നുവെങ്കിലും എന്റെ ഫാക്ടറി, തൊഴിലാളികൾ കൈയടക്കാതെ ശ്രദ്ധിച്ചുപോന്നു. ടോൾസ്റ്റോയിയുടെ ശിഷ്യൻ എന്ന നിലയ്ക്കും ലെനിന് എന്നോട് താത്പര്യമുണർന്നു.

---

* ലെനിന്റെ ഭാര്യ

എന്റെ പിതാവാണെന്നു കരുതപ്പെടുന്ന ചക്രവർത്തിക്ക് നിയമപര മല്ലാത്ത ബന്ധങ്ങളിൽ വേറെയും കുട്ടികളുണ്ടായിരുന്നു. ഞാൻ ജനിച്ച തിനുശേഷം ചക്രവർത്തി വീട്ടിലേക്കു വന്നിട്ടേയില്ല. എങ്കിലും എന്റെ കാര്യങ്ങളിൽ എന്തോ ശ്രദ്ധ പുലർത്തിക്കൊണ്ടുമിരുന്നു. രണ്ടോ മൂന്നോ വട്ടം അമ്മ രാജധാനിയിൽ ചെന്നെങ്കിലും ചക്രവർത്തിയെ കാണാൻ അനുവാദം ലഭിച്ചതുമില്ല. എന്റെ രണ്ടു സഹോദരങ്ങൾ ക്ഷയബാധയാൽ മരിച്ചുവെങ്കിലും പ്രകൃതി എന്നെ എന്തുകൊണ്ടും അനുഗ്രഹിക്കുക യാണുണ്ടായത്. ക്ഷയം റഷ്യയുടെ ശാപമായിരുന്നു എന്നും. ടോൾസ്റ്റോ യിയുടെ രണ്ടു കൂടപ്പിറപ്പുകളും ക്ഷയം മൂലം തന്നെയാണ് മരണമട ഞ്ഞത്.

ടോൾസ്റ്റോയി ഊർദ്ധ്വൻ വലിച്ചുതുടങ്ങിയെന്നു തോന്നുന്നു. മരണം സ്ഥിരീകരിക്കാതെ സോഫിയാ ആന്ദ്രേവ്നയെ പ്രവേശിപ്പിക്കാൻ കഴി യില്ല. എന്റെ ആത്മകഥാരചന ഉടനെ ആരംഭിക്കണം. അത് നന്നായി ചെലവാകും. അനേകം പതിപ്പുകൾ അച്ചടിക്കേണ്ടിവരും. സൂക്ഷ്മമായി നോക്കിയാൽ സോഫിയാ ആന്ദ്രേവ്നയ്ക്കും എനിക്കുമിടയിലുള്ളത് അധികാരത്തർക്കമാണ്. പക്ഷേ, ഒരു സ്ത്രീ എന്ന നിലയ്ക്ക് നോക്കു മ്പോൾ കുലീനമായ ഒരു ഹൃദയമാണ് അവർക്കുള്ളതെന്നേ ഞാൻ പറയൂ. ഞാൻ അവരുടെ വാത്സല്യം അനുഭവിച്ചിട്ടുണ്ട് - കൃതഘ്നനാ ണെങ്കിലും.

മൂന്ന്
ഇരുട്ട് മാത്രമാകുമ്പോൾ

ആ കാലം ഞാൻ തെളിച്ചത്തോടെ ഓർക്കുന്നുണ്ട്. ചെർത്ക്കോവുമായി പരിചയപ്പെട്ടതോടെ ലിയോ എന്നിൽനിന്നും അകന്നുതുടങ്ങി. കുറേ ക്കാലം അദ്ദേഹം ദൂരയാത്രകളിലായിരുന്നു. ശിഷ്യനും കൂടെയുണ്ട്. എന്ത് യോഗ്യതയാണ് ചെർത്ക്കോവിനുള്ളതെന്ന് ഞാൻ അതിശയിച്ചുനിന്ന കാലമാണത്. അമ്പരപ്പിക്കുന്ന വേഗത്തിലാണ് അവരിരുവരും ഒന്നായി ത്തീർന്നത്.

പ്രായംകൊണ്ടോ സ്വഭാവംകൊണ്ടോ താത്പര്യങ്ങൾകൊണ്ടോ അവർ തമ്മിൽ യാതൊരു സാധർമ്മ്യവുമുണ്ടായിരുന്നില്ല. ഗുരുവിനെ അനുകരിച്ച് അയാൾ ആകെക്കൂടി ചെയ്തത് ഭക്ഷണശീലം മാറ്റി എന്നതു മാത്രമായിരുന്നു. ഞാൻ അതിപ്പോഴും വിശ്വസിക്കുന്നുമില്ല. യാസ്നായ യിലെ അതിഥിമുറി വിട്ടാൽ അയാൾ മാംസഭുക്കാവില്ല എന്ന് ആർക്ക റിയാം? ഞാൻ ഇപ്പോഴും മാംസഭുക്കായി തുടരുന്നതിൽ ശിഷ്യസംഘ ത്തിന് എന്നോട് വെറുപ്പാണ്. ഭർത്താവ് സസ്യഭുക്കായതിനുശേഷം വീട്ടിൽ പാചകം സംബന്ധിച്ച ബുദ്ധിമുട്ടുകൾ ഏറുകയും ചെയ്തു. പെൺമക്കളായ സാഷയും മാഷയും പിതാവിന്റെ കാലടികൾ പിന്തുടരു ന്നുണ്ടായിരുന്നു.

അന്നാ കരനീനയ്ക്കുശേഷമാണ് അദ്ദേഹം എന്തിലും വിരക്തി പ്രദർശിപ്പിച്ചുതുടങ്ങിയത്. ആത്മാന്വേഷണത്തിന്റെ ആദ്യനാളുകളായി രുന്നു അവ. ഈ വൈരാഗ്യം ഞങ്ങളെയെല്ലാം സ്തബ്ധരാക്കി. ഇത്ര മേൽ ഉൾവലിയുവാൻ ടോൾസ്റ്റോയിയെപ്പോലെ ബഹിർമുഖനായിരുന്ന ഒരാൾക്ക് കഴിയുമെന്നത് സകലരിലും അതിശയമുളവാക്കി. പള്ളിയുടെ പൊയ്മുഖവും തന്റെ വിശ്വാസങ്ങളുമായി ഒരിക്കലും പൊരുത്തപ്പെടു കയില്ലെന്ന് ലിയോ വെട്ടിത്തുറന്നു പറഞ്ഞു. അദ്ദേഹത്തിന്റെ സ്വഭാവം, രചന, ജീവിതശൈലി, ഭക്ഷണശീലങ്ങൾ എന്നുവേണ്ട സകലതും പുതുക്കിപ്പണിതപോലെയായി. പുഷ്കിൻ ഉത്സവം ഉദ്ഘാടനം ചെയ്യേണ്ടിയിരുന്നത് ടോൾസ്റ്റോയിയായിരുന്നു. സമകാലീന സാഹിത്യ ത്തിലെ ഏറ്റവും വലിയ പ്രമാണി എന്ന നിലയ്ക്കാണ് സംഘാടകനായ

27

ടർജനേവ്[1] തന്നെ നേരിട്ടുവന്ന് ലിയോയെ ക്ഷണിച്ചത്. സാഹിത്യബാഹ്യമായ ചില കാരണങ്ങളാൽ ലിയോ മുമ്പെപ്പോഴോ ടർജനേവിനെ ദ്വന്ദ്വയുദ്ധത്തിന് വെല്ലുവിളിച്ചിട്ടുണ്ടെന്ന് ഞാൻ കേട്ടിരുന്നു. പിന്നീട് അവർ തമ്മിലുള്ള തെറ്റിദ്ധാരണകൾ മാറി. ദസ്തയവ്സ്കിയോട് ലിയോയ്ക്കു ശത്രുതയായിരുന്നോ അതോ സ്നേഹ-ദ്വേഷ ബന്ധമായിരുന്നുവോ എന്നൊന്നും എനിക്ക് വ്യക്തമായിട്ടില്ല. അവരിരുവരും പരസ്പരം വിമർശിച്ചിരുന്നു. ഏതോ പണ്ഡിതസദസ്സിൽവെച്ച് ദസ്തയവ്സ്കിയെ ആരോ പരിചയപ്പെടുത്താൻ ശ്രമിച്ചപ്പോൾ ലിയോ ഒഴിഞ്ഞുമാറിയതായി കേട്ടിട്ടുണ്ട്. അവർ തമ്മിൽ സാഹിത്യരംഗത്തെ രണ്ട് കുലപർവ്വതങ്ങളെന്ന നിലയിൽ ബഹുമാനിച്ചിരുന്നിരിക്കുകയില്ലേ അന്യോന്യം?

മരിച്ച വീട്[2] എന്ന ദസ്തയവ്സ്കിയുടെ നോവലിനെ പുകഴ്ത്തി സംസാരിച്ച ലിയോ

ഇഡിയറ്റ്[3] വെറും ചവറാണെന്ന് പറഞ്ഞു. ലിയോവിന്റെ യുദ്ധവും സമാധാനവും എന്ന നോവൽ വെറും ചരിത്രമാണെന്നു പറഞ്ഞ ദസ്തയവ്സ്കി അന്നാ കരനീനയെ ആദ്യം ആക്രമിച്ചെന്നാലും പിന്നീട് പുകഴ്ത്തിപ്പറയുകയുണ്ടായി. എന്തൊക്കെത്തന്നെയായാലും ദസ്തയവ്സ്കിയുടെ അകാലമരണം ലിയോയെ ബാധിച്ചു. മരണവൃത്താന്തം കേട്ടയുടനെ ലിയോ പ്രതികരിച്ചത് "എന്നിൽ നിന്നെന്തോ അടർന്നുപോയിരിക്കുന്നു" എന്നാണ്. മഹാത്മാക്കളുടെ ചിന്തകൾ ഒരേപോലെയാവും എന്നാണ് ആ വിഷാദഭരിതമായ ആത്മഗതം കേട്ടപ്പോൾ എനിക്കു തോന്നിയത്. ടോൾസ്റ്റോയി കർഷകർക്കിടയിലിറങ്ങി, സമത്വം പ്രസംഗിക്കുമ്പോഴും ഉള്ളിന്റെയുള്ളിൽ പ്രഭുവായിത്തന്നെയിരിക്കുകയായിരുന്നുവോ? ഇടത്തട്ടുകാരനായിരുന്ന ദസ്തയവ്സ്കിയെ പരിചയപ്പെടേണ്ട എന്നു പറഞ്ഞ് ഒഴിഞ്ഞതിന് കാരണം അതാവുമോ എന്നും ഞാൻ ഇടയ്ക്ക് സംശയിച്ചുപോയിട്ടുണ്ട്. ഞാൻ ദസ്തയവ്സ്കിയുടെ കൃതികളെ ആരാധിച്ചിരുന്നു. ഇഡിയറ്റിലെ മദാംയപാൻചിന്നിന്റെ സ്വഭാവം എന്റേതിനു സമമാണെന്ന് കണ്ട് ഞാൻ ചിരിച്ചുപോയി. എന്റെ പിയാനോ അധ്യാപകനായിരുന്ന തനയേവ് ദസ്തയവ്സ്കിയുടെ അർപ്പിതാരാധകനായിരുന്നു. ദസ്തയവ്സ്കിയുടെ വൈകാരികത മുറ്റിയ നോവലുകൾ തന്നിൽനിന്നും ഹൃദയാവർജ്ജകമായ സംഗീതം സ്രവിക്കുന്നതിന് പ്രചോദകമായിട്ടുണ്ടെന്ന് ആ സംഗീതവിദഗ്ധൻ പോലും ഏറ്റു പറയുന്നു. ഒരിക്കലെങ്കിലും ദസ്തയവ്സ്കിയെ യാസ്നായയിലേക്കു ക്ഷണിച്ച് വിരുന്ന് നല്കണമെന്ന് ഞാൻ ഗൂഢമായി മോഹിച്ചിരുന്നു - ഒരിക്കലും പ്രായോഗികമല്ലെന്നറിഞ്ഞിട്ടുകൂടി.

---

1. സമകാലികനായിരുന്ന ഒരു പ്രമുഖ നോവലിസ്റ്റ്.
2. ദസ്തയവ്സ്കിയൻ നോവൽ
3. ദസ്തയവ്സ്കിയുടെ മറ്റൊരു രചന

ലിയോയുടെ പ്രാമാണികതയ്ക്ക് സർവ്വോത്തമോദാഹരണമായി രുന്നു റഷ്യ മുഴുവനും കാത്തിരുന്ന 'പുഷ്കിൻ മഹോത്സവം' ഉദ്ഘാ ടനം ചെയ്യാനുള്ള ക്ഷണം. മുൻപിൻ നോക്കാതെ ലിയോ ആ ക്ഷണം നിരസിച്ചപ്പോൾ സംഘാടകരെപ്പോലെ ഞാനും സങ്കടപ്പെട്ടു. ആ തിര സ്കരണം സാംസ്കാരിക മണ്ഡലത്തിൽ വലിയ ഒച്ചപ്പാടുണ്ടാക്കി യതാണ്. ഞാൻ ഒരു യഥാർഥ ഭാര്യയാണ് എന്ന് ക്ഷണിക്കാനെത്തിയ പ്പോൾ ടർജനേവ് എന്നെ അഭിനന്ദിക്കുകയുണ്ടായി. ആത്മാർത്ഥത മുറ്റി യതായിരുന്നു ആ വാക്കുകൾ. ക്ഷണിക്കാനെത്തിയ സംഘത്തിന് വരണ്ട സ്വീകരണമാണ് ലഭിച്ചതെങ്കിലും അവർ കുറെനേരം യാസ്നായയിൽ ചെലവഴിച്ച ശേഷമാണ് പോയത്. ലിയോയുടെ സമപ്രായക്കാരായ അവർ എന്നോട് വാത്സല്യത്തോടെ പെരുമാറി. ഞാൻ അവരേക്കാളും ഇരുപതു വയസ്സെങ്കിലും ഇളപ്പമായിരുന്നിരിക്കണം.

ചിത്രകാരന്മാർ വരുമ്പോഴൊക്കെ ലിയോ എന്നേയും വരപ്പിച്ചിരുന്നു. രേഖാചിത്രങ്ങളായിരിക്കുമ്പോൾ അവയിൽ ഞാൻ എന്നെ കണ്ടു വെങ്കിലും ചായമിടുന്നതോടെ അവയിൽ ഞാനില്ലാതാവും. അങ്ങനെയാ യിരുന്നു എന്റെ അനുഭവം. കൗമാരത്തിൽ ഞാനും അത്യാവശ്യം വര യ്ക്കുമായിരുന്നു. പ്രാരബ്ധങ്ങളുടെ കടൽക്ഷോഭത്തിൽ ആ വൈദഗ്ധ്യം നഷ്ടപ്പെട്ടു. വേദനാജനകമായ സാഹചര്യങ്ങളും തിന്മ നിറഞ്ഞ മനുഷ്യരും എന്റെ ജീവിതം നാനാവിധമാക്കിയതോടെ സന്തോ ഷവും അനുഭൂതികളുമെല്ലാം എവിടെയോ അപ്രത്യക്ഷമായിക്കഴിഞ്ഞി രുന്നു.

ദസ്തയവ്സ്കിയും ടർജനേവും പുഷ്കിൻ മഹോത്സവം അവരുടെ ജീവിതവിജയത്തിന്റെ അടയാളമാക്കി മാറ്റി. ദസ്തയവ്സ്കി അന്ന് ചെയ്ത പ്രഭാഷണം റഷ്യയെയാകെ ഇളക്കിമറിക്കുകയും പ്രവാചക പദവിയിലേക്ക് അദ്ദേഹത്തെ ഉയർത്തുകയും ചെയ്തുവല്ലോ. ആ ചട ങ്ങിനുശേഷം ടോൾസ്റ്റോയിയെക്കുറിച്ച് ഒട്ടേറെ കിംവദന്തികൾ പരന്നു. ടോൾസ്റ്റോയി ഉന്മാദിയായിക്കഴിഞ്ഞെന്നും മേലിൽ എഴുതുകയുണ്ടാവി ല്ലെന്നുമെന്ന ജനാപവാദമാണ് എന്നെ ഏറ്റവുമേറെ ബാധിച്ചത്. 'കുറ്റ സമ്മതം' എന്ന രചനയിൽ മുമ്പ് തന്റെ ആത്മഹത്യാഭിനിവേശത്തെ ക്കുറിച്ച് തുറന്നെഴുതിയതും വിമർശകർ എടുത്തുയർത്തിക്കാട്ടി. മര ണത്തെ അതിജീവിക്കുന്നതിനാണ് ആത്മീയജീവിതം വരിച്ചതെന്ന വില യിരുത്തൽ സാർത്ഥകമായും എനിക്കനുഭവപ്പെട്ടു. പഴയ ഡയറികൾ ഞാൻ വീണ്ടും പരിശോധിച്ചപ്പോൾ ആധ്യാത്മികചിന്തകൾ ബീജരൂപ ത്തിൽ അവയിൽ ലയിച്ചുകിടക്കുന്നതായും കണ്ടു.

ടോൾസ്റ്റോയിയുടെ സാഹിത്യരചനകൾ തീർച്ചയായും ചെർത്ക്കോവ് വായിച്ചിരിക്കുവാനിടയുണ്ടായിരിക്കുകയില്ല. തന്റെ സന്ദേശങ്ങൾ രാജ്യസഭയിലെത്തിക്കുവാൻ ചെർത്ക്കോവിന് കഴിഞ്ഞപ്പോൾ ലിയോ ആനന്ദം കൊണ്ടു. വിധ്വംസകങ്ങളായിരുന്നുവല്ലോ ആ ആദർശങ്ങൾ.

പ്രിയപ്പെട്ട ലിയോ

തന്റെ ആശയങ്ങൾ സാർവ്വലൗകികമായി അംഗീകരിക്കപ്പെടുമെന്ന് അദ്ദേഹം വ്യാമോഹിച്ചു. ചെർത്‌ക്കോവിന്റെ അമ്മയ്ക്കും ഉന്നതതലങ്ങളിൽ സ്വാധീനമുണ്ടായിരുന്നു. മകനു ചേർന്ന വിധം തന്ത്രജ്ഞയുമായിരുന്നു ചക്രവർത്തിയുടെ ഈ മുൻകാമുകി. ഏഴായിരം അടിമകളും ഒരു ഫാക്ടറിയും ആയിരക്കണക്കിന് ഏക്കറുകൾ പരന്നുകിടക്കുന്ന കൃഷിയിടവും അവർക്കുണ്ടായിരുന്നു. വലിയ പാരമ്പര്യത്തിന് അവകാശിയും അതിൽ അഭിമാനിക്കുന്നവളുമായിരുന്നു ഈ പൊങ്ങച്ചക്കാരി. മകനെ വരച്ച വരയിൽ നിർത്താൻ കൗമാരംതൊട്ടേ ശ്രമിച്ചെങ്കിലും അതിനു മാത്രം അവൾക്കു കഴിഞ്ഞതേയില്ല. അത്യന്തം ധൂർത്തവും ലഹരി മുഴുത്തതുമായിരുന്നു ചെർത്‌ക്കോവിന്റെ യൗവനലീലകൾ. പ്രഭുക്കന്മാർക്ക് സഹജമാണതൊക്കെയുമെന്ന് അവൾ ക്ഷമിച്ചുവെങ്കിലും ടോൾസ്റ്റോയിയുമായുള്ള ഗാഢ(ഗൂഢ)ബന്ധത്തിന്റെ പ്രശ്നത്തിൽ അവൾക്ക് പൊരുത്തപ്പെടാൻ കഴിഞ്ഞില്ല. എസ്റ്റേറ്റിൽ ഒറ്റയ്ക്കു താമസിച്ചിരുന്ന മകനുവേണ്ടി അവൾ വഴിപാടുകൾ നേർന്നു. പുണ്യവാളന്മാർക്കു മുന്നിൽ മെഴുകുതിരികൾ കൊളുത്തി വിലപിച്ചു. നയജ്ഞനായ ചെർത്‌ക്കോവ് അമ്മയെ എങ്ങനെയൊക്കെയോ സ്വാധീനിച്ച് ലിയോയ്ക്കു മുന്നിലെത്തിച്ചു. ആത്മജ്ഞാനിയുടെ സന്നിധിയിലെത്തിയപ്പോൾ അവളിലും ഏതോ പവിത്രകമ്പനങ്ങൾ ഉണർന്നു. അവരുടെ പകിട്ടും പൊങ്ങച്ചവും ഭസ്മമായിപ്പോയി. അവൾ അതിവേഗം സ്ഥലംവിട്ടുവെന്നു മാത്രമല്ല, ഇതേച്ചൊല്ലി അധികമൊന്നും പിന്നീട് മകനോട് ഏറ്റുമുട്ടിയുമില്ല.

ലിയോയ്ക്ക് ലൈംഗിക കാര്യങ്ങളിൽ വലിയ താല്പര്യമായിരുന്നു. തന്നെ സന്ദർശിക്കുവാനെത്തുന്ന നവയുവാക്കളുമായി ഈ വക അദ്ദേഹം തുറന്നു ചർച്ച ചെയ്തിരുന്നു. പത്തൊമ്പത് വയസ്സുള്ള സ്വപുത്രനായ ഇലിയായോട് ഒരിക്കൽ "നീയിപ്പോഴും ചാരിത്ര്യവാനാണോടാ" എന്നു ചോദിച്ചതായും ആണെന്നറിഞ്ഞപ്പോൾ പരിഭവിച്ചതായും ഒരു ഭൃത്യ എന്നോടു പറഞ്ഞിട്ടുണ്ട്.

അദ്ദേഹം അവസാന വർഷങ്ങളിൽ മാത്രമാണ് ലൈംഗികാസക്തിയുടെ വിടാപ്പിടിയിൽനിന്നും മുക്തനായത്. ലൈംഗികതയ്ക്കും ആത്മീയതയ്ക്കുമിടയിൽ ആ ഉള്ളം ഊയലാടി. ലൈംഗികത പാപവും നീചവുമാണെന്നു വിശ്വസിച്ചുകൊണ്ട് ആത്മസംസ്കരണത്തിന് ആജീവനാന്തം അദ്ദേഹം പരിശ്രമിച്ചു. സ്വയം ഒരു ദുർബലനും നീചനുമാണെന്ന് സദാ കരുതിപ്പോരുകയും ചെയ്തു.

അതിസമ്പന്നമായ തന്റെ പശ്ചാത്തലം ഉപേക്ഷിക്കുവാൻ ലിയോ ആദ്യമൊന്നും തയ്യാറായിരുന്നിട്ടില്ല. സദാ പണത്തിനും അധികാരത്തിനും സ്വകാര്യസ്വത്തിനുമൊക്കെ എതിരെ പ്രസംഗിക്കുകയും എഴുതുകയുമൊക്കെ ചെയ്യുമ്പോഴും അദ്ദേഹം ഏറ്റവും നല്ല ആഹാരം കഴിക്കുകയും വിശിഷ്ടമായ വീഞ്ഞു കുടിക്കുകയും നിരന്തരം സൗഹൃദവൃന്ദങ്ങളെ

വീട്ടിൽ സ്വീകരിക്കുകയും ചെയ്തുപോന്നു. നോവലുകളിൽനിന്നുള്ള വരുമാനം അക്കാലങ്ങളിൽ ആ വക ചെലവുകൾക്ക് മതിയാകുമായിരുന്നു. എസ്റ്റേറ്റ് കാര്യങ്ങൾ നോക്കാൻ ആളില്ലാതെ ആകെ താറുമാറായതോടെ അവിടെനിന്നും വരുമാനം ലഭിക്കാതെയായി. സെർജിയോടും ആന്ദ്രേയിയോടും പലവട്ടം പറഞ്ഞിട്ടും അവരാരും എസ്റ്റേറ്റിലേക്ക് എത്തിനോക്കാൻപോലും തയ്യാറായില്ല. വേണ്ട രീതിയിൽ കൈകാര്യം ചെയ്യാൻ ആളുണ്ടായിരുന്നുവെങ്കിൽ തീർച്ചയായും എസ്റ്റേറ്റ് ലാഭകരമായി നടത്തിക്കൊണ്ടുപോകുവാൻ കഴിയുമായിരുന്നു. ആരും അങ്ങോട്ട് ചെല്ലാതായപ്പോൾ ആളുകൾ തടി മുറിച്ചു കടത്തിക്കൊണ്ടുപോകാനും തുടങ്ങി. ഭൂമിയുടെ കരമടയ്ക്കാൻ പോയ ഒരു ഭൃത്യനാണ് എസ്റ്റേറ്റ് തീരെ നശിച്ചുവെന്നു നേരിട്ടുകണ്ടത്. ആത്മീയമാർഗ്ഗത്തിലേക്ക് തിരിഞ്ഞ യജമാനനെപ്പറ്റി അവൻ സങ്കടപ്പെട്ടു. ജീവിതച്ചെലവുകൾ എങ്ങനെ നേരിടുമെന്ന് വ്യാകുലപ്പെട്ട് ഞാനുഴറി. ചിലപ്പോൾ രണ്ടറ്റവും കൂട്ടിമുട്ടിക്കാനുള്ള പണം കാണാഞ്ഞ് ചേച്ചിയോട് വായ്പ വാങ്ങേണ്ടതായും വന്നു. ലൈസാ ഇടയ്ക്ക് സൗഹൃദസന്ദർശനത്തിനെത്തും. അവളാണ് ഒരു പ്രസിദ്ധീകരണശാല തുടങ്ങിക്കൂടേ എന്ന് ആദ്യമായെന്നോട് നിർദ്ദേശിച്ചത്. അപ്പോൾ ഞാൻ ദസ്തയവ്സ്കിയുടെ ഭാര്യ അന്നയെക്കുറിച്ചോർത്തു. ആ മഹതിയെ മാതൃകയാക്കി പുസ്തകപ്രസിദ്ധീകരണവും വിതരണവും എനിക്കും എന്തുകൊണ്ടു ചെയ്തുകൂടാ എന്ന് രാത്രികളിൽ ഞാൻ ചിന്തിച്ചു. ലിയോയുടെ സമ്മതം ചോദിക്കാനൊന്നും ഞാൻ നിന്നില്ല. ചെർത്ക്കോവ് ഇക്കാര്യത്തിലും ഇടങ്കോലിടുമെന്നെനിക്കുറപ്പുമായിരുന്നു.

ഞാൻ വളരെ യത്നിച്ചും കാര്യങ്ങൾ ഉൾക്കൊണ്ടും ലിയോയുടെ വിറ്റുപോകാവുന്ന ചില കൃതികൾ അച്ചടിപ്പിച്ച് വിതരണത്തിനു സന്നദ്ധമാക്കിയപ്പോഴേക്കും അതേ കൃതികൾ തന്നെ ചെർത്ക്കോവ് കുറഞ്ഞ വിലയിട്ട് വളരെ ധൃതിയിൽ അച്ചടിച്ച് പുസ്തകശാലകളിലെത്തിച്ചതായറിഞ്ഞു. ലിയോയുടെ മൗനസമ്മതം ആ കള്ളക്കളിക്കു പിന്നിൽ ഉണ്ടാകുമല്ലോ. എനിക്കുണ്ടായ സാമ്പത്തിക നഷ്ടത്തെപ്പറ്റി പരാതി പറയാതെവയ്യെന്ന് ഉറപ്പിച്ച് ഒരു സന്ധ്യക്ക് ഞാൻ ലിയോയോട് കയർത്തു സംസാരിച്ചു. ലിയോ എന്റെ വാക്കുകൾക്കു മറുപടി തരാതെ അനന്തതയിലേക്കു നോക്കിയിരിക്കുക മാത്രം ചെയ്തു. ഏതു നിലയ്ക്കും ലിയോയെ ചൂഷണം ചെയ്യുക മാത്രമായിരുന്നു ചെർത്ക്കോവിന്റെ ഉന്നം. സാഹിത്യകാരന്മാരെ ചൂഷണം ചെയ്ത് പ്രസാധകർ കോടീശ്വരന്മാരാകുന്നതെങ്ങനെയെന്ന് അന്ന് സന്ധ്യക്കാണെനിക്ക് പിടികിട്ടുന്നത്.

സർഗാത്മകതയിൽ നിന്നും ലിയോ പിൻവാങ്ങിയതോടെയാണ് ഞങ്ങൾക്കിടയിൽ മുറുമുറുപ്പുകൾ ഉയർന്നത്. മുമ്പ് മറ്റേതൊരു ദാമ്പത്യത്തിലുമെന്നപോലുള്ള സൗന്ദര്യപ്പിണക്കങ്ങൾ മാത്രമേ ഉണ്ടായിരുന്നിട്ടുള്ളൂ - ഒരു ദിവസംകൊണ്ട് അവസാനിക്കുന്നവ. ചെർത്ക്കോവാണ്

ഞങ്ങൾക്കിടയിലെ വിനിമയം തീരെ നിലയ്ക്കുന്നതിനും ശത്രുക്കളെ പ്പോലെയായിത്തീരുന്നതിനും വേണ്ട എണ്ണ പകർന്നുകൊണ്ടിരുന്നത്. ശുദ്ധമനസ്കനായ ലിയോ ആ പിത്തലാട്ടക്കാരന്റെ മയക്കുവിദ്യയിൽ അത്രമേൽ മയങ്ങിക്കഴിഞ്ഞിരുന്നു.

ലിയോ വീണ്ടും സൃഷ്ട്യുന്മുഖതയിലേക്ക് തിരിഞ്ഞതായിക്കണ്ട പ്പോൾ എനിക്ക് വലിയ സന്തോഷം തോന്നി. സാഹിത്യരചന നിർവഹി ക്കുമ്പോൾ ഒരു സഹായിയെ ലിയോക്ക് ഒഴിവാക്കാൻ പറ്റില്ല. ചെർത്ക്കോ വിന് സാഹിത്യാഭിരുചി തീരെയില്ലാത്തതിനാൽ നോവൽരചനയിൽ സഹായിക്കുവാൻ അയാൾക്കു കഴിയുകയില്ല. ലിയോയുടെ സാമീപ്യം ഇനിയും അനുഭവിക്കാൻ കഴിയുമെന്ന ചിന്ത എന്നെ ഉന്മേഷവതിയാക്കി. ലിയോ എന്നെ സഹായത്തിന് ക്ഷണിക്കുകയും ചെയ്തു. ലിയോയുടെ ചിന്തകൾ കടലാസിലേക്ക് ഒപ്പിയെടുക്കുന്നതിലും സംശോധന ചെയ്യു ന്നതിലും എനിക്ക് മറ്റൊന്നിലും കിട്ടാത്ത ആഹ്ലാദമാണനുഭവിക്കാനാ കുക. തത്ത്വചിന്താപരമായ കൃതികൾ എനിക്ക് സഹിക്കാൻ കഴിയുക യില്ല. തലവേദനയുണ്ടാക്കും അവ.

കാൻസർമൂലം യാതനയനുഭവിക്കുന്ന സർവീസിൽനിന്നും പിരിയാ റായ ഒരു ഉദ്യോഗസ്ഥദുഷ്പ്രഭുവിന്റെ മരണക്കിടക്കയിലെ ചിന്തകളാ യിരുന്നു ലിയോ അപ്പോൾ എഴുതാൻ തുടങ്ങിയ നോവലിന്റെ വിഷയം. എഴുതിക്കൊണ്ടിരിക്കുമ്പോൾത്തന്നെ പില്പ്പാട് ലോകം വാഴ്ത്തുന്ന ഒരു നോവലായിത്തീരും അതെന്നെനിക്കു തീർച്ചയായി. ഞാനതു മൂന്നുവട്ടം വായിച്ചു. വലിയ ഒരു ബാധയായി ഏറെക്കാലം അതെന്നെ പിൻതുടർന്നു. ആ നോവൽ വായിക്കുന്ന ആരെയും ആയുരന്തം ഒരു മാറാവ്യാധിപോലെ അത് അലട്ടിക്കൊണ്ടിരിക്കും. രോഗം മനസ്സിലും ആത്മാവിലും പതിക്കുന്ന പാടുകൾ അതിൽ അതിവിദഗ്ധമായി കോറിയിട്ടിരുന്നു. തന്റെ മരണം ആസന്നമായി എന്ന മിഥ്യാഭീതി ലിയോയെ വേട്ടയാടിത്തുടങ്ങിയ ദിന ങ്ങളായിരുന്നു അവ. തികച്ചും ആരോഗ്യവാനായിരുന്നു ലിയോ എങ്കിലും വീട്ടിൽ തുടർച്ചയായുണ്ടായ ദുരന്തങ്ങളും താനനുഭവിച്ച പീഡനവും അഗാധദുഃഖങ്ങളും ഉൽക്കണ്ഠകളുടെ രൂപത്തിൽ ലിയോയെ പൊതിഞ്ഞു. എന്തായാലും വിശ്വസാഹിത്യത്തിൽ എന്നെന്നും പ്രകാശം ചൊരിയുന്ന ഒരു ഗോപുരമായിത്തീരുകയായിരുന്നു അത്തരം ഉൽക്കണ്ഠ കളുടെ സന്തതിയായി പിറന്നുവീണ 'ഇവാൻ ഇലീച്ചിന്റെ മരണം' എന്ന ചെറുനോവൽ.

അല്പകാലമേ ആ സ്വരലയം നീണ്ടുനിന്നുള്ളൂ. ചെർത്ക്കോവ് വീണ്ടും ഇടിച്ചുകയറി വന്നു. ലിയോയുടെ ഹൃദയം വീണ്ടും വിഭജിത മായി. ആരെ തെരഞ്ഞെടുക്കും? എന്നെയോ ചെർത്ക്കോവിനേയോ? നോവൽ രചനയ്ക്കു മുമ്പുണ്ടായിരുന്നതിനേക്കാൾ അടുപ്പത്തോടെയാണ് പിൻതുടർന്നുവന്ന ദിനങ്ങളിൽ ലിയോ ചെർത്ക്കോവിനോട് ഇടപെടു ന്നത് കണ്ടത്. തന്റെ മാനസികമായ ആകുലതകൾ പങ്കിടുന്നതിന്

വിശ്വസ്തയായ ഭാര്യയേക്കാൾ അർഹത സുഹൃത്തിനോ ശിഷ്യനോ ആണെന്ന് ഒരു ഭർത്താവ് കരുതുമ്പോൾ ആ ഭാര്യ എന്തു ചെയ്യണം? എനിക്ക് ജീവിതം മതിയാക്കണമെന്നാണ് തോന്നിയത്. പലപ്പോഴും രാത്രി ശയ്യയിൽ എഴുന്നേറ്റിരുന്ന് ഞാൻ വ്യാകുലയായി. ആത്മഹത്യ ചെയ്യണമെന്ന ആശയം ഉള്ളിൽ കലശലായി. അരികിൽ കിടന്നുറങ്ങുന്ന കുഞ്ഞുങ്ങളുടെ നിസ്സഹായത എന്നെ പിന്നിലേക്കു പിടിച്ചുവലിച്ചു.

ഞാൻ പ്രസാധനമാരംഭിച്ച സമയത്താണ് ആദ്യമായി തന്റെ ആദർശങ്ങൾക്കു വിരുദ്ധമായി പ്രവർത്തിക്കരുതെന്ന് ലിയോ എന്നോട് കയർത്തത്. സ്വകാര്യസ്വത്തിനും പണത്തിനും എതിരായ ഒരാളുടെ ഭാര്യ ലാഭോദ്ദേശ്യത്തോടെ വ്യവസായത്തിലേർപ്പെടരുതെന്നായിരുന്നു വിലക്ക്. പുസ്തകവ്യവസായവും ലാഭത്തിനു വേണ്ടിയാകുമ്പോൾ അധർമ്മമാണെന്നു ലിയോ പ്രസ്താവിച്ചു. സ്വന്തം ഭാര്യതന്നെ അധർമ്മപ്രവർത്തനത്തിനിറങ്ങുന്നത് തന്റെ ആദർശങ്ങൾക്കു കടകവിരുദ്ധമാവുമെന്നും ആത്മവഞ്ചകന്റെ കുപ്പായമണിയാൻ താൻ ഉദ്ദേശിക്കുന്നില്ലെന്നും ലിയോ പ്രഖ്യാപിക്കുകയും ചെയ്തു. അദ്ദേഹം കനപ്പിച്ച മുഖവുമായി എഴുത്തുമുറിയിൽ മുനിഞ്ഞിരിപ്പായി. ഗൃഹസ്ഥൻ എന്ന നിലയിലുള്ള പ്രാരബ്ധങ്ങളും ആദർശവാദിയുടെ മൂല്യബോധവും ഇരുവശങ്ങളിലും നിന്ന് ലിയോയെ മഥിക്കുകയാണെന്ന് എനിക്കു വ്യക്തമായി.

പുസ്തകപ്രസിദ്ധീകരണത്തെപ്പറ്റി ലിയോയോട് ഞാൻ സൂചിപ്പിച്ചിരുന്നില്ലല്ലോ. പക്ഷേ, ലിയോ അത് മനസ്സിലാക്കിയപ്പോൾ ആദ്യം എന്നോട് സഹകരിക്കുകയാണുണ്ടായത്. ചെർത്ക്കോവിന്റെ നിർദ്ദേശപ്രകാരം തന്നെയാണ് പിന്നീട് എതിർത്തത്. അക്ഷരത്തെറ്റ് തിരുത്താൻപോലും തയ്യാറായ ലിയോ എനിക്ക് പ്രോത്സാഹനമായിത്തീരുമെന്ന് ഞാൻ ധരിച്ചു. കഴിയുന്നത്ര കുറഞ്ഞ വിലയ്ക്കാണ് ഞാൻ പുസ്തകങ്ങളിറക്കിയതും.

പെട്ടെന്നാണ് ലിയോ കർക്കശക്കാരനായത്. പരിത്യാഗശീലം ആചരിക്കണമെന്നതായിരുന്നു പ്രധാന ആവശ്യം. കുട്ടികൾക്ക് ഞാൻ ഔപചാരിക വിദ്യാഭ്യാസം മേലിൽ നടത്തിക്കൂടാ തുടങ്ങിയ തികച്ചും അപ്രായോഗികങ്ങളായ ആവശ്യങ്ങളും ലിയോ മുന്നോട്ടുവെച്ചു. പെൺകുട്ടികൾ ആവശ്യത്തിലധികം സ്വാതന്ത്ര്യമനുഭവിക്കുന്നത് എന്റെ കുറ്റം കൊണ്ടാണെന്നും പരാതിപ്പെട്ടു. ചെർത്ക്കോവ് ഗുരുവും ലിയോ ശിഷ്യനുമായി മാറിക്കഴിഞ്ഞതായാണ് എനിക്കനുഭവപ്പെട്ടത്. ആ ദശാസന്ധി എന്നെ തളർത്തിക്കളഞ്ഞുവെങ്കിലും ഞാൻ ഉയർത്തെഴുന്നേറ്റു. ഉപരിവർഗ്ഗ പശ്ചാത്തലത്തിൽ ജനിച്ചുവളർന്ന ഒരുവളെന്ന നിലയ്ക്ക് എനിക്ക് ഒറ്റ ദിവസംകൊണ്ട് എന്റെ ജീവിതം മാറ്റിമറിക്കുവാൻ കഴിയുമായിരുന്നില്ല. എനിക്കു വഴങ്ങാത്ത ആദർശങ്ങൾ ആചരിക്കുവാൻ ഞാൻ തയ്യാറാകുകയുമില്ല. അനാവശ്യമായ വിട്ടുവീഴ്ചകൾക്ക് എന്തിനുവേണ്ടിയായാലും ഞാൻ ഒരുങ്ങിയതുമില്ല.

ഫലം പെട്ടെന്നായിരുന്നു. ഒരു ദിവസം ഞാൻ കിടക്കയിൽ നിന്നെ
ണീറ്റു വന്നപ്പോൾ ലിയോ വരാന്തയിൽ നില്ക്കുന്നു. തന്റെ വിസമ്മത
ങ്ങളെക്കുറിച്ച് വിശദമായെഴുതിയ ഒരു കത്ത് എന്നെ ഏല്പിക്കുവാനാ
യിരുന്നു ആ കാത്തുനില്പ്. ഞാനതു വാങ്ങി വായിച്ചുവെങ്കിലും പ്രതി
കരണത്തിന് തയ്യാറായതേയില്ല. ഞാൻ മുമ്പത്തെപ്പോലെതന്നെ ജീവിച്ചു
പോകുന്നു എന്ന് ലിയോ അകമേ ക്രുദ്ധനായി. ഒരിക്കൽ അടുക്കളയിൽ
പാചകക്കാരിയുമായി സംസാരിച്ചുകൊണ്ടിരിക്കേ ലിയോ ഓടിവന്ന്
എന്നോട് വിവാഹമോചനമാവശ്യപ്പെട്ടു. ഞാൻ സ്തംഭിച്ചുപോയി.
ലിയോയുടെ മുഖം കോപംകൊണ്ട് ജ്വലിക്കുന്നുണ്ടായിരുന്നു. നിങ്ങൾ
വിശ്വസിക്കുമോ? കുട്ടികൾ ഓടിവന്നു. അവർ ചകിതരായി. ചിലർ കര
യുകയും ചെയ്തു. അമേരിക്കയിലേക്കോ പാരീസിലേക്കോ താൻ ഓടി
പ്പോകുമെന്നും ലിയോ ഭീഷണിയുയർത്തി. ഞാൻ സമീപത്തുകണ്ട പെട്ടി
പ്പുറത്ത് കയറിയിരുന്നു നെഞ്ചുപൊട്ടിക്കരഞ്ഞു. പെട്ടെന്ന് ലിയോയും
കരയാൻ തുടങ്ങി. ഞാനെണീറ്റുചെന്ന് കവിളിൽ നിന്നും കണ്ണീർ തുടച്ചു.
ഇത്തരം ജീവിതരംഗങ്ങൾ അനവധി ഉണ്ടായി.

ഒരു കർഷകനെപ്പോലെ ജീവിക്കുവാൻ ലിയോ ശ്രമിച്ചുതുടങ്ങി.
ചെറുപ്പകാലത്ത് അദ്ദേഹം പാടത്തിറങ്ങി പണിയെടുത്തിരുന്നുവത്രെ.
പട്ടാളത്തിൽ ചേർന്നതിനുശേഷം പിന്നീട് ഇപ്പോഴാണതിന് തുനിയുന്നത്.
പക്ഷേ, ഇത്തവണ പഴയപോലെയല്ല. ഏറ്റവും താഴേത്തട്ടിലുള്ളവരോട്
ഐക്യദാർഢ്യത്തിലാവുന്നതിനുവേണ്ടി അവരുടെ തൊഴിലുകളി
ലേർപ്പെടുമെന്നായി. ചെരുപ്പ് തുന്നുക, പാടത്ത് കുതിരയെക്കൊണ്ട് ഉഴു
വാൻ നിൽക്കുക, കറ്റ മെതിക്കുക എന്നുവേണ്ട അടിസ്ഥാനവർഗത്തിന്റെ
പ്രതിനിധിയാകുവാനായി എന്തിനും തയ്യാറായി. പാവങ്ങളുടെ ചാളകളിൽ
ച്ചെന്ന് അവരോടൊപ്പം ആഹാരം കഴിച്ചുവെന്നും ഞാനറിഞ്ഞു. കാലിൽ
കലപ്പയുടെ മൂർച്ച തുളച്ചുകയറിയതോടെ ആ വക ഭ്രാന്തുകൾക്ക്
താൽക്കാലികശമനം കിട്ടി. മൂന്നുമാസം കിടന്ന കിടപ്പിൽ നിന്നനങ്ങാൻ
വയ്യാതായി. സാധാരണ ഡോക്ടർമാർ കൈയൊഴിയുകയും ചെയ്തു.
ഞാൻ മോസ്കോവിൽനിന്നും വിലകൂടിയ രണ്ട് വിദഗ്ധ ഡോക്ടർമാരെ
വരുത്തി. അവരിലൊരാൾ പത്നിയേയും കൂടെ കൊണ്ടുവന്നിരുന്നു.
അവൾ നന്നായി വായിക്കുകയും ചിന്തിക്കുകയും ചെയ്തിരുന്ന സുന്ദരി
യായ ഒരു യുവതിയായിരുന്നു. അവൾ താൻ ആരാധിച്ചുപോന്ന മഹാ
സാഹിത്യകാരനെ കാണാൻ ഭർത്താവിനോടൊപ്പം വന്നവളാണെങ്കിലും
ഒരാഴ്ചക്കാലം ഒരു നഴ്സിനെപ്പോലെ ലിയോയെ ശുശ്രൂഷിച്ചു. എന്റെ
ഒരു മകളെപ്പോലെ ഞാനാ പെൺകുട്ടിയെ ഒരാഴ്ചക്കാലം കൊണ്ടു
നടന്നു. ഒരു രാത്രി അവളെന്നോടൊപ്പം വന്നുകിടക്കുകപോലുമുണ്ടായി.
ചെറിയ നീലക്കണ്ണുകളും റോസാപ്പൂക്കവിളുകളും മെടഞ്ഞ മുടിയും
പ്രകാശം നിറഞ്ഞ ചിരിയുമുള്ള ഒരു തനി റഷ്യൻ മനോഹരി. യുദ്ധവും
സമാധാനവും എന്ന നോവലിലെ പല ഭാഗങ്ങളും അവൾക്കു മനഃപാഠ
മായിരുന്നു. എനിക്കിഷ്ടപ്പെട്ട ചില ഭാഗങ്ങൾ അവൾക്കും ഇഷ്ടമാണെന്നു

കണ്ട് ഞാൻ അവളിൽ എന്നെ കണ്ടു. എന്തുകൊണ്ടോ ലിയോ അവളോട് വലിയ വാത്സല്യമൊന്നും പ്രദർശിപ്പിച്ചില്ല. അതും ചെർത്ക്കോവിനെ ഭയന്നായിരിക്കുമോ ആവോ?

ആ കിടപ്പിലും ലിയോയുടെ മനസ്സ് സൃഷ്ട്യുന്മുഖമായിരുന്നു. ഞാനോ വൃദ്ധഭൃത്യയോ ആ കട്ടിലിന്നരികിൽ നിന്നും മാറാതെ പരിചരിച്ചു. യാസ്നായപോല്യാനയിൽ പണ്ടുതൊട്ടേയുള്ളവളാണീ ഭൃത്യ. വലിയ വൃത്തിയാണ് അവർക്ക്. തനിക്കിഷ്ടപ്പെടാത്തതുകണ്ടാൽ ലിയോയോടുപോലും മുഖത്തുനോക്കി അനിഷ്ടം പ്രകടിപ്പിക്കും. ആദ്യമൊക്കെ ആ ധാർഷ്ട്യം ഞാനനുവദിച്ചുകൊടുക്കുമായിരുന്നില്ല. പക്ഷേ, അവർ സത്യസന്ധയും കൃത്യനിഷ്ഠയുള്ളവളുമാണെന്നറിഞ്ഞപ്പോൾ ഞാൻ വഴങ്ങിക്കൊടുത്തു. അവിവാഹിതയുമാണവർ.

തനിക്കൊരു നാടകമെഴുതാനുണ്ടെന്ന് ലിയോ പറഞ്ഞപ്പോൾ എനിക്ക് തുള്ളിച്ചാടാൻ തോന്നി. കിടക്കയിൽക്കിടന്ന് ലിയോ അത് പറഞ്ഞുതരും. തനിക്കു വഴങ്ങുന്ന പണികളിലേക്ക് അദ്ദേഹം തിരിച്ചുവരുന്നത് നല്ല ലക്ഷണവുമാണല്ലോ. നാടകം മുഴുവനായും എഴുതിക്കഴിഞ്ഞപ്പോൾ ആ കൈയെഴുത്തുപ്രതി അദ്ദേഹം വാങ്ങി തലയിണക്കീഴിൽ വെച്ചു. ചെർത്ക്കോവ് സന്ദർശനത്തിന് വന്നപ്പോൾ ആ കൈയെഴുത്തുപ്രതി കൊടുത്തുവിട്ടു. ഒരു ലക്ഷം കോപ്പികളാണ് ആദ്യപതിപ്പായി ചെർത്ക്കോവ് അച്ചടിച്ചതത്രേ. ഒരു റൂബിളിന്റെ പ്രയോജനം തറവാട്ടിലേക്ക് വന്നതുമില്ല. പിന്നീട് സദാചാരവിരുദ്ധത ആരോപിച്ച് ഈ നാടകം ചക്രവർത്തി നിരോധിച്ചപ്പോൾ ഏറെ സന്തോഷിച്ചത് ഞാനാണ് - ചെർത്ക്കോവിന് ഒരടിയെങ്കിലും കിട്ടിയല്ലോ. തമഃശ്ശക്തി എന്നായിരുന്നു ആ നാടകത്തിന്റെ പേര്.

ഇതേ സമയത്തുതന്നെയാണ് ഇനിയും വിവാഹം കഴിക്കാതെയിരിക്കുന്നത് ശരിയാവില്ല എന്ന് ചെർത്ക്കോവിനെ ഗുരുവും അമ്മയും നിർബന്ധിച്ചത്. വിവാഹം കഴിഞ്ഞാൽ ചെർത്ക്കോവിന്റെ ബാധ അവസാനിക്കുമല്ലോ എന്ന എന്റെ പ്രത്യാശയും പാളി. കാരണം അന്ന സിറ്റെറിച്ച് എന്ന ഒരു ടോൾസ്റ്റോയി ശിഷ്യയാണ് വധുവായി വന്നെത്തിയത്. അവളുടെ ബന്ധുക്കൾ ഉന്നതതലങ്ങളിൽ വ്യവഹരിക്കുന്നവരായിരുന്നു. പ്രഭുക്കന്മാരുടെ തറവാടാണവളുടേത്. പക്ഷേ, അന്ന ഒരു പ്രത്യേക മട്ടുകാരിയായിരുന്നു. അവളുടെ ഒരുകാലിന് അല്പം വൈകല്യമുണ്ട്. ടോൾസ്റ്റോയിയുടെ ശിഷ്യസംഘത്തിലെ ഏകവനിതാംഗമാണവൾ. വിവാഹശേഷം തന്റെ പ്രതിധ്വനിപോലെ ജീവിക്കാൻ മാത്രമേ അന്നയ്ക്കു കഴിയൂ എന്ന് ചെർത്ക്കോവിന് ഉറപ്പുമുണ്ടായിരുന്നു. പ്രഭുകുമാരിയായ അന്നയെ ചെർത്ക്കോവിന്റെ അമ്മയ്ക്ക് ബോധിച്ചു. ലെനിന്റെ ഭാര്യ ക്രൂപ്സ്കയുടെ ബന്ധുവാണ് അന്ന എന്ന വസ്തുത ചെർത്ക്കോവ് അമ്മയിൽ നിന്നും മറച്ചുവെച്ചു. അനാർഭാടമായേ വിവാഹം നടക്കൂ എന്ന് ചെർത്ക്കോവും അന്നയും ശഠിച്ചുവെങ്കിലും എങ്ങനെയും വിവാഹം

നടത്തുവാനായി ശ്രമിച്ചിരുന്ന അമ്മ അതിനു വഴങ്ങി. കുറച്ച് ടോൾസ്റ്റോയി ശിഷ്യന്മാരും അന്നയുടെ ചില ബന്ധുക്കളും ചെർത്ക്കോവിന്റെ ചില പഴയ സുഹൃത്തുക്കളും മാത്രം ചടങ്ങിൽ പങ്കുകൊണ്ടു. തീരെ ലളിതമായിരുന്നു ചടങ്ങ്. ഭാര്യാഭർത്താക്കന്മാർ തമ്മിൽ വിധേയത്വമൊന്നും വേണ്ടതില്ലെന്നും കലഹം ഒരിക്കലുമുണ്ടായിക്കൂടെന്നും ഗുരു ഉപദേശിച്ച് അനുഗ്രഹിച്ചു. സ്വന്തം കാര്യത്തിൽ പുലർത്തുന്ന തെറ്റു കളോർത്താവാം ആ ഉപദേശമെന്ന് ഞാൻ ഊഹിച്ചു.

ചുവരിന്നപ്പുറം എന്തോ ഇളക്കമുണ്ടായിട്ടുണ്ട്. രാവിലെ മുതൽ കൂടുതൽ പോലീസുകാരെത്തിത്തുടങ്ങി. തിരക്ക് നിയന്ത്രണാതീതമായി ത്തുടങ്ങി എന്ന് എനിക്കും തോന്നിയിരുന്നു. അദ്ദേഹത്തിന്റെ പ്രാണൻ കൂടുവിട്ടുപോയോ, ദൈവമേ? ആ മുഖം ഒരിക്കൽക്കൂടി കാണാൻ കഴിയാതെ പോകുമോ? മാപ്പു ചോദിക്കുവാൻ കഴിയാതിരിക്കുമോ? കന്യാ മറിയമേ... കൈവെടിയരുതേ.

നാല്

ഹൃദയം ഒരു ശ്മശാനം

ഞാൻ എന്റെ വീട്ടിലെ രണ്ടാമത്തെ പുത്രിയായി പിറന്നു. അച്ഛൻ ഒരു ഗവൺമെന്റ് ഡോക്ടറായിരുന്നു. വീട്ടിലും രോഗികളുടെ തിരക്കായിരുന്നു. ഞങ്ങൾക്ക് നല്ല വിദ്യാഭ്യാസം ലഭിക്കണമെന്നും ഒരു തരത്തിലുമുള്ള അല്ലലുമറിയരുതെന്നും പിതാവിന് നിർബന്ധവുമായിരുന്നു. എനിക്ക് എന്റെ താഴെയുള്ള കുട്ടികളെ പഠിപ്പിക്കേണ്ട ചുമതല വന്നു. തുന്നലും അലങ്കാരപ്പണികളും വീട്ടുജോലികളും അമ്മ എന്നെ പഠിപ്പിച്ചു. പിന്നീട തെനിക്ക് പ്രയോജകീഭവിച്ചു.

ഞാനൊരു നല്ല വിദ്യാർത്ഥിനിയായിരുന്നില്ല. പക്ഷേ, സാഹിത്യത്തിൽ അതിരുകവിഞ്ഞ കമ്പം പുലർത്തി. ലൈബ്രറികളിൽനിന്നും പഴയ കൈയെഴുത്തു പ്രതികൾ അന്വേഷിച്ചു ചെന്നു വായിക്കുന്നതുവരെയെത്തിയിരുന്നു എന്റെ സാഹിത്യാഭിനിവേശം.

ലിയോ ടോൾസ്റ്റോയിയുടെ ആദ്യകൃതിയായ 'കുട്ടിക്കാലം' വലിയ വിജയമായിരുന്നുവല്ലോ. ഞാൻ അതു വായിച്ചിരുന്നു. ചില ചെറുകഥകളും ഞാനെഴുതിയിരുന്നു. ഞങ്ങളുടെ വീട്ടിൽ അതിഥിയായെത്തിയിരുന്ന ടോൾസ്റ്റോയിയെ ഒരു കഥ കാണിച്ചിട്ടുമുണ്ട്. വിവാഹത്തിനു മുമ്പ് അത്തരം കഥകളും ദിനസരിക്കുറിപ്പുകളും ഞാൻ കത്തിച്ചു കളഞ്ഞു. പിന്നീട് അതിൽ വലിയ പശ്ചാത്താപം അനുഭവിച്ചുതാനും. ഞാനെഴുതിയ കഥയിലെ നായകൻ ലിയോ തന്നെയായിരുന്നു.

എന്റെ ഓമനപ്പേരായിരുന്നു സോണിയാ എന്നത്. ചേച്ചി ലൈസാ. ഇളയവൾ താനിയാ. അഞ്ചു സഹോദരന്മാരും. എന്തിലുമേതിലും ശോകാത്മകത ദർശിക്കുന്ന ഒരു സ്വപ്നാടകയായ എന്നിലാണ് അതിഥിയായെത്തിയ ടോൾസ്റ്റോയിയുടെ കരൾ പതിഞ്ഞത്. ടോൾസ്റ്റോയിക്ക് ആതിഥേയത്വം വഹിക്കാൻ കഴിഞ്ഞതിൽ ഞങ്ങളെല്ലാം സന്തോഷത്തിലായി. അദ്ദേഹം യുദ്ധാനുഭവങ്ങൾ വർണിച്ചു. ഞങ്ങൾ കുട്ടികൾ പാടി. എന്റെ അമ്മയ്ക്ക് കുട്ടിക്കാലത്തുതന്നെ അദ്ദേഹത്തെ പരിചയമുണ്ടായിരുന്നു. എല്ലാ പ്രായക്കാരോടും അവരവർക്കുതകുംവിധം പെരുമാറാൻ

അദ്ദേഹത്തിനു കഴിഞ്ഞിരുന്നു. ആദ്യസന്ദർശനസമയത്ത് ഞാൻ സ്കൂൾ വിദ്യാർത്ഥിനിയായിരുന്നു. പിന്നീട് അദ്ദേഹം വിദേശത്തുപോയി.

തിരിച്ചുവന്നപ്പോഴേക്കും ഞങ്ങൾ പെൺകുട്ടികൾ യൗവനയുക്തകളായി മാറിക്കഴിഞ്ഞിരുന്നു. അദ്ദേഹം വിസ്മിതനേത്രനായി. അദ്ദേഹം കുലീനനും പ്രഭുവും പ്രശസ്തനും സർവാദരണീയനുമായതിനാൽ അദ്ദേഹത്തെ ജാമാതാവായംഗീകരിക്കുവാൻ അച്ഛന് എതിർപ്പുണ്ടായിരുന്നില്ല. ചേച്ചി ലൈസ മനസ്സാ അദ്ദേഹത്തെ ഭർത്താവായി വരിച്ചിരുന്നുവെങ്കിലും ടോൾസ്റ്റോയിയുടെ മോഹം എന്നിലാണെന്നു കണ്ടപ്പോൾ അവൾ പിൻമാറിക്കളഞ്ഞു.

അദ്ദേഹം സുന്ദരനല്ലായിരുന്നു. സ്വന്തം വൈരൂപ്യത്തെക്കുറിച്ച് തികച്ചും ബോധവാനുമായിരുന്നു. ലൈസായെ ടോൾസ്റ്റോയിക്കു നല്കാമെന്ന ധാരണയിലായിരുന്നു എന്റെ പിതാവ്. ടോൾസ്റ്റോയി അദ്ദേഹത്തിന്റെ പ്രണയം എന്നോട് തുറന്നുപറഞ്ഞ ദിവസം വീട്ടിൽ ഒരു അഗ്നിപർവതം പൊട്ടിത്തെറിച്ച നിലയായി. ലൈസാ കണ്ണീരണിഞ്ഞു കിടപ്പായി. അച്ഛനും വിട്ടുവീഴ്ചയ്ക്കൊരുക്കമായില്ല. അമ്മ മാത്രം ഞങ്ങൾക്കൊപ്പം നിന്നു. ലൈസാ പിന്നീട് യാഥാർത്ഥ്യം അംഗീകരിക്കുകയും എന്നെ ആശീർവദിക്കുകയും ചെയ്തു. അമ്മയുടെ പ്രേരണ അച്ഛനെ മാറിച്ചിന്തിക്കുവാൻ പ്രേരിപ്പിക്കുകയും ചെയ്തു. അപ്പോൾ മറ്റൊരു തലവേദന ഉണ്ടായി. എനിക്ക് നിശ്ശബ്ദനായ ഒരു കാമുകനുണ്ടായിരുന്നു. പോളിവനോവ്. ടോൾസ്റ്റോയിയുമായി എന്റെ വിവാഹം നടക്കാൻ പോകുന്നുവെന്നറിഞ്ഞ് ക്ഷുഭിതനായി അവൻ വീട്ടിലേക്കു വന്നു. എനിക്ക് അമ്പരപ്പല്ല ചിരിയാണ് വന്നത്. എന്റെ പിന്നാലെ വന്ന് മധുരവാക്കുകൾ പറഞ്ഞിരുന്നുവെങ്കിലും ഞാൻ ഒരിക്കലും അവനെ പരിഗണിച്ചിരുന്നില്ല. അച്ഛൻ ആ സാധുവിന്റെ ക്ഷോഭം അടങ്ങുംവരെ കാത്തിരുന്ന് അവനെ അകത്തേക്ക് വിളിച്ച് ഗുണദോഷിക്കുകയും സാന്ത്വനിപ്പിക്കുകയും ചെയ്തു. അവനെപ്പറ്റി പിന്നീടൊരിക്കലും ഞാൻ ചിന്തിച്ചിട്ടേയില്ല. ലിയോയോട് ഇക്കാര്യം മധുവിധുനാളുകളിൽ പറഞ്ഞിട്ടുമുണ്ട്.

വിവാഹത്തിനുശേഷം ലിയോയോടൊപ്പം യാസ്നായയിലേക്കു പോരുമ്പോൾ ഞങ്ങളോടൊപ്പം അധികം ബന്ധുക്കളോ ആളുകളോ ഉണ്ടായിരുന്നില്ല. ലിയോയുടെ ഒരു വിശ്വസ്തഭൃത്യനും വൃദ്ധയായ ഒരു വീട് സൂക്ഷിപ്പുകാരിയും മാത്രം ഞങ്ങളുടെ കുതിരവണ്ടിയിൽ കയറി. രണ്ട് വൃദ്ധകളായ അമ്മായിമാർ മാത്രമായിരുന്നു യാസ്നായയിൽ എന്നെ സ്വാഗതം ചെയ്തത്. ഗൃഹഭരണത്തിലും പകർത്തിയെഴുത്തിലും ഞാൻ തുടക്കംതൊട്ടേ ഭർത്താവിനെ സഹായിച്ചുതുടങ്ങി.

അധികം വൈകാതെ ഞാൻ ഭർത്താവിന്റെ പഴയ ഡയറികൾ കണ്ടെത്തി. ഒരു നവോഢയെ തകർക്കാനുതകുന്നവയായിരുന്നു അവയിലെ കുറിപ്പുകൾ. അധാർമ്മികജീവിതം നയിക്കുകയും എല്ലാത്തരം മലിനതകളിലും നീന്തിത്തുടിക്കുകയും ചെയ്യുന്ന ഒരാളാണ് ലിയോ

എന്നെനിക്കു വ്യക്തമായി. എനിക്ക് ഭ്രാന്തുപിടിക്കുമോ എന്നുപോലും തോന്നിപ്പോയി. ഒടുവിൽ സകലതും ക്ഷമിക്കുവാനും ഭർത്താവിന്റെ മനസ്സ് ഉൾക്കൊണ്ട് സാവധാനം അദ്ദേഹത്തെ പുതുക്കിപ്പണിയുവാനും ഞാൻ നിശ്ചയിച്ചു.

അക്സീനിയ എന്ന അടിമപ്പെണ്ണുമായുള്ള രഹസ്യബന്ധത്തിൽ ലിയോയ്ക്ക് ഒരു ആൺകുട്ടി പിറന്നിരുന്നു. അക്സീനിയ അധികാര സംസ്ഥാപനത്തിനായി കയറിവരുമോ എന്ന് വർഷങ്ങളോളം ഞാൻ ഭയപ്പെട്ടു. അവർ തമ്മിൽ സന്ധിക്കുന്നുണ്ടോ എന്നറിയുവാൻ കുറേക്കാലം ഞാൻ ക്ലേശിച്ചു. അവളുടെ സൗന്ദര്യം നഷ്ടപ്പെട്ടിരിക്കുന്നുവെന്നതെന്നെ ആശ്വസിപ്പിച്ചു. ഒന്നുറപ്പാണ് – എന്നെ വിവാഹം കഴിച്ചശേഷം അപഥസഞ്ചാരത്തിന് ലിയോ തയ്യാറായിട്ടില്ല. ആ സ്ത്രീ അവകാശവാദങ്ങളുമായി കയറിവന്നിരുന്നുവെങ്കിൽ എന്താകുമായിരുന്നു പ്രഭുസമൂഹത്തിൽ എന്റെ നില? പലപ്പോഴും ലിയോ പുറത്തിറങ്ങുമ്പോൾ വേഷപ്രച്ഛന്നയായി ഞാനും പിറകെ പോയിട്ടുണ്ട് അക്കാലത്ത്.

പൈതൃകസ്വത്തായി ലിയോയ്ക്കു ലഭിച്ചത് അയ്യായിരത്തിനാനൂറേക്കർ വിസ്താരമുള്ള ഒരു എസ്റ്റേറ്റാണ്. അതിൽ മിക്കവാറും വൃദ്ധവൃക്ഷങ്ങൾ പടർന്നുപന്തൽപോലെ ബലിഷ്ഠപേശികൾ നിവർത്തിനിന്നു. തരുനിരകളുടെ വർണവൈവിധ്യങ്ങളും. വസന്തം അവിടെ കുയിലുകളുടെ മധുരഗീതികളാൽ നിർഭരമാക്കിപ്പോന്നു. സ്വപ്നസന്നിഭമായിരുന്നു ആ അന്തരീക്ഷം.

നാല്പതോളം മുറികളുള്ള ദാരുനിർമിതമായ വലിയ ഒരു കൊട്ടാരം ആ എസ്റ്റേറ്റിലുണ്ടായിരുന്നു. യൗവനത്തിൽ ലിയോ നടത്തിയ ചൂതാട്ടത്തിൽ നഷ്ടംവന്ന് ആ ബംഗ്ലാവ് വിറ്റുതുലയ്ക്കേണ്ടതായി വന്നു. ഒരു ഇരുനിലക്കെട്ടിടം മാത്രമാണ് പിന്നീടവശേഷിച്ചത്. ആ കെട്ടിടത്തിലാണ് ഞങ്ങൾ പാർപ്പുതുടങ്ങിയത്. ഞങ്ങൾ വീടിനുമുന്നിൽ ഒരു ഉദ്യാനം വെച്ച് പിടിപ്പിച്ചു. തൊടിയിൽ പുതിയ മരങ്ങൾ നട്ടു. അന്നു നട്ട മരങ്ങളെല്ലാം ഇന്നു ബലിഷ്ഠങ്ങളായ ശാഖകൾ പടർത്തി തണൽ വീഴ്ത്തിനില്ക്കുന്നു.

ചെർത്ക്കോവ് എന്റെ വീട്ടിൽ അനുഭവിച്ചിരുന്ന സ്വാതന്ത്ര്യത്തെക്കുറിച്ച് കേൾക്കുമ്പോൾ അദ്ഭുതം തോന്നും. ഇരുട്ടിന്റെ സന്തതികൾ എന്നു തന്നെയേ ആ ശിഷ്യസംഘത്തെക്കുറിച്ചു പറയാൻ കഴിയൂ. അവർ വീട്ടിൽ കയറിവരുന്നതുവരെ ലിയോയും ഞാനും തമ്മിൽ ഒരു നിഗൂഢ സ്വരൈക്യം നിലനിന്നിരുന്നു. വളരെപ്പെട്ടെന്ന് അത് ഭഞ്ജിക്കപ്പെട്ടു. ചെർത്ക്കോവിന്റെ വരവോടെ എന്റെ ദുരന്തത്തിന് നാന്ദിയായി. ചില്ലറ പ്രശ്നങ്ങളായാണ് ആദ്യം ലിയോയുമായുള്ള അകൽച്ച പ്രത്യക്ഷപ്പെട്ടതെങ്കിലും പിന്നീട് അതിജീവിക്കാനാവാത്ത ഗർത്തമായി അതിവേഗം അവ വളർന്നു. ആർക്കുവേണമെങ്കിലും ഏതുനേരത്തും ലിയോയെ സന്ദർശിക്കാനെത്താമെന്നായപ്പോൾ ഞാൻ പരാജിതയായി. എന്റെ കുടുംബത്തിൽ ശാന്തിയില്ലാതായി.

ചെർത്ക്കോവ് വീട്ടിൽ രാവിലെ തന്നെ എത്തും. ഒരനുമതിയും കൂടാതെ ലിയോയുടെ മുറിയിൽ പാഞ്ഞുകയറും. പിന്നെ ലിയോക്ക് നിയന്ത്രണങ്ങളായി. ഗുണദോഷവിചിന്തനങ്ങളായി. മൂക്കുമുട്ടെ ആഹാരവും വീഞ്ഞും വേണ്ടിവരും. എന്റെ ഇളയപുത്രി സാഷാ പതിന്നാലാം വയസ്സിൽ പിതൃപക്ഷം ചേരുന്നത് അദ്ഭുതത്തോടെ ഞാൻ നോക്കിനിന്നു. സെർജിയും താനിയയും ലിയോ കിടപ്പിലാകുന്നതുവരെ പക്ഷഭേദം കാട്ടിയിട്ടില്ല. ശേഷിച്ച മക്കൾ ദൂരെയായിരുന്നതിനാൽ അവർക്കെന്നെ സഹായിക്കാൻ കഴിയുമായിരുന്നുമില്ല.

റഷ്യൻ ചക്രവർത്തി ജനങ്ങൾക്കെതിരെ കൈക്കൊണ്ടിരുന്ന കിരാതങ്ങളായ നടപടികൾ ഉച്ചസ്ഥായിയിലെത്തിക്കഴിഞ്ഞിരുന്നതിനാൽ വലിയ ചെറുത്തുനില്പാണ് കർഷകരിൽനിന്നും മറ്റു അടിസ്ഥാനവർഗങ്ങളിൽനിന്നും ഉയർന്നുവന്നുകൊണ്ടിരുന്നത്. റഷ്യയിലെങ്ങും വലിയ പ്രതിഷേധങ്ങളും ആഭ്യന്തരകലഹങ്ങളുമുണ്ടായി. പ്രഭുവസതികൾക്ക് അവർ തീയിടുകപോലും ചെയ്തു. ഈ കലാപശ്രമങ്ങൾ അതിവേഗം ആളിപ്പടർന്നു. കണക്കറ്റ നാശനഷ്ടങ്ങളാണ് ഇതേതുടർന്നുണ്ടായത്. എന്റെ സഹോദരനായ മാക്സിമിന്റെ വസതിയും അഗ്നിയിലമർന്നു. പോരാ, ജനക്കൂട്ടം അവനെ വെട്ടിക്കൊല്ലുകയും ചെയ്തു. ഒരു ദിവസം മുഴുവനും അവൻ മുറിവേറ്റു കിടന്നു. സ്വന്തം അടിമകൾതന്നെയായിരുന്നു കൊലയാളികൾ. എന്റെ മകൻ അലക്സിയുടെ വസ്തുവകകളും നശിപ്പിക്കപ്പെട്ടു. എന്തിനേറെപ്പറയുന്നു യാസ്നായ പോള്യാനയിൽ അതിക്രമിച്ചു കടന്ന് ആ തെമ്മാടികൾ കാവൽക്കാരനെ വെടിവെക്കുകയും അനേകം മരങ്ങൾ വെട്ടിനശിപ്പിക്കുകയും ചെയ്തു. ലിയോക്ക് ഇതെല്ലാം വലിയ മനോവേദനയ്ക്ക് കാരണമായി.

തനിക്കുനേരെ സ്വന്തം അടിമകൾ പ്രകോപിതരായതും കാവൽക്കാരനെ വെടിവെച്ചിട്ടതും അലക്സിയെ ക്രുദ്ധനാക്കി. ഞാൻ പൊലീസിനെ വിളിച്ചേ തീരൂ എന്ന് അവൻ നിർബന്ധിച്ചു. പൊലീസെത്തി കാവൽക്കാരനെ വെടിവെച്ച തോക്ക് കണ്ടെത്തുകയും ചില കർഷകരെ തൂക്കിയെടുത്ത് കൊണ്ടുപോകുകയും ഭവനസുരക്ഷയ്ക്കായി രണ്ടു പൊലീസുകാരെ യാസ്നായയിൽ നിയമിക്കുകയും ചെയ്തു.

ഈ സംഭവഗതികൾ ലിയോയുടെ ശത്രുക്കൾക്ക് കിട്ടിയ ശക്തമായ ആയുധങ്ങളായി. "ശാന്തിദൂതന്റെ വീട്ടിലും പൊലീസോ" എന്ന് അവർ കൂകിവിളിച്ചു. അതോടെ ലിയോ എന്നെ ശകാരിക്കാൻ തുടങ്ങി. ബലം പ്രയോഗിച്ച് ഒന്നിനേയും ചെറുക്കരുതെന്ന തന്റെ മതം പൊലീസെത്തിയതോടെ തകർന്നതായും അക്രമരാഹിത്യം പ്രസംഗിക്കാൻ തനിക്കിനി അർഹതയില്ലെന്നും ലിയോ ഖേദിച്ചു. ഞാൻ ലിയോയുടെ കാലുപിടിച്ചു മാപ്പപേക്ഷിച്ചു. ഒടുവിൽ ലിയോ തണുത്തു. വെട്ടിമുറിച്ചിട്ട തരുനിരകൾക്കിടയിൽ വിഷാദിയായി അന്നു വൈകീട്ട് ലിയോ നടന്നു. ഒരു പേരക്കുട്ടി മുത്തച്ഛന്റെ പിന്നാലെ എന്തിനെന്നില്ലാതെയും.

ലിയോയുടെ ഡയറികൾ മിക്കവാറും ചെർത്ക്കോവ് കടത്തിക്കൊണ്ടുപോയിരുന്നു. അമ്പതെണ്ണമെങ്കിലും വീട്ടിൽ കാണാതായതായി ഞാനറിഞ്ഞു. ഭർത്താവുമായി കലഹിക്കുമ്പോൾ ഞാൻ പലതും വിളിച്ചു പറഞ്ഞിരുന്നത് ചെർത്ക്കോവ് തൽക്ഷണം പകർത്തിയെടുക്കുന്നുണ്ടായിരുന്നു. വീണുകിട്ടുന്നതൊക്കെ എന്നെങ്കിലും എനിക്കെതിരെ പ്രയോഗിക്കുകയായിരുന്നു ആ നീചപ്രതിഭയുടെ ലക്ഷ്യം. എന്നെക്കുറിച്ചുള്ള മോശം പരാമർശങ്ങൾ കുറിച്ചെടുക്കുവാൻ മാത്രമാണ് ഡയറികളൊക്കെയും ചെർത്ക്കോവ് കടത്തിക്കൊണ്ടുപോയത്. ചില രഹസ്യ ഡയറികളും അക്കൂട്ടത്തിലുണ്ടെന്ന് എന്നോട് പറഞ്ഞത് അയാളുടെ ഭാര്യ തന്നെയാണ്.

അനേകർ പലതരം അഭ്യർത്ഥനകളുമായി യാസ്നായയിൽ എത്തിയിരുന്നു. പ്രധാനമായും സാമ്പത്തികാവശ്യങ്ങളാണ്. ആരെയും വെറും കൈയോടെ ലിയോ മടക്കിവിടാറില്ല. എന്നെ സംബന്ധിച്ചിടത്തോളം ഈ ദയ ഒരു വലിയ ബാധ്യതയായി മാറി. വീട്ടുപകരണങ്ങളും വസ്ത്രങ്ങളുമൊക്കെ ദാനം ചെയ്യപ്പെടുമെന്നു വന്നപ്പോൾ എന്റെ നിറം മാറി. അപേക്ഷകരുടെ എണ്ണമാണെങ്കിൽ നിത്യേന വർധിച്ചുവന്നുകൊണ്ടുമിരുന്നു. പൊറുതിമുട്ടിയപ്പോൾ ലിയോ സ്വയം ഒരു പ്രഖ്യാപനം നടത്തി. പത്രങ്ങൾ പ്രാധാന്യത്തോടെ അത് പ്രസിദ്ധീകരിക്കുകയും ചെയ്തു. തന്റെ പേരിൽ ഇപ്പോൾ സ്വത്ത് ഒന്നുമില്ലെന്നും തനിക്കുള്ളതെല്ലാം മക്കൾക്ക് വീതം വെച്ചുകഴിഞ്ഞെന്നും നിസ്വനായ തനിക്ക് ഇനി ദാനം ചെയ്യാൻ ഒന്നുമില്ലെന്നുമായിരുന്നു വാർത്ത വന്നത്. വാർത്തകൊണ്ട് വലിയ ഫലമൊന്നുമുണ്ടായില്ല. എതിരാളികൾ വെറുതെയിരുന്നതുമില്ല. ലിയോയെ പരിഹസിച്ചുകൊണ്ട് കാർട്ടൂണുകൾ പ്രത്യക്ഷപ്പെട്ടു. ലിയോ ഭക്ഷണമേശയിൽ അനേകം വിഭവങ്ങൾക്കരികിലിരിക്കുന്നതായും പാവങ്ങൾ ചുറ്റും നിന്ന് കൈനീട്ടുന്നതുമായിരുന്നു ഒന്ന്. മേശപ്പുറത്ത് കുപ്പികളുമുണ്ട്. എനിക്ക് വളരെ അരിശം വന്നു. ലിയോയുടെ ശ്രദ്ധയിൽപ്പെടാതിരിക്കുവാൻ ഞാൻ ആ പത്രം നീക്കിവെച്ചു.

നിരന്തരമായുള്ള പ്രസവങ്ങളും ചികിത്സയും രക്തക്കുറവും എന്നെ ബാധിച്ചു. മാനസികമായ അലച്ചിലും എന്നെ തകർച്ചയുടെ വാതിൽക്കലെത്തിച്ചു. ലിയോയെപ്പോലെ ഈശ്വരാന്വേഷണത്തിന്റെ വഴിയിലേക്കു തിരിഞ്ഞാലെന്തെന്ന് പോലും ഒരിക്കൽ എന്റെ ചഞ്ചലചിത്തത്തിൽ തോന്നി. തൽക്ഷണം വലിയ സമസ്യകൾ എന്നെ തുറിച്ചുനോക്കി. നാശോന്മുഖമായിക്കിടന്ന എസ്റ്റേറ്റ്... മക്കൾ... പേരക്കുട്ടികൾ. വലിയ ഉത്തരവാദിത്വങ്ങൾ... നിലയില്ലാത്ത കാഴ്ചകളിൽപ്പെട്ടുപോയ വൃദ്ധനായ ഭർത്താവ്... ശത്രുക്കളെപ്പോലെ പെരുമാറുന്ന ശിഷ്യസംഘം... ഞാൻ പിന്മാറുകയാണെങ്കിൽ അവരിവിടെ കൊടികുത്തും. എന്റെ കുട്ടികൾ വഴിയാധാരമാകും. കർത്തവ്യങ്ങളിലൂടെ ധീരമായി ഒഴുകുവാൻ തന്നെ ഞാൻ നിശ്ചയിച്ചു. മറ്റു ഉപരിവർഗ്ഗഗൃഹങ്ങളിലെ കുടുംബിനിമാരെപ്പോലെ എനിക്ക് സുഖിച്ചുകഴിയാൻ കഴിയുമായിരുന്നില്ല. ഒരു കൂട്ടുകുടുംബം

പുലർത്തേണ്ട ചുമതല എന്നിൽ മാത്രം നിക്ഷിപ്തമായിരുന്നു. പുസ്തക പ്രസിദ്ധീകരണമെന്നത് നിസ്സാരബുദ്ധിമുട്ടല്ല എനിക്കുണ്ടാക്കിയത്. കർഷക കുടുംബങ്ങൾക്കുവേണ്ടി സൗജന്യ വൈദ്യസഹായവും മരുന്നു മെത്തിക്കാൻ ഞാൻ രാപകലെന്യേ ഓടിനടന്നിട്ടുണ്ട്. പപ്പാ ഡോക്ടറാ യിരുന്നതിനാൽ എനിക്കു ലഭിച്ച ബന്ധങ്ങൾ ഏഴകൾക്കു വേണ്ടി ഗുണ പരമായി ഞാനുപയോഗിച്ചു. ദൈവം ഓരോരുത്തർക്കും ഓരോ കടമ കൾ നല്കിയിരിക്കുന്നു. ആ കർത്തവ്യങ്ങളെ നിഷേധിക്കുവാൻ ആർക്കു മേയവകാശമില്ല. സ്വന്തം കടമകളിൽനിന്നും പിന്മാറുന്നതല്ല, യഥാവിധി അവ പൂർത്തീകരിക്കാൻ തനിക്കാവുന്നതു ചെയ്യുകയെന്നതാണ് ആത്മീയതയെന്ന് ഞാൻ തുറന്നടിച്ചപ്പോൾ ലിയോക്ക് മിണ്ടാട്ടംമുട്ടി.

ലിയോ എഴുതിയ സാഹിത്യകൃതികൾ മാത്രമേ വിദേശങ്ങളിൽ പ്രചരിക്കാറുള്ളൂ. ആത്മവിദ്യാപരമായ കൃതികളുടെ പെരുംകൂമ്പാരം തന്നെ ലിയോ രചിച്ചിട്ടുണ്ട്. വളരെച്ചുരുക്കം കൃതികൾ മാത്രം ഫ്രഞ്ചിലേക്കും ഇംഗ്ലീഷിലേക്കും വിവർത്തനം ചെയ്യപ്പെട്ടു. ചെർത്ക്കോ വിന്റെ ചുമതലയായിരുന്നു സംശോധനമെന്നതിനാൽ അവയിൽ ആ കുരുട്ടുബുദ്ധിയുടെ കൈക്കുറ്റപ്പാടുകളും കലർന്നിരിക്കുമെന്നുറപ്പ്. എനിക്ക് തത്ത്വശാസ്ത്രത്തിലും കൈവെക്കാൻ കഴിയുമെന്ന് കാണിക്കു വാൻ ലിയോയുടെ 'ജീവിതത്തിന്മേൽ' എന്ന രചന ഞാൻ ഫ്രഞ്ചിലേക്ക് മൊഴിമാറ്റം ചെയ്തു. ടോൾസ്റ്റോയിയന്മാർ വിശേഷിച്ച് ചെർത്ക്കോവ് ആ പുസ്തകം ഫ്രാൻസിൽനിന്നും കിട്ടിയപ്പോൾ കണ്ണുതള്ളി നിന്നുപോയി. ചെർത്ക്കോവ് വെറുതെയിരുന്നില്ല. ഉടനെ തന്റേതായൊരു വ്യാഖ്യാനം അതേ കൃതിക്ക് ചമച്ച് 'ടോൾസ്റ്റോയിയുടെ യഥാർത്ഥ ജീവിത'മെന്ന പേരിൽ പുറത്തിറക്കി. സംക്ഷിപ്തരൂപത്തിൽ ഇറങ്ങിയ ആ ഗ്രന്ഥത്തിൽ തന്റേതായ പലതും അയാൾ കടത്തിവിടുകയും ചെയ്തു. ഞാനതു വായിച്ച് അതിൽ കാണപ്പെട്ട കലർപ്പുകൾ അടിവരയിട്ട് എന്റെ ഭർത്താ വിന് കാണിച്ചുകൊടുത്തു. കാര്യം മനസ്സിലാക്കിയിട്ടും ലിയോ വെള്ള ത്താടിയുഴിഞ്ഞ് വെറുതെയിരുന്നതേയുള്ളൂ. ശിഷ്യനോടുള്ള വിധേയത്വം!

ചിലപ്പോഴൊക്കെ ചെർത്ക്കോവിന്റെ വസതി സന്ദർശിക്കെ ലിയോ അവിടെത്തന്നെ കൂടിക്കളയും - ഒരു കുറിപ്പുപോലും അയയ്ക്കാതെ. പിന്നീടെനിക്കതൊരു പഴക്കമായി. അവിടെ അദ്ദേഹം യാസ്നായയിലേ തിനേക്കാൾ ശാന്തി നുകർന്നിരുന്നുവെന്ന് ശിഷ്യന്മാർ പറയുന്നു.

സാഷ ജനിച്ച സമയത്ത് എനിക്ക് ആരോഗ്യപ്രശ്നങ്ങൾ മൂർച്ഛിച്ച് മുലപ്പാൽ വറ്റിപ്പോയി. ഞാൻ ഫ്രഞ്ചുകാരിയായ ഒരു മുലയൂട്ടമ്മയെ വാടക യ്ക്കുവെച്ചത് ലിയോയെ ക്രുദ്ധനാക്കി. അത്യന്തം മനുഷ്യത്വരഹിതവും അക്രൈസ്തവവും അയുക്തികവുമാണത്രേ ആ പ്രവൃത്തി. അതേസ മയം ചെർത്ക്കോവിന്റെ പത്നി അന്നയും ഇതേ ബുദ്ധിമുട്ടനുഭവിച്ചി രുന്നു. ഈ സംഗതി ആദ്യമാദ്യം ചെർത്ക്കോവ് ഗുരുവിൽ നിന്നും മറച്ചു വെച്ചു. തന്റെ ഭക്ത ചെർത്ക്കോവിന്റെ കുഞ്ഞിന് മുലപ്പാൽ കൊടുക്കാൻ

വന്നപ്പോൾ ടോൾസ്റ്റോയി ആ സ്ത്രീയെ ഓടിച്ചുവിട്ടു. ഒരു കർഷകസ്ത്രീയാണ് അതിനു യുക്തമെന്നായി ന്യായവാദം. എത്രയോ ആവശ്യങ്ങൾ ദിനംപ്രതിയെന്നോണം ചെർത്ക്കോവ് ടോൾസ്റ്റോയിക്കു മുന്നിൽ സമർപ്പിച്ചിരുന്നുവെന്നോ. ഒരു മുലയൂട്ടമ്മയെ തനിക്കു കണ്ടെത്തിത്തരണമെന്നായിരുന്നു അവയിലൊരെണ്ണം. നിങ്ങൾക്കെന്തു തോന്നുന്നു? ഒരു മഹാഗുരുവിനോട് അഭ്യർത്ഥിക്കുവാൻ പറ്റിയ കാര്യമാണോ അത്? എത്ര മ്ലേച്ഛമായ പെരുമാറ്റം! കീഴടങ്ങലായിരുന്നുവല്ലോ ലിയോയുടെ വിധി, എന്തു ചെയ്യാം? പ്രസവിച്ചയുടൻ കുഞ്ഞ് മരിച്ച ഏതെങ്കിലും അമ്മയുണ്ടോ എന്ന് സമീപത്തെ ആശുപത്രികളിൽ തിരക്കാൻപോലും ചെർത്ക്കോവ് ലിയോയെ ചട്ടംകെട്ടിക്കളഞ്ഞു. സകലതും കൈവിട്ടുപൊയ്ക്കൊണ്ടിരിക്കുകയാണെന്ന് ഞാൻ മനസ്സിലാക്കിക്കൊണ്ടുമിരുന്നു.

കുഞ്ഞിനു മുലകൊടുക്കുവാൻ ഒടുവിൽ വിധവയായ ഒരു യുവതിയെ ചെർത്ക്കോവ് കണ്ടെത്തി. ഭർത്താവ് മരിച്ചിട്ട് അധികകാലം ചെന്നിരുന്നില്ല. അവൾ മാനസികമായും ശാരീരികമായും വല്ലാതെ അലഞ്ഞിരുന്നു. കുഞ്ഞിനെപ്പോറ്റാൻ അവൾക്കു ആശ്രയിക്കാവുന്ന ആരുമുണ്ടായിരുന്നില്ല താനും. ചെർത്ക്കോവിന്റെ ആവശ്യപ്രകാരം അവൾ മുലയൂട്ടമ്മയാകാൻ തയ്യാറായി. കുഞ്ഞിനെ അതിനകം ഒരു അനാഥാലയത്തിലേല്പിച്ചു കഴിഞ്ഞിരുന്നതിനാൽ അവൾ വേഗം പുറപ്പെട്ടു. ജോലി കിട്ടിക്കഴിഞ്ഞതോടെ കുഞ്ഞിനെ ഏതുവിധേനയും തിരിച്ചെടുക്കണമെന്ന് ആ മാതൃഹൃദയം പൊരിഞ്ഞു. അനാഥാലയത്തിൽനിന്നും ആ ശിശുവിനെ കൊണ്ടുവരണമെന്ന് ചെർത്ക്കോവ് അഭ്യർത്ഥിച്ചത് ലിയോയോടു തന്നെയാണ്. കേട്ടപാടെ ലിയോ ഒരു ശിഷ്യനേയും കൂട്ടി അനാഥാലയം തേടിയിറങ്ങി. തീവണ്ടികളിൽ മാറിമാറി സഞ്ചരിച്ച് ഒരു സന്ധ്യക്ക് ഇരുളാണ്ട ഒരു പള്ളിക്കു സമീപമുള്ള ആ അനാഥാലയത്തിൽ അവർ ചെന്നെത്തി. കൂടെപ്പോയിരുന്ന ശിഷ്യൻ ഒരു മുടന്തനായിരുന്നതിനാൽ അയാളെ കൂടി ചുമക്കേണ്ട ചുമതല ലിയോക്കായി. വൃദ്ധനായ ലിയോ തണുപ്പിൽ നടന്നും കിതച്ചും സമയത്ത് ആഹാരം കഴിക്കാതെയും വലഞ്ഞിരുന്നു. അനാഥാലയാധികൃതർ അമ്പരന്നുപോയി. അന്ന് രാത്രി ലിയോ അവിടെത്തന്നെ തങ്ങി. ശിശുവിന് വേണ്ടത്ര ആരോഗ്യം ഇല്ലായിരുന്നു. നിയമപരമായ നൂലാമാലകൾ ഒഴിവാക്കിയ ശേഷം അനാഥാലയത്തിൽ നിന്നും കുഞ്ഞിനേയുമെടുത്ത് പോരാൻ നേരം അധികൃതർ രണ്ടുപേരെ അവരുടെ കൂടെ വിട്ടു. ഒരു കുതിരവണ്ടിയും യാത്രയ്ക്കായി അനുവദിച്ചു. കൂടെ വന്നവരിൽ ഒരു സ്ത്രീയുമുണ്ടായിരുന്നു. അവർ അനാഥാലയത്തിലെ അന്തേവാസിയായിരുന്നു. അവൾ കുഞ്ഞിനെ ചെർത്ക്കോവിന്റെ വസതിയിലെത്തിച്ചശേഷം മടങ്ങിപ്പോയപ്പോൾ അന്ന അവൾക്കു കുറച്ചു പണം നല്കി. അവളത് സ്വീകരിക്കാൻ സന്നദ്ധയായില്ല. ലിയോയ്ക്ക് ചെർത്ക്കോവിനോടുണ്ടായിരുന്ന പ്രണയത്തിന് എപ്പോഴും ഞാൻ ഈ സംഭവമാണ് എടുത്തിടുക. ഈ സംഭവമറിഞ്ഞ് എല്ലാ ബന്ധുക്കളും ലിയോയെ പഴിക്കുകയുമുണ്ടായി. സ്വന്തം വീട്ടിൽ ഒരു വിളക്കു

കൊളുത്താൻ പോലും സഹായിക്കാത്ത മനുഷ്യനാണ് ലിയോ എന്നുമോർക്കുക. ചെർത്ക്കോവിന് തെക്കൻ മോസ്കോയിൽ അല്പകാലം താമസിക്കേണ്ടിവന്നപ്പോൾ ലിയോ നേരിട്ടുചെന്ന് കാര്യങ്ങൾ ഏർപ്പാടാക്കിക്കൊടുത്തു.

ആദ്യമായി എന്റെ മക്കളിലൊരാളുടെ വിവാഹം നടന്നപ്പോൾ ലിയോ പള്ളിയിൽവെച്ച് ചടങ്ങുകൾ നടത്താൻ അനുവദിക്കുകയില്ലെന്ന് ഉറപ്പായിരുന്നു. ഇലിയാ ആയിരുന്നു വരൻ. അവന് പ്രായം ഇരുപത്തിരണ്ട് തികഞ്ഞതേയുള്ളൂ. പള്ളിയിലെ ചടങ്ങുകൾ അദ്ദേഹം ബഹിഷ്കരിച്ചപ്പോൾ ഗർഭിണിയായിരുന്ന ഞാൻ അക്കാര്യം പറഞ്ഞ് വിവാഹച്ചടങ്ങുകളിൽനിന്നും മാറിനിന്നു.

തനിക്ക് അവസാനമായി ശിശു പിറക്കുന്ന കാര്യം ചെർത്ക്കോവിൽ നിന്ന് മറച്ചുവെക്കാൻ ലിയോ ബുദ്ധിമുട്ടി. പ്രസവിക്കാൻ നേരം അദ്ദേഹം സാഷയേയും കൂട്ടി സ്ഥലംവിട്ടുകളഞ്ഞു. ഏതോ കുഗ്രാമത്തിലേക്ക് കർഷകരെ സഹായിക്കുവാനെന്നപോലെ. എനിക്ക് അന്നൊരു കാളരാത്രിയുമായിരുന്നു.

ഭർത്താവിന്റെ ഒരു തീരുമാനം ഒടുവിൽ എനിക്കനുകൂലമായി ഭവിച്ചു. എനിക്കും ഒമ്പത് മക്കൾക്കുമായി സ്വത്ത് ഭാഗംവെക്കുവാനുള്ള നീക്കമായിരുന്നു അത്. തനിക്കുവേണ്ടി അദ്ദേഹം ഒന്നും നീക്കിവെച്ചില്ല. ഒരു അതിഥിയെപ്പോലെ യാസ്നായയിൽ താമസിക്കുകയാണ് തനിക്കു സുഖമെന്ന് പ്രഖ്യാപിക്കുകയും ചെയ്തു.

അക്കാലങ്ങളിൽ എന്റെ ഏക സാന്ത്വനം എന്റെ ഏഴുവയസ്സുകാരനായ മകൻ വാനിയാ ആയിരുന്നു. തീരെ ദുർബലനായ ഒരു കുട്ടിയായിരുന്നു അവൻ. അവൻ പിറന്നുവീണപ്പോഴേ ആളുകൾ പറഞ്ഞു അവൻ പിതാവിനെപ്പോലെയായിത്തീരുമെന്ന്. ലിയോയുടെ അതേ ഛായയായിരുന്നു വാനിയായ്ക്ക്. അവന്റെ അരികിലെത്തുമ്പോൾ ഒരു ദേവദൂതന്റെ സാന്നിധ്യം എനിക്കനുഭവപ്പെട്ടു. ഞാൻ എല്ലാ വേദനകളും മറന്നു. ശരിക്കും ഒരു ശമനൗഷധം. എന്തുകൊണ്ടോ അവന് അധികം ആയുസ്സില്ലെന്ന് എന്റെ അന്തരംഗം മന്ത്രിച്ചുകൊണ്ടുമിരുന്നു. ഒരിക്കൽ ലിയോയുടെ നിസ്സഹകരണവും വൈരാഗ്യവും മടുത്ത് ആത്മഹത്യ ചെയ്യാൻ റെയിൽവേ പാളങ്ങൾക്കരികിൽവരെ എത്തിയിട്ടും അവന്റെ കോമളമുഖം എന്നെ പിൻതിരിഞ്ഞുപോകാൻ പ്രേരിപ്പിച്ചുവല്ലോ. അന്ന് അവനെ ഞാൻ ചുംബനങ്ങളാൽ പൊതിഞ്ഞു. എന്റെ മനസ്സിൽ എപ്പോഴും നിറവേറ്റപ്പെടാത്ത ഒരിടം ഒഴിഞ്ഞുകിടന്നിരുന്നു – നിർവ്യാജസ്നേഹത്തിന് കൊതിക്കുന്നത്. തീർച്ചയായും അവിടമാണെന്നെ ഇന്നും ശല്യപ്പെടുത്തിക്കൊണ്ടിരിക്കുന്നതും.

വാനിയ പൊടുന്നനെ മരിച്ചു. രാവിലെയുണ്ടായ പനി വൈകീട്ടായപ്പോഴേക്കും കടുത്തു. അവൻ വിറകൊണ്ടു പിറുപിറുത്തുവെങ്കിലും തന്നെപ്പറ്റി വിഷമിക്കരുതെന്ന് എന്നോട് കേണു. അവന്റെ വാക്കുകൾ

എപ്പോഴും മുതിർന്ന ഒരാളുടേതുപോലെയായിരുന്നു. സ്വത്ത് ഭാഗംവെച്ചപ്പോൾ ഭൂമി എല്ലാവരുടേതുമാണെന്നും തനിക്ക് അത്തരം അവകാശങ്ങൾ വേണ്ടെന്നും ഏഴുവയസ്സു തികഞ്ഞിരുന്നിട്ടില്ലാത്ത അവൻ പറഞ്ഞത് കുടുംബാംഗങ്ങൾ ഞെട്ടലോടെയാണ് കേട്ടത്.

അവന്റെ മരണത്തോടെ എന്റെ ഹൃദയം തീർത്തും ഒരു ശ്മശാനമായി. അടി കാണാൻ കഴിയാത്ത ഒരു ഇരുൾഗർത്തത്തിലേക്ക് ഞാൻ ആണ്ടാണ്ടുപോയി. സംസ്കാരവേളയിൽ ഞാൻ ഭർത്താവിന്റെ മുഖത്തേക്കു നോക്കി. അദ്ദേഹം ആകെ തകർന്നിരുന്നു. ജീവിതം മിഥ്യയാണെന്നറിയുവാനായി ദൈവം അയച്ചതാണ് ആ മരണമെന്ന് ലിയോ ഡയറിയിൽ കുറിച്ചിട്ടു. ആ മരണത്തിനുശേഷം അല്പകാലം ഞങ്ങൾ തമ്മിൽ വീണ്ടും അടുത്തു. ജീവിതം തുടരുന്നതിന് ഒരു യുക്തിയും എനിക്കു മുന്നിൽ അപ്പോൾ ഇല്ലായിരുന്നു. ഭ്രാന്തമായ സ്വപ്നങ്ങൾ നിറഞ്ഞ രാത്രികൾ എന്നെ വേട്ടയാടി. എന്റെ മനസ്സ് സമനില തെറ്റി ഊയലാടുമോ എന്ന് ലിയോ ശരിക്കും ഭയന്നു. അദ്ദേഹം ഞാനറിയാതെ എന്നെ വിട്ടൊഴിയാതെ നിന്നു. എന്റെ ആത്മാവ് ശോകത്താൽ മരവിച്ചുപോയിരുന്നു. ഞാൻ നിത്യവും പള്ളിയിൽപോയി. മരണാനന്തരജീവിതത്തെപ്പറ്റിയുള്ള എന്റെ സംശയങ്ങൾ പുരോഹിതന്മാരോട് ഉന്നയിച്ചു. ഭർത്താവിന്റെ പരിഹാരശ്രമങ്ങളെല്ലാം പാഴായതേയുള്ളൂ.

ഉറ്റവരുടെ മരണങ്ങളാലുള്ള വേദനയിൽ മുഴുകിയിരിക്കേയാണ് ഞാൻ തനയേവിനെ പരിചയപ്പെടുന്നത്. എന്നെ മടുപ്പിൽനിന്നും വിടർത്തിയെടുക്കുവാൻ ശ്രമിച്ച താനിയ സംഗീതക്കച്ചേരികൾക്കു കൂട്ടിക്കൊണ്ടുപോയിരുന്നു. സംഗീതം എന്റെ ആത്മവ്യാധികളിൽ സാന്ത്വനം പുരട്ടുന്നതായി അവൾ കണ്ടെത്തി.

കീവിലെ ഒരു സംഗീതസദസ്സിൽ വെച്ചാണ് തനയേവിനെ ഞാൻ ആദ്യമായി കാണുന്നത്. അയാൾ ബീഥോവനെ വായിച്ചപ്പോൾ ഞാൻ കരഞ്ഞുപോയി. അയാൾ ഒരു യുവാവൊന്നുമായിരുന്നില്ല. എന്നാൽ മധ്യവയസ്കനുമല്ല. കുട്ടിക്കാലം തൊട്ടേ ഗായകരേയും കവികളേയും ഞാൻ ആരാധിച്ചുവന്നിരുന്നു. തനയേവ് പിയാനോയിൽ വിരലുകളമർത്തുമ്പോൾ സംഗീതദേവത ലാസ്യം ചെയ്തുതുടങ്ങും. നാല്പതു വയസ്സുണ്ടാകണം തനയേവിന്. ഒരു കുറിയ മനുഷ്യൻ. പിയാനോ അയാളെ ഒരു അലൗകിക ജീവിയാക്കിത്തീർക്കും. ഇഹലോകസംബന്ധിയായ ഒന്നും അറിയാനിട വന്നിട്ടില്ലാത്ത ഒരു ജീവന്റേതെന്നപോലെ മാന്ത്രികമായ ആ വിരലുകൾ ഒഴുകിനടക്കുന്നതു കാണേണ്ടതു തന്നെയാണ്. എന്റെ വേദനകളിൽ തഴുകി കടന്നുപോയ ആ സംഗീതധാര സവിശേഷമായ സാന്ത്വനവർഷം ചൊരിഞ്ഞപ്പോൾ ഞാൻ യുവതിയായിത്തീരുംപോലെ അനുഭവപ്പെട്ടു. പിയാനോയിൽ നിന്നൊഴുകി വന്ന വീചികൾ എന്റെ ആത്മാന്തരാളത്തിൽ തണുപ്പിന്റെ തളിരിലകൾ പെയ്തു. ഞാൻ ആനന്ദാശ്രു പൊഴിച്ചു. താനിയാ എന്റെ തുടയിൽത്തട്ടി കരയരുതെന്ന് വിലക്കിയപ്പോഴാണ്

സ്വബോധം വീണ്ടെടുത്തത്. ഒന്നു നൃത്തം ചെയ്താലോ എന്നുപോലും തോന്നിപ്പോയി. കലയുടെ മാന്ത്രികശക്തിയില്ലെങ്കിൽ ലോകം എത്ര വിരസമായിരിക്കുമെന്നു നോക്കൂ. എന്റെ ഹൃദയത്തിന്റെ ശ്രോത്രേന്ദ്രിയങ്ങൾ അമൃതാനുഭൂതിയാൽ നിർഭരങ്ങളായി.

ഞാൻ പതിനൊന്നാം വയസ്സിൽ കവിതകളെഴുതിത്തുടങ്ങിയിരുന്നു. വായനയോടുള്ള ആഭിമുഖ്യം തന്നെയാണ് ലിയോയെ ഭർത്താവായി വരിക്കുവാൻ പ്രചോദനം നല്കിയതും. എന്നിട്ടിപ്പോൾ ഞാനെത്തിച്ചേർന്നിരിക്കുന്നതെവിടെയാണ്?

ആ സംഗീതസദസ്സ് സമ്പന്നമാക്കിയശേഷം കുതിരവണ്ടിക്കായി കാത്തുനിൽക്കേ തനയേവിനെ ഒരു പെൺപട വളഞ്ഞു. വളർത്തമ്മയാണ് തനയേവിനെ ആ ആരാധകവൃന്ദത്തിൽനിന്നും രക്ഷിച്ചെടുക്കാൻ പാടുപെട്ടത്. ആ വിഡ്ഢിപ്പെണ്ണുങ്ങൾക്കിടയിൽനിന്ന് തനയേവ് ഉരുകുന്നത് ഞാൻ കണ്ടു. ദൃഢഗാത്രനായ എന്റെ അംഗരക്ഷകനെ ഞാൻ തനയേവിന്റെ രക്ഷയ്ക്കായി വിട്ടു. ടോൾസ്റ്റോയിയുടെ ഭാര്യയാണ് ഞാനെന്നറിഞ്ഞപ്പോൾ ആദരവുകൊണ്ട് അയാൾ അസ്തപ്രജ്ഞനാകുന്നത് പ്രത്യക്ഷത്തിൽ ഞാൻ കണ്ടു. എന്റെ കരതലം ചുംബിച്ചുകൊണ്ട് ഈ പരിചയം തനിക്ക് ഉന്നതമായൊരു ബഹുമതിയാണെന്ന് താഴ്ന്ന ശ്രുതിയിൽ അയാൾ പറഞ്ഞു. ഞാൻ തനയേവിനെ പ്രശംസിച്ചപ്പോൾ അയാൾ ഇങ്ങനെയാണ് പ്രതികരിച്ചത്.

“ബീഥോവൻ എല്ലാവർക്കും വേണ്ടിയുള്ളതല്ലല്ലോ.”

തനയേവിന് വേണ്ടി എത്തിച്ചേർന്ന കുതിരവണ്ടി പറഞ്ഞുവിട്ട് എന്റെ വാഹനത്തിൽ കയറാൻ തനയേവിനെ ഞാൻ ക്ഷണിച്ചു. താനിയാ അനിഷ്ടമൊന്നും പ്രകടിപ്പിച്ചില്ല. എനിക്കും പിയാനോ വാദനത്തിൽ താല്പര്യമുണ്ടെന്നും കുറേക്കാലമായി പിയാനോയിൽ സ്പർശിക്കാൻപോലും ഇട കിട്ടിയിട്ടില്ലെന്നും സൂചിപ്പിച്ചപ്പോൾ അത് അവനവനോടുള്ള അനീതിയാണെന്ന് അയാളഭിപ്രായപ്പെട്ടു.

താൻ സംഗീതപാഠങ്ങൾ എടുക്കട്ടെയോ എന്ന് അപ്പോൾത്തന്നെ തനയേവ് എന്നോട് ചോദിച്ചു. അപേക്ഷാഭാവത്തിലായിരുന്നു ആ ചോദ്യം. എന്നെപ്പോലെ ഒരു തുടക്കക്കാരിയെ പത്താംവയസ്സിൽത്തന്നെ അതിപ്രശസ്തനായിക്കഴിഞ്ഞ അതിപ്രതിഭാശാലിയായ ഒരു സംഗീതജ്ഞൻ സംഗീതമഭ്യസിപ്പിക്കാമെന്ന് ക്ഷണിച്ചപ്പോൾ ഞാൻ ശരിക്കും പുളകിതയായി. തനയേവിന്റെ ശിഷ്യയാകുവാൻ ഞാൻ മോഹിച്ചു. ലിയോ അതംഗീകരിക്കുമോ എന്നൊന്നും ഞാൻ ചിന്തിച്ചതേയില്ല.

തനയേവിന്റെ പേരു കേൾക്കുന്നതുതന്നെ ലിയോയ്ക്കു കലിയായി. ഞാനാകട്ടെ സംഗീതത്തിൽ അഭയം തേടാൻ ഉറയ്ക്കുകയും ചെയ്തു. എനിക്കു ചുറ്റും സങ്കീർണതകൾ പെരുകി ശ്വാസംമുട്ടുമ്പോൾ ഞാൻ പിയാനോയ്ക്കരികിൽ ചെന്നിരുന്ന് മീട്ടാൻ തുടങ്ങും. എന്നിൽ ഒരു

കലാകാരി ഉണ്ടെന്ന സത്യം അംഗീകരിക്കാൻ ലിയോ ഒരിക്കലും തയ്യാറായിട്ടേയില്ല.

ഒരു സ്കൂൾ വിദ്യാർത്ഥിയെപ്പോലെ അസൂയാലുവായിരുന്നു ലിയോ തനയേവിനോട് എനിക്കുണർന്ന താല്പര്യത്തിൽ. ആ മനോഭാവം മോശമാണെന്ന് ഞാൻ തുറന്നുപറഞ്ഞു. ഒരു സംഗീതാധ്യാപകൻ എന്ന നിലയ്ക്കു മാത്രമാണ് ആ മനുഷ്യനോടെനിക്ക് ആഭിമുഖ്യം. മറ്റൊരു വിധത്തിലും അയാൾ ആകർഷണീയനുമല്ല. അയാളുടെ മുടി ചുവന്നെഴുന്നു നില്ക്കും. പ്രാകിപ്പറക്കുന്ന താടിമീശ വൃത്തിയായി വെട്ടിയൊതുക്കുന്നതിൽപോലും അയാൾക്കു ശ്രദ്ധയില്ല. യഥാർത്ഥ കലാകാരനായിരുന്നു തനയേവ്. സ്ത്രീകളെ ബഹുമാനിക്കുന്നതിനും യുക്തമായി ഇടപഴകുന്നതിനും ലജ്ജാലുവെങ്കിലും പിന്നീട് അയാൾ അഭ്യസിച്ചു. എന്റെ നിർദ്ദേശങ്ങൾ അതിനു പിന്നിലുണ്ടായി എന്നതും വാസ്തവമാണ്.

ദുഃഖാന്ധകാരത്തിൽ നിന്നും തനയേവിന്റെ സാന്നിധ്യം എന്നെ സാവധാനം പുറത്തേക്കു കൊണ്ടുവന്നു. എന്നാൽ ശിഷ്യന്മാർ യേശുവിനെപ്പോലെ കൊണ്ടുനടക്കുന്ന ലിയോയ്ക്ക് തനയേവ് അടിക്കടി വീട്ടിൽ വരുന്നത് സഹിക്കാനായില്ല. ഭക്ഷണമേശയിലേക്ക് ഉപചാരത്തിനുപോലും അപ്പോൾ ലിയോ വരികയില്ല. തനയേവ് എത്തിയെന്നറിഞ്ഞാൽ ഉടനെ പഠനമുറിയിൽക്കയറും. പൊയ്ക്കഴിഞ്ഞേ തിരിച്ചിറങ്ങൂ. പക്ഷേ, തനയേവാകട്ടെ അത്യന്തം ഭക്ത്യാദരങ്ങളോടെയാണ് തിരിച്ചു പെരുമാറിയിരുന്നത്.

തനയേവുമായി സ്വതന്ത്രമായി ഇടപഴകുന്നതിന് ഞാനൊരു തന്ത്രം കണ്ടുപിടിച്ചു. ഇടയ്ക്കിടെ മോസ്കോയിലെ വിശ്രമകാല വസതി സന്ദർശിക്കുവാൻ ഞാൻ അവസരം കണ്ടെത്തി. തനയേവിന് അവിടെ ശരിക്കും സ്വാതന്ത്ര്യം ലഭിച്ചു. വീർപ്പുമുട്ടലില്ലാതെ അയാൾ സംസാരിച്ചു. അയാളുടെ സാന്നിധ്യവും സംസാരവും എന്റെ മരിച്ചുപോയ കുഞ്ഞ് വാനിയയുടേതാണ് എന്ന് ഞാൻ ധ്യാനിച്ചു. അപ്പോൾ എനിക്ക് കൂടുതൽ അടുപ്പം തോന്നി. എന്റെ മക്കൾക്കും തനയേവുമായുള്ള എന്റെ ഈ ബന്ധം സഹ്യമായിരുന്നില്ല. അവർ ജനാപവാദം ഭയന്നു. എങ്കിലും തനയേവിനോട് വീട്ടിൽ വരരുതെന്നു പറയാൻ ലിയോ അടക്കം കുടുംബാംഗങ്ങളാരും തന്നെ മുതിർന്നിട്ടുമില്ല.

മോസ്കോയിലെ വിശ്രമകാല വസതി എനിക്ക് പ്രിയപ്പെട്ട ഒരിടമാണ്. വളരെ സ്വച്ഛമാണവിടം. നഗരകോലാഹലങ്ങളിൽനിന്നും അകന്നും എന്നാൽ നഗരത്തിന്റേതായ സൗകര്യങ്ങൾ ലഭിക്കുകയും ചെയ്തിരുന്ന ഒരിടം. ഇടയ്ക്ക് കുതിരവണ്ടികളുടെ കടകടശബ്ദം ഒഴിച്ചാൽ നിശ്ശബ്ദം. മനോഹരമായ ഒരു ഉദ്യാനം ഞാൻ എന്റെ മേൽനോട്ടത്തിൽത്തന്നെ നിർമ്മിച്ചിരുന്നു. ഒരു പൂന്തോട്ടക്കാരനേയും ഏർപ്പാട് ചെയ്തു. വിവിധങ്ങളായ തരുനിരകൾ അതിൽ ശാഖകൾ വിടർത്തി എപ്പോഴും എന്നെ

സ്വാഗതം ചെയ്യാൻ കാത്തുനിന്നു. യാസ്നായ പോള്യാനയിലെ സങ്കീർണ തകൾ തല പെരുപ്പിക്കുമ്പോൾ ഞാൻ സാഷയോടോ, വാർവ്വരയോടോ ഒപ്പം അങ്ങോട്ടോടും.

തനയേവിനെ സ്വതന്ത്രമായി സൽക്കരിക്കുന്നതിന് ഞാൻ അവിടം തെരഞ്ഞെടുത്തു. അയാൾ ഒരു തനി സ്ത്രൈണപ്രകൃതിയായിരുന്നു. വളരെനേരം വെള്ളത്തൊട്ടിയിൽക്കിടക്കുന്നതിലും സുഗന്ധതൈലങ്ങൾ പൂശുന്നതിലുമായിരുന്നു അഭിനിവേശം. കുതിരപ്പുറത്ത് ചീറിപ്പായുന്ന തിലോ വേട്ടയാടലിലോ ഒന്നും അയാൾ താത്പര്യപ്പെട്ടില്ല. അത്തരം സാമർത്ഥ്യങ്ങൾ അയാൾക്ക് അന്യമായിരുന്നു. ഈ സ്ത്രൈണപ്രകൃ തിയെ ഒരുപക്ഷേ ലിയോ വെറുത്തിരുന്നിരിക്കണം. തനയേവുമായി സ്വകാര്യമായി സന്ധിക്കുന്നതിനാണ് എന്റെ തനിച്ചുള്ള മോസ്കോ സന്ദർശനങ്ങളെന്ന് ലിയോ മണത്തറിഞ്ഞു. ആ ബന്ധം ആവർത്തിച്ചു കൂടാ എന്ന് ലിയോ വിലക്കിയെങ്കിലും അധമവികാരങ്ങളല്ല ആ ബന്ധ ത്തിന് പ്രചോദകമെന്നതിനാൽ ഞാനതത്ര കാര്യമാക്കിയുമില്ല. ലജ്ജാ കരമായി ഒന്നും തന്നെ ഞാനതിൽ കണ്ടുമില്ല.

എന്തിനെന്നില്ലാതെ ഒരാളെ സ്നേഹിക്കുമ്പോൾ അതിലെന്തിന് കാമ ചാരിത്വം ആരോപിക്കുന്നു? ഒരിക്കൽ മാത്രമേ തനയേവ് എന്നെ ചുംബി ച്ചുള്ളൂ. വാനിയാ ഉമ്മവെക്കുന്നതായേ എനിക്കപ്പോൾ അനുഭവപ്പെട്ടുള്ളൂ. തനയേവിന് കേക്കും പലഹാരങ്ങളുമാണ് പഥ്യം. ഞാൻ വിശേഷപ്പെട്ട കേക്കുകൾ തയ്യാറാക്കി അയാൾക്കു വിളമ്പി. ഞങ്ങൾ ഒരുമിച്ച് നാടക ശാല സന്ദർശിച്ചു. തനയേവിന്റെ ഒരു സംഗീതവിരുന്നിലും സംബന്ധിച്ചു. എന്നെ ആളുകൾ തിരിച്ചറിയാതിരിക്കുവാൻ വേഷപ്രച്ഛന്നയായാണ് ഞാൻ പോയത്. രാത്രി തിരിച്ചെത്തിയപ്പോൾ ഇക്കാര്യം പറഞ്ഞ് ഒട്ടേറെ പൊട്ടി ച്ചിരിക്കുകയും ചെയ്തു. കുതിരവണ്ടിയിൽ ഞങ്ങൾ തിരിച്ചുപോരുമ്പോൾ വൃദ്ധനായ വണ്ടിക്കാരൻ മുഖം ചുളിച്ചു. അനഭിമതമായ ഒരു ബന്ധത്തി ലേർപ്പെട്ടിരിക്കുകയാണോ ഞങ്ങൾ എന്നു ചോദിക്കുംപോലെ അയാൾ ഇടയ്ക്കിടെ തിരിഞ്ഞുനോക്കി.

ദൈവമേ! എത്രയോ അനുഗൃഹീതങ്ങളായിരുന്നു ആ ദിനങ്ങൾ. അവസാനം വിധിനിർണായകമായ ആ ദിനവും വന്നുചേർന്നു. ഒരു സായ ന്തനത്തിൽ മഞ്ഞയിലകൾ പൊഴിഞ്ഞുകിടക്കുന്ന ഉദ്യാനത്തിൽ ഒരു സിമന്റ് ബെഞ്ചിൽ തനയേവിന്റെ മടിയിൽ തല ചായ്ച്ച് ഞാൻ കിടക്കു മ്പോൾ ലിയോയുടെ ഒരു കുറിപ്പെത്തിച്ചേർന്നു. ആ അസ്പഷ്ടാക്ഷര ങ്ങൾ കണ്ടപാടെ ഞാൻ ഞെട്ടിപ്പോയി. അതിവേഗം ഞാൻ തനയേവിനെ അവിടെനിന്നും യാത്രയാക്കി. പൂന്തോട്ടം കാവൽക്കാരൻ സാധനങ്ങളു മെടുത്ത് തനയേവിനോടൊപ്പം പോയി.

പിറ്റേന്ന് ലിയോയുടെ രൂപം തെരുവിൽ പ്രത്യക്ഷപ്പെട്ടു. തനയേ വിനെക്കുറിച്ചുള്ള ഭ്രാന്തചിന്തകളാൽ വലയിതനായി പുറപ്പെട്ടുവന്നിരി ക്കുകയാണ് അതീവസംവേദനശാലിയായ ആ എഴുത്തുകാരൻ. ഒരു പൊട്ടിത്തെറി ഞാൻ മണത്തു.

സൗഹൃദമെന്ന നിലയിൽ നിന്നും ഞങ്ങളുടെ ബന്ധം അധഃപതിച്ച തായി ലിയോയുടെ ഉള്ളിൽ ദുശ്ശങ്ക പെരുകിപ്പടർന്നിരുന്നു. ഞാൻ തെരുവി ലേക്കു ചെന്ന് ഭർത്താവിനെ വരവേറ്റു.

ചായ സൽക്കരിക്കുകയും പഴങ്ങളും പലഹാരങ്ങളും കൊണ്ടുവന്നു വെക്കുകയും ചെയ്തെങ്കിലും ലിയോ ഒരക്ഷരംപോലും ഉരിയാടിയില്ല. ക്രോധംമൂലം ലിയോ ശ്വാസംമുട്ടി മരിക്കുമോ എന്നുപോലും ഞാൻ ഭയ പ്പെട്ടു. എല്ലാം ഒന്നടങ്ങിയപ്പോഴേക്കും രാത്രിയായി. ഞാൻ ഒരു കുമ്പ സാരത്തിന് തയ്യാറായി. അവസാനം "എന്നെ കൊന്നേക്കൂ... കഴുത്ത് മുറിച്ച്" എന്ന് പറഞ്ഞുകൊണ്ട് ശിരസ്സ് താഴ്ത്തി നിന്നു ഞാൻ.

അല്പനേരം അങ്ങനെ കടന്നുപോയി. പൊടുന്നനെ അദ്ദേഹം എന്നെ ആലിംഗനത്തിലമർത്തി പിൻകഴുത്തിൽ ചുംബിച്ചു.

എന്റെ മക്കൾ ചെന്നുചാടിയ വിവാഹബന്ധങ്ങൾ ഞങ്ങളുടെ അന്ത സ്സിനു യോജിച്ചവയായിരുന്നേയില്ല. മൂത്തമകനായ സെർജി സൗന്ദര്യ ദേവത പോലിരുന്ന ഒരുവളുടെ പിന്നാലെ ഭ്രമിച്ചുകൂടി. അവൾ ഒരു തനി പ്പിശാചായിരുന്നുവെന്ന് ഒരു വർഷം കഴിഞ്ഞപ്പോഴേക്കും അവൻ തിരി ച്ചറിഞ്ഞു. ആഡംബരക്കാരിയും അഴിഞ്ഞാട്ടക്കാരിയുമായിരുന്ന അവൾ മധ്യവയസ്കനായ കാമുകനോടൊപ്പം ഒളിച്ചോടിപ്പൊയ്ക്കളഞ്ഞു. പാവം സെർജി അവളെത്തിരക്കി പിന്നാലെ പാഞ്ഞു. മോസ്കോയിലെ ഒരു തിരക്കുപിടിച്ച സത്രത്തിൽ വെച്ച് അവൻ കമിതാവോടൊപ്പം അവളെ കണ്ടെത്തി. കാമുകൻ നിസ്സാരക്കാരനേയല്ല. പട്ടാളത്തിൽനിന്നും പിരിച്ചു വിടപ്പെട്ട ഒരു കേണൽ. അവളുടെ പിതാവിന്റെ പ്രായമുണ്ട്. ഉരുക്കു കൊണ്ടുള്ള ശരീരം. കനത്ത കൃതാവുകളും വെട്ടിയൊതുക്കിയ താടി മീശയും ആ മുഖത്തിന് നിശിതത്വം നല്കിയിരുന്നു.

അവൾ അയാളെ ചുംബിക്കുന്നത് ജനാലച്ചില്ലിലൂടെ കണ്ട സെർജി ക്രോധാവിഷ്ടനായി. ജനൽ ഇടിച്ചുപൊളിച്ചതിന്റെ പേരിൽ സത്രമുടമ അവനെ പിടിച്ചുകെട്ടി. ദേഹോപദ്രവവുമേല്പിച്ചു. പൊലീസിന് അവനെ കൈമാറിയപ്പോൾ ടോൾസ്റ്റോയിയുടെ പുത്രനാണെന്ന് തിരിച്ചറിയുകയും വെറുതെ വിടുകയുമായിരുന്നു.

അഞ്ച്

അധോതലങ്ങൾ

"ക്രൂയിറ്റ്സർ സൊണാറ്റ"*യുടെ നാളുകൾ എനിക്ക് പ്രിയങ്കരങ്ങളാ യനുഭവപ്പെട്ടു. സോഫിയ ആന്ദ്രേവ്നയും ടോൾസ്റ്റോയിയും തമ്മിലുള്ള ദാമ്പത്യത്തകർച്ച ജനതയ്ക്കു ബോധ്യപ്പെടുന്നത് ആ രചനവഴിയാണ്. അത് ആദ്യം പ്രസിദ്ധീകരിച്ചത് ഞാനാണ്. സദാചാരപരതയെച്ചൊല്ലി യുള്ള വിവാദങ്ങൾ സംശയിക്കുകയാൽ അതിന് പ്രസിദ്ധീകരണാനുമതി നിഷേധിക്കപ്പെടുമെന്ന് ടോൾസ്റ്റോയി ഭയന്നു. ആ നോവൽ വായിക്കുന്ന ആരും സോഫിയ ആന്ദ്രേവ്നയെക്കുറിച്ച് ഒരു സംശയം അവശേഷി ക്കാതെ പൂർത്തിയാക്കുകയില്ല. അവർ അങ്ങനെ ഒരു ഇരയായി. അവ രുടെ അഭ്യുദയകാംക്ഷികൾ അതേച്ചൊല്ലി വ്യസനിക്കുകയും ടോൾ സ്റ്റോയിയെ പഴി പറയുകയുമുണ്ടായി. പത്രങ്ങൾ പലതും എഴുതിപ്പിടി പ്പിച്ചു. അത് കൃതിയുടെ പ്രചാരം വർധിപ്പിച്ചു. എന്റെ ചുമതലയിലായി രുന്നു പ്രസിദ്ധീകരണം. പ്രതീക്ഷിച്ചതിലേറെ കോപ്പികൾ വിറ്റുപൊ യ്ക്കൊണ്ടിരുന്നപ്പോൾ ടോൾസ്റ്റോയി സംശയിച്ചതുപോലെ ചക്രവർത്തി നോവൽ നിരോധിച്ചു. പ്രസ്സ് കണ്ടുകെട്ടുകപോലുമുണ്ടായി. തൽഫല മായി അധോതലത്തിൽ നോവലിന്റെ കല്ലച്ചിൽ എടുത്ത പതിപ്പുകൾ അനവധി പ്രചരിക്കാൻ തുടങ്ങി. കൈയെഴുത്തു പ്രതികളും സഞ്ചരിച്ചു. ടോൾസ്റ്റോയിയുടെ കുടുംബരഹസ്യങ്ങൾ പുറത്തുവിടുന്നുവെന്നതാണ് ജനം അതിനുപിന്നാലെ ലഹരിപിടിച്ചുപാഞ്ഞതിന്റെ രഹസ്യം.

പുസ്തകം തന്റെ സൽക്കീർത്തിക്കെതിരാണെന്നറിഞ്ഞിട്ടും സോഫിയാ ആന്ദ്രേവ്നാ ചക്രവർത്തിയെ നേരിൽക്കണ്ട് ആ നിരോധനം നീക്കിയെടുത്ത കാര്യം ഇന്നും എനിക്കു വിസ്മയമാണ്. എന്തായിരിക്കാം അവരെ അതിനു പ്രേരിപ്പിച്ചത്? സ്വമേധയാ അവർ ആ നോവലിന്റെ മുവ്വാ യിരം കോപ്പികൾ പ്രസിദ്ധീകരിക്കുകയുണ്ടായി. അടുത്ത പതിപ്പ് ഇരു പതിനായിരത്തിന്നപ്പുറം പോയി. പകർപ്പവകാശം സൗജന്യമായിക്കഴി ഞ്ഞിരുന്നതിനാൽ എല്ലാ പ്രസാധകരും ഇഷ്ടംപോലെ അച്ചടിച്ചുവിറ്റു.

---

* ടോൾസ്റ്റോയിയുടെ ഒരു നോവൽ

ക്രൂയിറ്റ്സർ സൊണാറ്റയിലെ നായകൻ ഭാര്യാഘാതകനാണല്ലോ. അയാൾക്ക് മനസ്താപം വന്ന് ആത്മീയപരിവർത്തനം സംഭവിക്കുന്ന തായി നോവൽ തിരുത്തിയെഴുതണമെന്ന് ഗുരുവിനെ ഞാൻ നിർബ ന്ധിച്ചു. വളരെയധികം ചിന്തിച്ചശേഷമാണ് ഞാൻ ആ ആശയം സമർപ്പി ച്ചത്. എന്നെ തികഞ്ഞ പരിഹാസത്തോടെ ഗുരു ഒന്നു നോക്കി. ആ നോട്ടം കണ്ട് ഞാൻ ചൂളിപ്പോയി.

ഈ അവസരം മുതലാക്കി ടോൾസ്റ്റോയിയെ എന്നെന്നേക്കുമായി സോഫിയ ആന്ദ്രേവ്നയിൽ നിന്നടർത്തിമാറ്റാൻ ഞങ്ങൾ ശിഷ്യന്മാർ ഉറച്ചു. ഇത്തരം ഒരു അന്തരാളഘട്ടം ഇനി അവർക്കിടയിൽ ഉണ്ടായേ ക്കില്ല. ഒരിക്കൽ പാടത്ത് പുല്ലുവെട്ടിക്കൊണ്ടിരിക്കേ ഞങ്ങളിലൊരുവൻ ടോൾസ്റ്റോയിക്കരികിൽച്ചെന്ന് സോഫിയ ആന്ദ്രേവ്നയെ ഒഴിവാക്കുന്ന കാര്യം ഉപദേശരൂപേണ അവതരിപ്പിക്കുവാൻ ധൈര്യപ്പെട്ടു. ആദ്യം അദ്ദേഹം ചുമലൊന്നിളക്കിക്കാട്ടിയതേയുള്ളൂ. ശിഷ്യൻ ഉപദേശം ആവർത്തിച്ചപ്പോൾ അരിവാളുമായി അവന്റെ നേരെ കുതിച്ചുചാടി. അയാൾ പ്രാണനും വാരിപ്പിടിച്ച് ഓടിക്കളഞ്ഞു. അരിവാൾ വലിച്ചെറിഞ്ഞ് നിലത്തുവീണുരുണ്ട് മുഖം പൂഴിയിൽ പൂഴ്ത്തി ഗുരു കരഞ്ഞുവെന്ന് ഒരു ദൃക്സാക്ഷി പിന്നീടെന്നെ അറിയിച്ചു. പരസ്പരവിരുദ്ധങ്ങളായ ആഗ്രഹ ങ്ങളുടേയും ആശയങ്ങളുടേയും ഒരു സാഗരയായിരുന്നു ഗുരുവിന്റെ മനസ്സ് എന്നു തീർച്ച.

ആ മനുഷ്യൻ ഇതാ ലോകവാസം അവസാനിപ്പിച്ച് കാലത്തിൽ വിലയംകൊള്ളാൻ കാത്തുകിടക്കുന്നു - മനുഷ്യജീവിതം എത്രമേൽ നിസ്സഹായമാണെന്നതിന്റെ ഉദാഹരണമായി. മനുഷ്യനെ ഇങ്ങനെ കുഴക്കിമറിക്കുന്നത് ഈശ്വരന്റെ ലീലയാണെന്ന് ഒരിക്കൽ ഗുരുതന്നെ പറഞ്ഞതോർക്കുന്നു. എത്ര ക്രൂരമാണ് ഈ ലീല!

എന്റെ ഉള്ളിൽ സദാ ഒരു ഭയം പുലർന്നിരുന്നു. ആ ഭയം ഏതോ മാനസികത്തകർച്ചയിലേക്കാണ് നയിക്കുന്നതെന്നും അനുദിനം വ്യക്ത മായിക്കൊണ്ടിരുന്നു. ഒരിക്കൽ പൊലീസ് ചാരനായിരുന്ന എനിക്ക് പൊലീ സെന്നെ പിന്തുടരുന്നുണ്ടോ എന്ന ഭയമായിരുന്നു. ഞാൻ ഒരു വിചാര ണയ്ക്കു വിധേയനായേക്കുമോ എന്നും സൈബീരിയയിലേക്ക് കയറ്റി വിടപ്പെടുമോ എന്നുമുള്ള ആധി എന്നെ വരിഞ്ഞു. ഒറ്റയ്ക്കിരിക്കുമ്പോ ഴാണ് ഈ ഭയം വന്നുമൂടുക. മിഥ്യാഭീതികൾ ടോൾസ്റ്റോയിയേയും അലട്ടിക്കൊണ്ടിരുന്നു. മരണഭീതിയും ആത്മഹത്യാഭിനിവേശവും ഗുരു വിനെ അലട്ടിയിരുന്നു. സ്വന്തം ദൃഷ്ടിപഥത്തിൽ നിന്നും കയർ പോലെയുള്ളവ അദ്ദേഹം സ്വയം നീക്കം ചെയ്തിരുന്നു. ഒരു തീവണ്ടി യിൽ പതിവിനു വിപരീതമായി ഫസ്റ്റ് ക്ലാസ് കോച്ചിൽ ഒറ്റയ്ക്ക് സഞ്ചരി ക്കവേയാണ് ആദ്യമായി തനിക്കു മാനസികവിഭ്രമം ബാധിക്കുന്നതെന്ന് ഒരിക്കൽ ഗുരു എന്നോട് കുമ്പസാരിച്ചു. ഒരു ഭ്രാന്തന്റെ ഡയറി എന്ന ചെറുകഥയിൽ അത്തരം ആത്മകഥാപരമായ വിശദാംശങ്ങൾ കാണാം.

ഈ മിഥ്യാരോഗഭീതിയും മരണഭയവും പിന്നീട് 'ഇവാൻ ഇലീച്ചിന്റെ മരണം' എന്ന കൃതി രചിച്ചതോടെ ഏറെക്കുറെ ഗുരുവിൽനിന്നൊഴിഞ്ഞു പോകുകയും ചെയ്തു. പക്ഷേ, ആത്മാവിഷ്കാരത്തിനുള്ള അത്തരം മാർഗങ്ങളൊന്നും എനിക്കു വശമില്ലല്ലോ.

എന്റെ വ്യാജമായ ജീവിതം ഗുരുവിന്റെ പുത്രി മാഷയ്ക്ക് വ്യക്തമായുമറിയാമായിരുന്നു. അവൾ ബുദ്ധിമതിയും നയജ്ഞയുമായിരുന്നു. ടോൾസ്റ്റോയിയുടെ ശിഷ്യപ്രമുഖനായിരിക്കുമ്പോൾത്തന്നെ ഞാൻ ധൂർത്തമായ ജീവിതമാണ് നയിച്ചുപോന്നത്. വീട്ടുകാര്യങ്ങൾ ഭാര്യ നോക്കിയിരുന്നതിനാൽ ആ വഴി എനിക്ക് ചെലവുകളൊന്നുമുണ്ടായിരുന്നില്ല. അവൾ സാമാന്യം സമ്പന്നയായിരുന്നു. എനിക്ക് മാസാമാസം അമ്മ അയച്ചുതന്നിരുന്ന അലവൻസ് തോന്നുംപടി ചെലവഴിച്ചു. ഏതു രീതിയിൽ നോക്കിയാലും ഞാൻ ഒരു പരാന്നഭുക്കായി ജീവിച്ചു.

റഷ്യൻ ചരിത്രത്തിൽ ഒരിക്കലുമുണ്ടായിട്ടില്ലാത്തവിധം ഒരു ക്ഷാമം ഒരിടെ പൊട്ടിപ്പുറപ്പെടുകയുണ്ടായി. ദുരിതാശ്വാസ പ്രവർത്തനങ്ങൾക്കായി ടോൾസ്റ്റോയി കുടുംബം കൈമെയ് മറന്നു പ്രയത്നിച്ചു. ക്ഷാമത്തെ തുടർന്ന് മഹാമാരികളും പടരാൻ തുടങ്ങി. ടോൾസ്റ്റോയിയുടെ ആൺമക്കൾ റെഡ്ക്രോസിൽ ചേർന്നുവെന്ന വാർത്ത എന്നെ അമ്പരപ്പിച്ചു. എനിക്ക് ശരീരം അനങ്ങിയുള്ള ഒരു പണിക്കും കഴിയില്ലല്ലോ. പെൺമക്കളാകട്ടെ വിവിധ കേന്ദ്രങ്ങളിൽ സൗജന്യഭക്ഷണശാലകൾ തുറന്നു. സോഫിയ ആന്ദ്രേവ്നയാകട്ടെ രണ്ടുലക്ഷം റൂബിൾ സമാഹരിച്ച് പാവപ്പെട്ടവർക്കു വിതരണം ചെയ്തു. റഷ്യയിലും ഫ്രാൻസിലുമുള്ള പത്രങ്ങൾ സോഫിയാ ആന്ദ്രേവ്നയുടെ ദുരിതാശ്വാസനിധിയെപ്പറ്റി വാർത്ത നല്കിയതിനാലാണ് അത്രയും വലിയ തുക ശേഖരിക്കാൻ കഴിഞ്ഞത്. ആ സംഭവം എന്നിൽ വലിയ അസൂയയുളവാക്കി. പണം തിന്മയാണെന്നു പ്രഖ്യാപിച്ച ഒരു ഗുരുവിന്റെ ഭാര്യ പണം പിരിച്ചതെന്തിനെന്ന ചോദ്യം ഞാൻ ദ്വേഷബുദ്ധിയോടെ എയ്തുവിട്ടു. ക്ഷാമബാധിതരെ സഹായിക്കുവാനാണെങ്കിൽപ്പോലും ആ പ്രവൃത്തി ധർമ്മവിരുദ്ധമല്ലേ? എന്റെ ചോദ്യം അനവസരത്തിലായിപ്പോയി. അതിനകം വലിയ ജനപ്രീതി നേടിക്കഴിഞ്ഞിരുന്ന സോഫിയ ആന്ദ്രേവ്നയല്ല ഈ ചോദ്യത്തിന് എനിക്കു മറുപടി തന്നത്. ചില പ്രാദേശികപത്രങ്ങൾ എനിക്കെതിരെ തിരിഞ്ഞു. ഞാൻ അതോടെ ആ വഴിക്കുള്ള ആക്രമണം നിർത്തി. പത്തിമടക്കി മാളത്തിലേക്കു വലിഞ്ഞു. ടോൾസ്റ്റോയിയന്മാരുടെ ബാധയിൽ നിന്നും തന്റെ ഭർത്താവ് താല്കാലികമായെങ്കിലും രക്ഷപ്പെട്ടതിൽ സോഫിയാ ആന്ദ്രേവ്നാ ആനന്ദിച്ചു. ഞാൻ ക്ഷാമബാധിതപ്രദേശങ്ങളിലേക്ക് തിരിഞ്ഞുനോക്കിയതേയില്ല ഗുരുവും മറ്റു ശിഷ്യന്മാരും രോഗികൾക്കിടയിൽപ്പോലും അലഞ്ഞുതിരിയുമ്പോഴും. പ്ലേഗ് എന്നു കേട്ടപ്പോൾത്തന്നെ ഞാൻ ചകിതനായി. ചില ടോൾസ്റ്റോയി രചനകൾ പകർത്തിയെഴുതി ഞാൻ സമയം ചെലവാക്കി. അങ്ങനെ സ്വയം സാധൂകരിച്ചു. സുഖിമാനായതിനാൽ ദുരിതം കാണുന്നതേ എനിക്കിഷ്ടമല്ലായിരുന്നു.

ടോൾസ്റ്റോയി അവസാനമായെഴുതിയ 'ഫാദർ സെർജിയസ്' എന്ന നോവലിന്റെ ആശയം എട്ടുപേജുകളിലായി ചുരുക്കിയെഴുതപ്പെടുകയായിരുന്നു ആദ്യം. തന്ത്രപരമായി ഞാനതും കൈവശപ്പെടുത്തി. ഒരു സന്ന്യാസിയുടെ കാമാവേശമായിരുന്നു നോവലിന്റെ പൊരുൾ. ഞാൻ പിന്നാലെ കൂടിയതിനുശേഷം ടോൾസ്റ്റോയിയുടെ കൃതികൾ എന്റെ ഗുണദോഷ വിചിന്തനത്തിനുശേഷമേ പുറത്തിറങ്ങാറുള്ളൂ എന്ന് സൂചിപ്പിച്ചുവല്ലോ. അതിനുശേഷമേ സെൻസറിംഗുകാർക്ക് കത്രിക പ്രയോഗിക്കാൻ കിട്ടൂ. സ്വന്തം അഭിപ്രായം സ്വതന്ത്രമായി ആവിഷ്കരിക്കുവാൻ റഷ്യയുടെ ചരിത്രത്തിൽ ഒരെഴുത്തുകാരനും ഒരിക്കലും കഴിഞ്ഞിട്ടില്ല. ബലിൻസ്കി എന്ന വിപ്ലവവാദി ഗോഗോൾ എന്ന ഹാസ്യസാഹിത്യകാരന് എഴുതിയ വിധ്വംസകമായ ഒരു കത്ത് ഒരു യോഗത്തിൽ പരസ്യമായി വായിച്ചുവെന്നതുപോലും കുറ്റമായിക്കണ്ട ചക്രവർത്തി ദസ്തയവ്സ്കിയെ വധശിക്ഷയ്ക്കു വിധിച്ചത് എത്രമേൽ ഭീകരമാണ്! പുഷ്കിനുപോലും മുമ്പ് അനുമതികൂടാതെ പ്രസംഗിക്കാനോ പ്രസിദ്ധീകരിക്കുവാനോ കഴിയുമായിരുന്നില്ല. ഗുരുവിനെ നിയന്ത്രിക്കുന്നതിൽ വലിയ അഭിമാനമായിരുന്നു എനിക്ക്. ഒരുതരം പൊങ്ങച്ചം തന്നെയാണതെന്ന് കൂട്ടിക്കൊള്ളൂ. ചുരുക്കം അവസരങ്ങളിലൊഴിച്ചാൽ ഗുരു എന്നെ അനുസരിച്ചുപോന്നു. അദ്ദേഹമെന്നെ അടിമുടി വിശ്വസിക്കുന്നു - ഈ മരണക്കിടക്കയിൽപ്പോലും.

ചക്രവർത്തിക്കു സമശീർഷനായി ഇപ്പോൾ റഷ്യയിലാരെങ്കിലുമുണ്ടെങ്കിൽ അത് ടോൾസ്റ്റോയി തന്നെയാണ്. വിപ്ലവത്തിന് ടോൾസ്റ്റോയി ആഹ്വാനം ചെയ്യുമോ എന്ന് ഇപ്പോഴും ചക്രവർത്തി ഭയപ്പെടുന്നു. അലക്സാണ്ടർ മൂന്നാമൻ ചക്രവർത്തി രാജ്യസഭയിൽ വെച്ചുതന്നെ പറഞ്ഞു 'ടോൾസ്റ്റോയി സ്വരാജ്യത്തെ ഒറ്റിക്കൊടുക്കുക'യാണെന്ന്. ഏതു സമയത്തും നാടുകടത്തപ്പെടുകയോ, തടങ്കലിലാക്കപ്പെടാവുന്നതോ ആയ ഒരു നിലയിലായിരുന്നു കുറേയധികം കാലമായി ടോൾസ്റ്റോയി. പക്ഷേ, ഒരു രക്തസാക്ഷി പരിവേഷംകൂടി ആ ജനനായകന് നല്കുവാൻ ചക്രവർത്തി തയ്യാറാകുമായിരുന്നില്ല. ടോൾസ്റ്റോയിക്ക് അതറിയാമായിരുന്നുതാനും. ഇവിടെ അസ്റ്റപ്പോവയിലും ചക്രവർത്തിയുടെ ചാരപ്പട സജീവമാണ്.

ചൂഷണം ചെയ്യുവാൻ വേണ്ടി മാത്രം ഞാൻ ടോൾസ്റ്റോയിയെ സ്നേഹിക്കുന്നതായി നടിച്ചു. പ്രിയപ്പെട്ട മിത്രങ്ങളിൽ നിന്നും മക്കളിൽ നിന്നുമെന്നു മാത്രമല്ല, ഭാര്യയിൽ നിന്നുപോലും ഞാൻ ടോൾസ്റ്റോയിയെ അടർത്തി മാറ്റിയല്ലോ. മാഷ മാത്രം എനിക്കു തലവേദന സൃഷ്ടിച്ചു. എന്റെ നീക്കങ്ങൾ അവൾ എങ്ങനെയോ മുൻകൂട്ടിയറിഞ്ഞു. ഞാൻ നിയമിച്ചിരുന്ന രഹസ്യദൂതന്മാരെ അവൾ ഭയപ്പെടുത്തുകയും വിധേയരാക്കുകയും ചെയ്തു. ഒടുവിൽ ഞാൻ അവളുമായി ഒത്തുതീർപ്പിലെത്തി.

സോഫിയ ആന്ദ്രേവ്നയോട് ടോൾസ്റ്റോയിക്ക് ക്രോധം തോന്നാനിട വരുത്തുന്ന ചെറിയ സാധ്യതപോലും ഞാൻ പർവതീകരിച്ച് അവതരിപ്പിക്കുകയും നേട്ടങ്ങൾ കൊയ്തുമാറ്റുകയും ചെയ്തു. അന്യരുടെ ജീവിതം കുഴച്ചുമറിക്കുന്നതിൽ നിഗൂഢാനന്ദം കൊള്ളുന്ന ഒരുവനാണ് ഞാൻ. നിങ്ങളതിനെ തിന്മയെന്ന് വിളിച്ചോളൂ.

ഞാൻ യാസ്നായയിൽക്കയറരുതെന്ന് പരോക്ഷമായി എത്രയോവട്ടം സോഫിയാ ആന്ദ്രേവ്ന വിലക്കിയെന്നോ? ഒരു പൂച്ചയെപ്പോലെ അവിടെ വീണ്ടും നുഴഞ്ഞുകയറി ഞാൻ ആതിഥ്യമനുഭവിച്ചു. ടോൾസ്റ്റോയിയുടെ കണ്ണുതുറപ്പിക്കാൻ സോഫിയ ആന്ദ്രേവ്ന അവസാനംവരെ പണിയെടുത്തതൊക്കെ വ്യർത്ഥമായി. ആ വൃദ്ധൻ ആത്മാരാധകനായിരുന്നു. വേർപിരിയാനാകാത്തവിധം എന്നോട് ഒട്ടിച്ചേർന്നുമിരുന്നു.

ടോൾസ്റ്റോയിയുമായുള്ള കടുത്ത ബന്ധം രാജസദസ്സിലും കോടതിയിലുമുള്ള എന്റെ സ്വാധീനത്തിന് മുറിവേല്പിക്കാതിരിക്കുവാൻ ഞാൻ ബദ്ധശ്രദ്ധനായിരുന്നു. ഞാൻ ഇറക്കിയ ഒരു പുസ്തകത്തിൽ ഗവണ്മെന്റിനെതിരെ ചില കുറിപ്പുകളുണ്ടായെന്ന് കണ്ട് അമ്മ എനിക്കനുവദിച്ചിരുന്ന അലവൻസ് നിർത്തിക്കളഞ്ഞു. സാഹിത്യരചനയിലേക്ക് തിരിയുവാൻ ടോൾസ്റ്റോയി ഉദ്ദേശിക്കുമ്പോഴൊക്കെയും ഞാൻ അദ്ദേഹത്തെ പിൻതിരിപ്പിക്കുകയാണുണ്ടായത്. താൻ വേണ്ടത്ര സാഹിത്യത്തെ പോഷിപ്പിക്കുന്നില്ല എന്ന ഖേദം സദാ അദ്ദേഹത്തിനുണ്ടായിരുന്നുതാനും. ആത്മകഥാപരമായ ഒരു നാടകം രൂപപ്പെട്ടുവന്നപ്പോൾ ഞാനിടപെട്ട് അതലസിപ്പിച്ചുകളഞ്ഞു. ഒരു ആത്മജ്ഞാനി സാഹിത്യമെഴുതിക്കൂടാ. ശരിയല്ലേ?

എന്താണ് കല എന്ന കലാതത്ത്വചിന്താഗ്രന്ഥം വലിയ തപസ്സിനു ശേഷം അദ്ദേഹം പുറത്തിറക്കി. എൺപതു വയസ്സാകാൻ അഞ്ചു ദിവസമവശേഷിക്കെയാണത് പുറത്തുവന്നത്. ഇനി എഴുതേണ്ടത് ലൈംഗികതയെക്കുറിച്ചാവണമെന്ന് ഞാൻ നിർദ്ദേശിച്ചു. ഗുരു അത് കേട്ടതായിപ്പോലും നടിച്ചില്ല. ആത്മജ്ഞാനവും ലൈംഗികതയുമല്ലേ ആ മനുഷ്യനെ വലച്ചുകൊണ്ടിരുന്നത്!

ആയിടയ്ക്കാണ് ടോൾസ്റ്റോയിയുടെ മകൻ ലെവിന് കഠിനമായ മരണഭീതി മൂർച്ഛിച്ച് കിടപ്പിലായത്. ഇരുപത്തിനാലു വയസ്സേ ആ പയ്യനുണ്ടായിരുന്നുള്ളൂ. പപ്പായുടെ തീക്ഷ്ണബുദ്ധി അവനുമുണ്ടായിരുന്നുവെന്നു തോന്നുന്നു. മരണഭീതി മൂർച്ഛിച്ചപ്പോൾ അവൻ മനോരോഗലക്ഷണങ്ങൾ പ്രദർശിപ്പിച്ചു. കുടുംബമാകെ വിഷമവൃത്തത്തിലായി. ആ സമയത്തു തന്നെയാണ് എന്റെ ഭാര്യ അന്നയും രോഗബാധിതയായി കിടപ്പിലായത്. ഗുരു അവളെ സന്ദർശിക്കാൻ വന്നതേയില്ല. അവൾക്കതിൽ പരിഭവവുമുണ്ടായി. ലെവിന്റെ പ്രശ്നം പരിഗണിക്കാതെ ഞാൻ യാസ്നായയിൽചെന്ന് ഗുരുവിനോട് അന്നയെ പ്രതിഷേധിച്ചു. സോഫിയാ ആന്ദ്രേവ്നാ ദേഷ്യം കടിച്ചിറക്കി. ഗുരു സാഷയോടൊപ്പം എന്റെ കൂടെ വന്നു.

ഒരാഴ്ചക്കാലം എന്റെ വീട്ടിൽ തങ്ങിയശേഷമാണ് തിരിച്ചുപോയത്. അതിനിടെ ഒരു മനോരോഗ വിദഗ്ധൻ ലെവിനെ രൂക്ഷചിന്തകളിൽനിന്നും സൗമ്യതയിലേക്ക് മടക്കിക്കൊണ്ടുവന്നിരുന്നു.

യാസ്നായ പോള്യാനക്കു സമീപം എനിക്ക് ഒരു കോട്ടേജ് വാങ്ങി മോടി പിടിപ്പിക്കാൻ ഗുരു ശ്രമിക്കുന്നതായി അറിഞ്ഞ സോഫിയാ ആന്ദ്രേവ്നാ മേലിൽ തങ്ങളെ ശല്യപ്പെടുത്തരുതെന്ന് എനിക്കു തുറന്നെഴുതി. വീട്ടിലെ ശല്യത്തിൽനിന്ന് രക്ഷപ്പെടാനാവുമതെന്ന് സപരിഹാസം ഞാൻ മറുകുറിയയച്ചു. സോഫിയാ ആന്ദ്രേവ്നാ അയച്ച കത്ത് ഗുരുവിന് കൈമാറുകയും ചെയ്തു. എല്ലാം ഒന്നുകൂടി കലങ്ങട്ടെ.

ഗുരുവിന് ചുറ്റുമിരുന്ന് താടിയുഴിഞ്ഞ് വചനങ്ങൾ ശ്രവിക്കുന്ന ശിഷ്യന്മാരെയെല്ലാം ഒരുപോലെ വെറുത്തിരുന്നു സോഫിയാ ആന്ദ്രേവ്ന. അവിടം സന്ദർശിക്കുന്ന മാന്യാതിഥികളെ ഞങ്ങൾ പരിഹസിച്ചു പറഞ്ഞയയ്ക്കുമോ എന്നും പ്രഭ്വി ഭയപ്പെട്ടു. എന്റെ നിരന്തര സന്ദർശനം സാഷയ്ക്കും ഗുരുവിനുമൊഴികെ ആ വീട്ടിൽ എല്ലാവർക്കും അസ്വസ്ഥതയുണ്ടാക്കി. താനിയയെ ഞാൻ സോഫിയ ആന്ദ്രേവ്നയ്ക്കെതിരെ തിരിക്കാൻ ശ്രമിച്ചെങ്കിലും പാളിപ്പോയി. വലിയ ബുദ്ധിമതിയൊന്നുമായിരുന്നില്ല അവൾ. എങ്കിലും എന്റെ തന്ത്രങ്ങൾ അവൾ തിരിച്ചറിഞ്ഞുവെന്നു കണ്ടപ്പോൾ ഞാൻ അതിൽനിന്നും പിൻവാങ്ങി. പിതൃഭക്തികൊണ്ടു മാത്രം സാഷ എന്നോടുള്ള വിയോജിപ്പുകൾ അമർത്തിവെച്ചു.

പലപ്പോഴും തീന്മേശയിൽ വലിയ കലഹങ്ങളുണ്ടായി. ചെറുപ്പക്കാരനും നിശിതബുദ്ധിയുമായ ബൾഗാക്കോവിനെ ഞാൻ ഗുരുവിന്റെ സെക്രട്ടറിയായി നിയമിച്ചിരുന്നു. ഞാൻ വീട്ടുതടങ്കലിലായ സമയത്ത്. ബർഗാക്കോവ് സാഹിത്യപരിശ്രമങ്ങളിലുമേർപ്പെട്ടിരുന്നു. ഗുരുവിനോട് അകമഴിഞ്ഞ ആരാധനയായിരുന്നു അയാൾക്ക്. എന്നെച്ചൊല്ലി സോഫിയ ആന്ദ്രേവ്നാ ഭക്ഷണമേശപ്പുറത്തെ പിഞ്ഞാണങ്ങൾ ഉടച്ചു. സ്വത്ത് വീതംവെച്ച അന്നും കലഹമുണ്ടായി. ഭക്ഷണത്തിനുമുമ്പിൽ നിന്നെഴുന്നേറ്റു പോകാൻ തുനിഞ്ഞ ബൾഗാക്കോവിനെ സോഫിയാ ആന്ദ്രേവ്ന അതിനനുവദിച്ചില്ല. ആദർശവതിയും പരോപകാരതല്പരയുമായ മാഷ തനിക്ക് പിതൃസ്വത്തിന്റെ അവകാശം വേണ്ട എന്നു പ്രഖ്യാപിച്ചുവെങ്കിലും പിന്നീട് ദരിദ്രനായ അവളുടെ ഭർത്താവ് അവളെക്കൊണ്ട് നിർബന്ധിച്ച് ഭാഗം വാങ്ങിപ്പിച്ചു. സമാധാനത്തിനുവേണ്ടിയാണ് അവളതിനു തയ്യാറായത് - അവളുടെ അമ്മായിയമ്മ ഒരു സംഹാരരുദ്രയായിരുന്നത്രേ. അടിമകളെ സ്വതന്ത്രരാക്കിയതുപോലെ ഭൂസ്വത്തും കർഷകർക്ക് വീതംവെച്ചുകൂടേ എന്ന് ഞാൻ ഗുരുവിന്റെ ചെവിയിൽ മന്ത്രിച്ചതാണ്. മക്കൾക്കിടയിൽ വമ്പിച്ച ഭൂസ്വത്ത് വിതരണം ചെയ്യുന്നത് ആദർശങ്ങൾക്കു വിരുദ്ധമാണെന്ന് ഉദ്ബോധിപ്പിക്കുന്നതിനുള്ള എന്റെ ശ്രമം വിഫലമായി.

ഞങ്ങൾക്കിടയിൽ കൈമെയ് മറന്നു പ്രവർത്തിച്ചിരുന്ന എവ്ഡോക്കിം എന്ന പ്രവർത്തകനെ ഒരു ദിവസം കാണാതായി. അയാളെ പൊലീസ്

തട്ടിക്കൊണ്ടുപോയി പീഡിപ്പിക്കുകയായിരുന്നുവെന്ന് ഒരാഴ്ച കഴിഞ്ഞ് വെളിവായി. അയാളുടെ ജഡം ആറ്റിൻകരയിൽ പ്രത്യക്ഷപ്പെട്ടു. പ്രസ്ഥാനത്തിന്റെ ആദ്യരക്തസാക്ഷിയാകുവാനായിരുന്നു എവ്ഡോക്കിമിനു യോഗം. ഒരു ഏകാധ്യാപക വിദ്യാലയം നടത്തുകയായിരുന്നു കടുത്ത ടോൾസ്റ്റോയ് പക്ഷവാദിയായ ആ ഉൽപതിഷ്ണു. ആ കൊലപാതകം സത്യത്തിലെന്നെ മുറിവേല്പിച്ചു. ഞാൻ അയാളെപ്പറ്റി ഒരു ഗ്രന്ഥം രചിച്ച് ഗുരുവിനെക്കൊണ്ട് അവതാരികയെഴുതിച്ചു. അത് റഷ്യയിൽ പ്രസിദ്ധീകരിക്കുക അസാധ്യമായിരുന്നു. ബർലിനിൽ വെച്ചു പ്രകാശിപ്പിച്ചു.

എന്തൊക്കെത്തന്നെയായാലും ചിലപ്പോൾ സോഫിയ ആന്ദ്രേവ്ന എന്നോട് പുലർത്തിയിരുന്ന കരുതലുകൾ എന്റെ കണ്ണു നനയിച്ചിട്ടുണ്ട്. ശക്തമായ വിയോജിപ്പുള്ളപ്പോഴും അവർ മാതൃസഹജമായ ഒരു തുള്ളി വാത്സല്യം എന്നോട് പാലിച്ചിരുന്നു. പ്രകൃത്യാ ആത്മവഞ്ചകനായതിനാൽ ഞാൻ അപ്പപ്പോൾത്തന്നെ അതൊക്കെ മറക്കുകയും കൃതഘ്നത പ്രദർശിപ്പിക്കുകയും ചെയ്തുപോന്നു. ഉദാഹരണത്തിന് ഈയടുത്ത കാലത്ത് ഞാൻ മലേറിയ ബാധിച്ച് നിർജ്ജലീകരണം സംഭവിച്ച് അവശനായിപ്പോയി. മൂന്നു ദിവസം കഴിഞ്ഞാണ് ആളുകൾ അറിഞ്ഞതുതന്നെ. അന്ന വിദേശയാത്രയിലായിരുന്നു. വിവരമറിഞ്ഞ് സോഫിയാ ആന്ദ്രേവ്ന എന്നെ ഒരു കുതിരവണ്ടിയിലെടുപ്പിച്ച് യാസ്നായയിലേക്കു കൊണ്ടുവന്നു. മോസ്കോവിൽനിന്നും ചെലവേറിയ ഒരു ഭിഷഗ്വരനെ വരുത്തി ചികിത്സിപ്പിക്കുകയും ചെയ്തു. ഇതെങ്ങനെ സാധിക്കുന്നു ആവോ?

എനിക്ക് ഗുരുവും ശിഷ്യസംഘവുമടങ്ങിയ ഒരു ഫോട്ടോ വേണമായിരുന്നു. ലക്ഷക്കണക്കിന് കോപ്പികൾ വിറ്റുപോകും. ഞാനതിന് ശ്രമിച്ചപ്പോഴൊക്കെയും പ്രഭ്വി ഇടങ്കോലിട്ടു. പല അവസരങ്ങളും പാഴിലാക്കി. പ്രഭ്വിയുടെ കണ്ണുവെട്ടിച്ച് ഞാനത് ഒടുവിൽ തരപ്പെടുത്തിയെങ്കിലും അവരത് മണത്തറിഞ്ഞു. അവർ സ്റ്റുഡിയോയിൽച്ചെന്ന് കുഴപ്പമുണ്ടാക്കി നെഗറ്റീവ് പിടിച്ചുവാങ്ങി തന്റെ വജ്രമോതിരംകൊണ്ട് ഭർത്താവിന്റെ രൂപം ഉരച്ചുകളയാൻ നോക്കിയെങ്കിലും സാധിച്ചില്ല. അങ്ങനെ വന്നപ്പോൾ ആ നെഗറ്റീവ് അവർ കത്തിച്ചുകളഞ്ഞു. ഈ വിവരമറിഞ്ഞപ്പോൾ എനിക്കു കലി കത്തിക്കാളി. യുക്തമായ ഒരു പ്രതികാരത്തിന് ഇതുവരെയും സാധിച്ചിട്ടില്ല. ഈ മരണം ഒന്നു കഴിഞ്ഞുകിട്ടട്ടെ. പല വഴികളും എന്റെ മുന്നിലുണ്ട്.

നെഗറ്റീവ് നശിപ്പിക്കപ്പെട്ട വിഷയത്തിൽ കർക്കശമായി ഞാൻ ഗുരുവിനെഴുതി. മറുപടിക്കായി ഞാൻ ഏറെ കാത്തിരുന്നു. കിട്ടില്ലെന്നുറപ്പായപ്പോൾ ഞാൻ യാസ്നായയിൽച്ചെന്ന് തട്ടിക്കയറി. അപ്പോൾ അവിടെ ഒരു കുടുംബസംഗമം നടക്കുകയായിരുന്നു. പ്രഭ്വിയും പെൺമക്കളും എന്നെ ചെറുത്തു. ടോൾസ്റ്റോയിയുടെ ശിഷ്യസംഘത്തിലില്ലാത്ത പലരും അർഹതയില്ലാതെ ആ ചിത്രത്തിൽ കയറിപ്പറ്റിയിരുന്നുവെന്നും ഭർത്സനങ്ങൾക്കിടയിൽ പ്രഭ്വി വിളിച്ചുപറഞ്ഞു. ഒറ്റക്കെട്ടായ ഒരാക്രമണം ഞാൻ

പ്രതീക്ഷിച്ചിരുന്നതല്ല, എന്തു ചെയ്യാനും മടിക്കാത്ത സെർജി ക്രുദ്ധ ഭാവത്തിൽ ഒരു ആട്ടുകട്ടിലിലിരുന്ന് എന്നെ നോക്കുന്നുമുണ്ടായിരുന്നു. ഞാൻ വേഗം സ്ഥലംവിട്ടു.

ടോൾസ്റ്റോയിയുടെ ഏറ്റവും ഇളയ മകൻ വാനിയാ ഒരു പനി ബാധിച്ച് ഒന്നര ദിവസം കഴിഞ്ഞപ്പോൾ മരണമടഞ്ഞു. ഏഴു വയസ്സു മാത്രമേ ഉണ്ടായിരുന്നുള്ളൂ. ആഭ്യന്തര സംഘർഷങ്ങൾ അതോടെ ശമിച്ചു. കുടുംബാംഗങ്ങൾ വിശേഷിച്ച് ടോൾസ്റ്റോയിയും പത്നിയും ഒന്നാകാൻ തയ്യാറായി. അക്കാലത്ത് ഞാൻ സാവധാനം വലിഞ്ഞുകളഞ്ഞു.

ഒന്നു ഞാൻ പറയാം - ഞാൻ അടുത്തുനിന്നു കണ്ട ടോൾസ്റ്റോയി വരാനിരിക്കുന്ന തലമുറകൾക്ക് അനുകരിക്കാവുന്ന ഒരു വ്യക്തിയല്ല. അതു പറയാനുള്ള അർഹത എനിക്കില്ലായിരിക്കാം. അനേകം വൈരുധ്യങ്ങൾ ആ ഒരാളിൽ തിങ്ങിക്കലങ്ങുന്നത് എനിക്കു കാണാമായിരുന്നു. ഒരേ സമയം സന്ന്യാസിയോ ത്യാഗിയോ ആകുവാനും ഗൃഹസ്ഥന്റെ ചുമതലകൾ നിറവേറ്റാൻ കഴിയാതെ ഉഴലുവാനും വിധിക്കപ്പെട്ടതായിരുന്നു അന്തിമ വിശകലനകത്തിൽ ആ ജന്മം. മഹത്തായ നോവലുകൾ മനുഷ്യരാശിക്കു സംഭാവന ചെയ്തു എന്നതു മാത്രമാണ് ആ ജീവിതത്തിന്റെ ബാക്കിപത്രം. മഹാനായ ആ ആചാര്യന് തന്റെ ആദർശങ്ങളിൽ പലതും ആചരിച്ചു കാണിക്കുവാനും കഴിഞ്ഞിട്ടുണ്ട്. മനുഷ്യസ്നേഹമാണ് മതങ്ങളിലൊന്നും കാണാൻ കഴിയാത്തത് എന്ന് എത്ര ധീരമായാണ് അദ്ദേഹം പ്രഖ്യാപിച്ചത്! ഏതൊക്കെ വ്യക്തിത്വ വൈചിത്ര്യങ്ങളുണ്ടെന്നിരിക്കൽകൂടി ടോൾസ്റ്റോയി ഒരു മഹാത്മാവാണ്.

ആറ്

നിഗൂഢാന്തർധാരകൾ

മുപ്പത്തിനാലാം വയസ്സ് തൊട്ടേ എന്റെ ഭർത്താവ് രഹസ്യപ്പൊലീസിന്റെ നിരീക്ഷണത്തിലായിരുന്നു. വളരെ വൈകിയാണ് അദ്ദേഹം ഇക്കാര്യമറിയുന്നത്. ഞാൻ പിന്നീടേറെക്കഴിഞ്ഞും. ക്രിസ്ത്യൻ അരാജകവാദി എന്ന് പേരെടുത്ത ലിയോ ടോൾസ്റ്റോയി സ്വന്തം അടിമകളെ സ്വതന്ത്രരാക്കാൻ പോകുന്നുവെന്ന വിവരം റഷ്യയിലൊട്ടാകെ ഞെട്ടലുണ്ടാക്കി. വലിയ പ്രത്യാഘാതങ്ങളായിരിക്കും ആ തുറന്നുവിടൽ ഉണ്ടാക്കിത്തീർക്കുക എന്നു തീർച്ചയാണല്ലൊ. ജനകീയമായ ചെറുത്തുനില്പുകൾക്ക് ആ തുറന്നുവിടൽ ആക്കംകൂട്ടുമെന്ന് ചക്രവർത്തി നിശ്ചയിച്ചു. സ്വാതന്ത്ര്യം നല്കപ്പെടുന്നതിന് രണ്ടു ദിവസം മുമ്പ് പൊലീസുകാരുടെ ഒരു വൻപട യാസ്നായയിൽ വന്നു. അവരുടെ പരിശോധന ഒരു പകൽ മുഴുവനും നീണ്ടു. ഏറ്റവും ഉന്നതരായ പൊലീസധികാരികൾപോലും അക്കൂട്ടത്തിലുണ്ടായിരുന്നു. വീട്ടിലുണ്ടായിരുന്ന സ്ത്രീകളെല്ലാം അവരെക്കണ്ട് ചകിതരായി. കർഷകരുടെ കുട്ടികൾക്കായി തൊട്ടടുത്ത് നടത്തപ്പെട്ടിരുന്ന വിദ്യാലയത്തിലെ അധ്യാപകനെ അവർ അറസ്റ്റു ചെയ്തു കൊണ്ടുപോയി. തത്സമയം ലിയോ വീട്ടിലുണ്ടായിരുന്നുമില്ല. ചക്രവർത്തിക്കയച്ച ഒരു കത്തിൽ ലിയോ ദുരധികാരം പ്രയോഗിച്ചു എന്നതായിരുന്നു കുറ്റപത്രത്തിലെ ആരോപണം. കുറ്റപത്രത്തിന്റെ ഒരു പകർപ്പ് എനിക്കു തന്ന് ഒപ്പിടുവിക്കുകയും ചെയ്തു പൊലീസ് സംഘം.

മോസ്കോവിലെ താത്കാലിക വസതിയിൽ താമസിക്കുമ്പോൾ തെരുവിലേക്കുള്ള എല്ലാ തിരശ്ശീലകളും ലിയോ നീക്കിയിടുമായിരുന്നു. രഹസ്യപ്പൊലീസിന്റെ ഒളിഞ്ഞുനോട്ടത്തെ പരിഹസിക്കുന്നതിനായിരുന്നു അത്. ആ വസതിയിൽ ആരൊക്കെ വന്നുപോകുന്നുവെന്നറിയുവാൻ സദാ പൊലീസ് സജ്ജരായി നിന്നിരുന്നത്രേ.

യാസ്നായയിൽ ഒരിക്കൽ ഒരു സാഹിത്യവിദ്യാർത്ഥിയെന്ന നാട്യത്തിൽ ഒരാൾ സന്ദർശിക്കാനെത്തി. ടോൾസ്റ്റോയി സ്വന്തം വസതിയിൽ ഒരു പ്രസ്സ് നടത്തുന്നുണ്ടോ എന്നന്വേഷിക്കുവാൻ വന്ന ചാരനായിരുന്നു ആ യുവാവ്. സാഹിത്യപരമായ താത്പര്യങ്ങൾ നടിച്ച് മറ്റൊരിക്കൽ വന്ന

ഒരു ചാരൻ പശ്ചാത്താപവിവശനായി താൻ എന്തിനാണ് വന്നതെന്ന വാസ്തവം ലിയോയോട് തുറന്നുപറഞ്ഞുകൊണ്ട് പൊട്ടിക്കരഞ്ഞു. തന്റെ രഹസ്യോദ്ദേശ്യം തുറന്നുപറയുകവഴി എത്രയോ വലിയ ആപത്താണ് അയാൾ വിളിച്ചുവരുത്തിയതെന്ന് നോക്കൂ. ചക്രവർത്തി അറിഞ്ഞിരുന്നുവെങ്കിൽ അയാൾക്ക് തല കാണുമായിരുന്നില്ല. ലിയോയുടെ സാന്നിധ്യം അയാളിലെ ദൈവത്തെ ഉണർത്തിയിരിക്കാം.

അങ്ങനെ ലിയോയെ നിരീക്ഷിക്കാൻ രണ്ടു സംഘങ്ങളായി എന്ന് ഞാൻ എന്നോടുതന്നെ തമാശ പറഞ്ഞു. പൊലീസുകാരും ശിഷ്യന്മാരും ശിഷ്യന്മാർക്കെതിരെ ചക്രവർത്തി കൈക്കൊണ്ട നിയമനടപടികളിൽ പലപ്പോഴും ലിയോ നേരിട്ടിടപെട്ട് കേസുകളിൽ നിന്നും അവരെ ഊരിക്കൊണ്ടുവരിക പതിവായി. ചെർത്ക്കോവാകട്ടെ ഇക്കാര്യത്തിൽ ചെറുവിരൽപോലുമനക്കിയുമില്ല. സംഘത്തിന് രക്തസാക്ഷികളെ സൃഷ്ടിക്കേണ്ടതുണ്ട് എന്നതു മാത്രമായിരുന്നില്ല അതിന് കാരണം. തന്നെ നേരിട്ട് സംബന്ധിക്കുന്നതല്ലാത്ത ഒന്നിലും അയാൾ ഇടപെടുകയേയില്ല.

ഉയിർത്തെഴുന്നേല്പ് എന്ന നോവലിന്റെ രചനയിലേക്ക് തിരിഞ്ഞതോടെ വാനിയാ മരിച്ചതിലുള്ള ദുഃഖത്തിന് ലിയോക്ക് ശമനം ലഭിച്ചുതുടങ്ങി. എനിക്കു ഏറ്റവും ഇഷ്ടപ്പെട്ട ഒരു കൃതിയാണത്. ചെഖോവിനെയാണ് ഉയിർത്തെഴുന്നേല്പിനെപ്പറ്റിയോർക്കുമ്പോഴൊക്കെ ഞാൻ മനസ്സിൽ കാണുക. ഞങ്ങൾ ആ നോവലിനെപ്പറ്റി രാത്രികളിൽ ഉറക്കമൊഴിഞ്ഞു സംസാരിക്കുമായിരുന്നു. എത്ര നല്ല സുഹൃത്തായിരുന്നു ചെഖോവ്! എത്ര മസൃണമാണാ മനസ്സ്.

ആദ്യമായി ചെഖോവ് വീട്ടിൽ വന്ന സമയത്ത് ടോൾസ്റ്റോയി കഴുത്തറ്റം വെള്ളത്തിൽ തടാകത്തിൽനിന്ന് കുളിക്കുകയായിരുന്നു. വെള്ളത്താടി ജലോപരിതലത്തിൽ ഒഴുകിനടക്കുന്നത് ചെഖോവ് ചിരിച്ചുകൊണ്ട് നോക്കിനിന്ന ദൃശ്യം ഇപ്പോഴും ഞാനോർക്കുന്നു. തന്റെ എതിരഭിപ്രായങ്ങൾ ചെഖോവ് മിണ്ടിയതുമില്ല - ആതിഥേയനെ വിഷമിപ്പിക്കാതിരിക്കുവാൻ.

ഒരു അഭിഭാഷകസുഹൃത്ത് യദൃച്ഛയാ സ്വജീവിതത്തിലുണ്ടായ ഒരനുഭവം വിസ്തരിച്ചതിൽ നിന്നാണ് ഉയിർത്തെഴുന്നേല്പിന്റെ പിറവിയെന്നാണ് ലിയോ പറയുന്നതെങ്കിലും ഞാനതു വിശ്വസിക്കുന്നില്ല. മിക്കവാറും ആ കൃതിയിൽ ലിയോയുടെ തന്നെ അനുഭവങ്ങളാണ് ഞാൻ കാണുന്നത്. റഷ്യയുടെ അവസ്ഥ എത്രമേൽ ഭീകരമാണെന്ന് ആ നോവൽ വായിക്കുംവരെ എനിക്കറിയാമായിരുന്നുമില്ല. റഷ്യ ആ നോവൽ വായിച്ചു പ്രകമ്പനം കൊണ്ടു.

ഓർക്കാപ്പുറത്താണ് ചെർത്ക്കോവിനെ നാടുകടത്താൻ ചക്രവർത്തി ഉത്തരവിട്ടത്. ഞാൻ അന്ന് ലിയോ അറിയാതെ പള്ളിയിൽപ്പോയി പ്രാർത്ഥിക്കുകയും മെഴുകുതിരി കൊളുത്തുകയുമുണ്ടായി. ഇംഗ്ലണ്ടിലെ ഒരു സുഖവാസകേന്ദ്രത്തിലായിരുന്നു ചെർത്ക്കോവ് താമസിച്ചിരുന്നതെങ്കിലും

തനിക്കുവേണ്ടി ശിക്ഷിക്കപ്പെട്ടുവെന്നാണ് ലിയോ സങ്കടപ്പെട്ടത്. ഇംഗ്ലണ്ടിലേക്കുപോയി ശിഷ്യനെ സന്ദർശിക്കണമെന്ന് വലിയ ആഗ്രഹം ലിയോ ഉള്ളിൽ കൊണ്ടുനടന്നുവെങ്കിലും ഒരു ഭയം ആ ആഗ്രഹത്തെ വിലക്കി – തന്നെ തിരിച്ചുവരാൻ ചക്രവർത്തി അനുവദിച്ചില്ലെങ്കിൽ? ദൈവത്തിനു സ്തുതി. ശിഷ്യന് കദനരസത്തിൽ മുക്കിയ കത്തുകൾ നിരന്തരമെഴുതി ഗുരു സ്വയം സാന്ത്വനിപ്പിച്ചു.

ലിയോയെ അന്ധമായി അനുകരിക്കുകയും പിൻതുടരുകയും ചെയ്ത ചില ശിഷ്യന്മാർക്കുണ്ടായ ജീവിതദുരിതം എനിക്കു സഹിക്കാൻ കഴിയുന്നതായിരുന്നില്ല. ഖിലോവിന്റെ കഥയാണ് ഏറ്റവും ദാരുണം. ഗുരുവചനങ്ങൾ സാർത്ഥകമാക്കാൻ സമ്പന്നനായിരുന്ന ഖിലോവ് തന്റെ കണക്കറ്റ ഭൂസ്വത്ത് അടിമകൾക്ക് വീതം വെച്ചു നല്കി. ഉപജീവനത്തിന് പോലും വകയില്ലാതെ ആ കുടുംബം തെരുവാധാരമായി. അധികാരികൾ അയാളെ അറസ്റ്റു ചെയ്ത് സൈബീരിയയിൽ തടങ്കലിലാക്കിയതോടെ ദുരിതം പൂർണമായി. കുട്ടികളെ ക്രിസ്ത്യൻമാർഗത്തിൽ വളർത്തരുതെന്ന കല്പനയും ഖിലോവ് ശിരസാ വഹിച്ചിരുന്നു. അളവറ്റ ആദർശപ്രേമം ആ പാവത്തിനെ മുച്ചൂടും നശിപ്പിച്ചു. ഈ ഖിലോവിനെപ്പോലും താഴ്ത്തിക്കെട്ടാൻ ചെർത്ക്കോവ് ശ്രമിച്ചു. ഒരു ശിഷ്യനും തന്നേക്കാൾ പ്രമുഖനായിക്കൂടാ എന്നതായിരുന്നു ആ ഖലന്റെ വാശി.

ലിയോയുടെ ഏറ്റവും പ്രധാനപ്പെട്ട നോവലുകളിൽ ഒന്നാണത്. ചിലരുടെ അഭിപ്രായം ഏറ്റവും നല്ല കൃതി തന്നെ 'ഉയിർത്തെഴുന്നേല്പ്' ആണെന്നാണ്. റഷ്യൻ സമൂഹത്തെ അടിമുടി ഗ്രസിച്ചിരുന്ന അഴിമതിയേയും ജീർണതയേയും ഈ കൃതിയിലൂടെ ലിയോ അനാച്ഛാദനം ചെയ്തു. ലിയോയുടെ പ്രതിഭയും ധീരതയും കണ്ട് റഷ്യൻ ബുദ്ധിജീവികളും ചക്രവർത്തിയും നടുങ്ങിപ്പോയി. ഉപരിവർഗ്ഗവും കോടതി അധികാരികളും ഉദ്യോഗസ്ഥ ദുഷ്പ്രഭുക്കളും തങ്ങൾ പൊടുന്നനെ നഗ്നരാക്കപ്പെട്ടതുപോലെ ചൂളി. ഉയിർത്തെഴുന്നേല്പ് എഴുതിയതിനുശേഷം വിപ്ലവകാരികളും ലിയോയെ അവരുടെ വേദികളിൽ പ്രശംസിക്കുകയുണ്ടായി. ലിയോയെ കൂടുതൽ നോട്ടപ്പുള്ളിയാക്കുവാനാണ് ഈ സാഹചര്യങ്ങൾ കളമൊരുക്കിയത്.

അലക്സാണ്ടർ മൂന്നാമൻ എന്ന ത്സാറിനെ വധിക്കാൻ ശ്രമിച്ചത് 'പീപ്പിൾസ് വിൽ' എന്ന ഭീകരസംഘടനയായിരുന്നു. ആദ്യത്തെ ശ്രമം പാളിപ്പോയി. രണ്ടാംവട്ടം ചക്രവർത്തി ബോംബേറിൽ ഛിന്നഭിന്നമായിപ്പോയി. റഷ്യൻ ചാരന്മാർ വധവുമായി ബന്ധപ്പെട്ട് എല്ലായിടവും അരിച്ചുപെറുക്കി. ഫ്രാൻസിലും ഇംഗ്ലണ്ടിലുംപോലും അന്വേഷകർ പോയി. ഒരു നാൽവർസംഘമാണ് ബോംബെറിഞ്ഞത്. അവരുടെ കുടുംബാംഗങ്ങളെന്നല്ല അകന്ന ബന്ധുക്കൾപോലും വിചാരണ ചെയ്യപ്പെടുകയും വധിക്കപ്പെടുകയോ നാടുകടത്തപ്പെടുകയോ ചെയ്തു. അപ്പോഴാണ് ആ നാൽവരിലൊരാളുടെ ഭാര്യക്ക് ചെർത്ക്കോവ് ഇംഗ്ലണ്ടിൽ അഭയം നല്കിയത്. തന്റെ വസതിയിൽ ചാരന്മാർ വരുമോ എന്ന സംശയംപോലും

അയാൾക്കില്ലായിരുന്നു. ചാരന്മാർ അവിടെയെത്തിയിരുന്നുവെങ്കിൽ തീർച്ച യായും ലിയോ അറസ്റ്റു ചെയ്യപ്പെടുമായിരുന്നുവെന്നുതന്നെ ഞാൻ കരു തുന്നു. ആ യുവതിക്കു പിന്നീടെന്തു സംഭവിച്ചുവോ ആവോ?

യൗവനത്തിൽ താൻ യുവതികളോടല്ല യുവാക്കളോടാണ് പ്രണയ ത്തിലായിട്ടുള്ളതെന്ന് മുമ്പ് ലിയോയുടെ ഡയറിക്കുറിപ്പുകളിൽ ഞാൻ വായിച്ചിരുന്നു. പക്ഷേ, ചെർത്ക്കോവുമായി സ്വവർഗാനുരാഗം പുലർത്തി യിരുന്നുവോ എന്ന് ഞാൻ വെട്ടിത്തുറന്നു ചോദിച്ചപ്പോൾ ലിയോ മൗനം പാലിച്ചതേയുള്ളൂ. ചെർത്ക്കോവിനുവേണ്ടി അതുവരെയുണ്ടായിരുന്ന ആത്മബന്ധങ്ങൾ പലതും ലിയോ ഉപേക്ഷിച്ചു. ശുദ്ധഹൃദയരും നന്മയു റ്റവരുമായ പലരേയും ലിയോ കൈയൊഴിഞ്ഞു. വഴിവിട്ട ഈ ബന്ധം കണ്ട് പല ബന്ധുക്കളും യാസ്നായയിലേക്കു വരാതെയുമായി. എനിക്കും വേണ്ടപ്പെട്ടവരായിരുന്നു അത്തരം അഭ്യുദയകാംക്ഷികൾ. കുടുംബബന്ധ ങ്ങൾ... ജോലി... തത്ത്വങ്ങൾ... എന്നുവേണ്ട സർവസ്വവും ആ നശിച്ച പ്രഭുസന്തതിക്കുവേണ്ടി ലിയോ തുലച്ചു. ചെർത്ക്കോവിന്റെ നെഞ്ചുകീറി ഹൃദയം പുറത്തേക്കെടുക്കുവാൻ ഒരവസരം ലഭിച്ചാൽ ഞാനതു പാഴാ ക്കിയെന്നു വരില്ല.

ശിഷ്യസംഘത്തിന്റെ സാമ്പത്തിക കാര്യങ്ങൾ കൈകാര്യം ചെയ്തി രുന്നത് ചെർത്ക്കോവാണെങ്കിലും ശരിയായ മട്ടിൽ വരവുചെലവു കണക്കുകൾ അയാൾ സൂക്ഷിച്ചിരുന്നതേയില്ല. കൃത്യമായി കാര്യങ്ങൾ നടക്കണമെന്നു ശഠിച്ച് ചില ശിഷ്യർ ചെർത്ക്കോവിനെപ്പറ്റി ലിയോയോട് പരാതിപ്പെട്ടുവെങ്കിലും ലിയോ അവരെ ആശ്വസിപ്പിച്ചയച്ചതല്ലാതെ ചെർത്ക്കോവിനോട് ഒരക്ഷരം അതേപ്പറ്റി ചോദിച്ചില്ല! തന്നെ അനാവശ്യ മായി സംശയിക്കുകയും കരുണയില്ലാതെ വിചാരണ ചെയ്യുകയാണെന്നു മാവും അങ്ങനെ വന്നാൽ ചെർത്ക്കോവിന്റെ വിലാപം. ലിയോയ്ക്ക് അത് കൃത്യമായുമറിയാംതാനും.

ആന്ദ്രേയിയെക്കൊണ്ട് ചെർത്ക്കോവിന്റെ ഭാര്യ അന്നയുടെ അനുജ ത്തിയെ വിവാഹം കഴിപ്പിക്കാനുള്ള ശ്രമം മുളയിലേ നുള്ളാൻ ഞാൻ കരുക്കളൊരുക്കിയെങ്കിലും ചെർത്ക്കോവിന്റെ വാശിതന്നെ ആ പ്രധാന വിഷയത്തിലും വിജയിച്ചു. അങ്ങനെ യാസ്നായ പോള്യാനയിൽ ഒരു രഹസ്യദൂതിയെകൂടി കടത്തിവിടാൻ ആ കുശാഗ്രബുദ്ധിക്കു കഴിഞ്ഞു. താൻ കരുതൽ തടങ്കലിലായിരിക്കുമ്പോൾ ലിയോയുടെ സെക്രട്ടറിയായി ബൾഗാക്കോവ് എന്നൊരു പയ്യനെ ചെർത്ക്കോവ് പ്രതിഷ്ഠിച്ചിരുന്നു. ലിയോയുടെ ശിഷ്യന്മാരിൽ ആ യുവാവിനോടു മാത്രമാണ് എനിക്ക് എന്തെങ്കിലും താത്പര്യമുള്ളത്. സാധുവാണ് അയാൾ. ഞാൻ ഉദ്ദേശി ച്ചത്ര ബുദ്ധിമുട്ടുകൾ വധുവായെത്തിയ അന്നയുടെ അനിയത്തി മരിയ ഉണ്ടാക്കിയതുമില്ല. അലങ്കരണപ്പണികളിലും വായനയിലും പാചകത്തിൽ സഹായിച്ചും അവൾ സ്വന്തം സമയം ചെലവാക്കി. ആരുടേയും കാര്യ ങ്ങളിൽ അവൾ മൂക്കിട്ടു നോക്കാൻ വന്നിട്ടുമില്ല. എന്നെ അനുസരിക്കു കയും ചെയ്തു.

ഒരേസമയം എന്റെ മൂന്നു പേരക്കുട്ടികൾ മരിച്ചത് ആ വിവാഹത്തിന് തൊട്ടുപിന്നാലെയാണ്. വീട് വീണ്ടും ശോകഹിമത്താൽ മൂടി. ലിയോ തീരെ പുറത്തിറങ്ങാതെയായി. ലിയോക്കു പകരക്കാരനായി പ്രസംഗപീഠ ങ്ങളിലേക്ക് ആളുകൾ ചെർത്ക്കോവിനെ കൂട്ടിക്കൊണ്ടുപോയി. ആ കാലം ചെർത്ക്കോവ് ശരിക്കും ആസ്വദിച്ചു. പത്രങ്ങളുടെ ആവശ്യപ്ര കാരം ലിയോയെപ്പറ്റി അനേകം ലേഖനങ്ങളും ആയിടെ ചെർത്ക്കോവ് പടച്ചുവിട്ടു.

സകലരേയും വെറുപ്പിക്കുക എന്നതായിരുന്നു ചെർത്ക്കോവിന്റെ കല. സുഹൃത്തുക്കളെ സാമ്പത്തികക്കുഴപ്പങ്ങളിൽ ചാടിക്കുകയും അവർക്കു ശ്വാസംമുട്ടുന്നത് കണ്ടു രസിക്കുകയും ചെയ്യുന്നത് അയാളുടെ സ്വഭാവ വൈകൃതം തന്നെയായിരുന്നു.

ഇക്കാലമത്രയുംകൊണ്ട് ഞാൻ വ്യക്തമായും തിരിച്ചറിഞ്ഞിരിക്കുന്നു. വലിയ ധ്യാനമനനങ്ങൾക്കു ശേഷമാണ് ലിയോ എഴുത്തിലേർപ്പെടുക എന്ന്. രചന അദ്ദേഹത്തിൽനിന്നും ഒരു സമനില ആവശ്യപ്പെടുന്നു. ശാരീരികവും മാനസികവുമായ ഒരു ലയത്തിലിരുന്നല്ലാതെ ലിയോക്ക് എഴുതുകവയ്യ. പന്ത്രണ്ടു വർഷങ്ങൾകൊണ്ടെഴുതപ്പെട്ടു ലിയോയുടെ 'ഹാജിമുറാദ്' എന്ന നോവലെങ്കിൽ അതിനുകാരണം ഈ സമനിലയുടെ അഭാവം തന്നെയാണ്. പൂങ്കാവനത്തിൽ വിരിഞ്ഞുനിന്നിരുന്ന ഒരു പൂവി റുക്കുവാൻ ശ്രമിച്ച ലിയോക്ക് തണ്ടിന്റെ ബലംമൂലം അതിറുത്തെടുക്കു വാൻ കഴിഞ്ഞില്ല. ആ നിമിഷമാണ് ഹാജിമുറാദിന്റെ ബീജം ലിയോ യുടെ ആത്മാവിൽ വീണതത്രേ. നോവൽ രചന അത്രയേറെ നീണ്ട തിനു കാരണം എന്താണെന്നു വിശദീകരിക്കുവാൻ എളുപ്പമല്ല. ഒരു പക്ഷേ, അത് സാവകാശം ചെയ്യാമെന്നു കരുതിയതാവാം. അഥവാ അത്ര യേറെ സർഗോന്മാദം ആ കഥാബീജം നല്കിയിരുന്നില്ല എന്നതുമാവാം. കീഴടങ്ങാൻ തയ്യാറാവാത്ത മനുഷ്യന്റെ കഥയാണ് ആ നോവൽ. ലിയോ യൗവനം ചെലവഴിച്ച കാക്കസസ് പ്രദേശമാണ് കൃതിയുടെ പശ്ചാത്തലം. ലിയോയുടെ ഉള്ളിൽ അനവധി കൃതികൾ ഉരുവംകൊണ്ടിരുന്നു. ബൾഗാ ക്കോവിനോട് ചിലത് പറഞ്ഞിരുന്നുതാനും. അദ്ദേഹത്തിന്റെ മരണ ത്തോടെ അവയൊക്കെ മാഞ്ഞൊഴിയും.

'ഉയിർത്തെഴുന്നേല്പ്' എഴുതിയ തൂലികയിൽനിന്നാണ് 'ഹാജി മുറാദ്' വാർന്നുവീണതെന്ന് വിശ്വസിക്കാൻ പറ്റില്ല. ഒട്ടും പാകപ്പെടാ ത്തതാണ് ആ രചന. ഒരു കുടുംബയോഗത്തിൽവെച്ച് ഹാജിമുറാദ് വെറും ചവറാണെന്നും താനത് തിരുത്തിയെഴുതാനുദ്ദേശിക്കുന്നുണ്ടെന്നും ലിയോ പറഞ്ഞിരുന്നു. അത് കലാപരമായി ഒരു പരാജയമായി കലാശി ച്ചതിൽ ലിയോ ഖേദംപൂണ്ടു. ഉന്നതാധികാരികളെ സ്വാധീനിച്ചശേഷമാണ് ചെർത്ക്കോവിനത് പ്രസിദ്ധീകരിക്കുവാൻ കഴിഞ്ഞതും. റഷ്യൻ ചക്ര വർത്തിമാർക്ക് ഒരു താല്പര്യം അപ്പോഴും ഉണ്ടായിരുന്നു - താന്താങ്ങളുടെ കാലത്തെ ഏറ്റവും ശ്രേഷ്ഠരായ സാഹിത്യകാരന്മാരുടെ കൃതികൾ

കൈയെഴുത്തു പ്രതി വായിച്ച് ഗുണദോഷവിവേചനം ചെയ്യാനുള്ള താത്പര്യം. പുഷ്കിനെപ്പോലെയുള്ളവർ ഒരു വിട്ടുവീഴ്ചയ്ക്കും നിന്നിട്ടില്ല. പുഷ്കിന്റെ മരണത്തിൽ ഉപരിവർഗത്തിനുള്ള ഗൂഢതാത്പര്യങ്ങളെപ്പറ്റി ചക്രവർത്തി അന്വേഷിക്കാൻ തയ്യാറായതുമില്ല. ടോൾസ്റ്റോയിയുടെ കാര്യത്തിൽ ചക്രവർത്തി വളരെ ശ്രദ്ധിച്ചാണ് ഇടപെട്ടത് - റഷ്യ മാത്രമല്ല ലോകം മുഴുവനും ആ വിശ്രുതമനീഷിയുടെ ഓരോ ചലനവും ശ്രദ്ധിച്ചുകൊണ്ടേയിരുന്നതിനാൽ... നേരിട്ട് ലിയോയെ എതിർക്കുവാനോ വേദനിപ്പിക്കുവാനോ ചക്രവർത്തി തയ്യാറായില്ല.

മിക്കവാറും ചക്രവർത്തിമാരും ആത്മീയമായി ദുർബലരായിരുന്നു. നിരുത്തരവാദപരങ്ങളായ നടപടികളാണ് റഷ്യൻ ജനതയുടെ ജീവിതം ഒരു തീരാനരകമാക്കി മാറ്റിയത്. ലിയോയുടെ ഒരു പ്രധാന നോവൽ നിക്കോളാസ് ഒന്നാമൻ ചക്രവർത്തിയുടെ കാലഘട്ടത്തെക്കുറിച്ചുള്ളതായിത്തീരുമായിരുന്നു. അതിനുള്ള സാവകാശം ലിയോക്കു ലഭിച്ചില്ല. ആത്മീയോന്നതി നേടിയ മനുഷ്യർക്കെതിരെ സങ്കുചിതബുദ്ധിയും മഠയനുമായ നിക്കോളാസ് ഒന്നാമൻ ദുരധികാരം പ്രയോഗിച്ചതിനെക്കുറിച്ചായിരുന്നു അലസിപ്പോയ ആ നോവൽ.

തങ്ങൾക്ക് ലഭിക്കുന്നതിലൊന്നും തന്നെ തൃപ്തി കണ്ടെത്താൻ കഴിയാത്ത ചില ആർത്തിപ്പണ്ടാരങ്ങളെ ലിയോയുടെ നോവലുകളിൽ കാണാം. അത്തരം ഒരു കീടജന്മമായിരുന്നു ചെർത്ക്കോവും. ഇത്തരം കഥാപാത്രങ്ങളാൽ ടോൾസ്റ്റോയിയുടെ പിതാവും വഞ്ചിതനായിട്ടുണ്ട്. തന്റെ അടിമകളായിരുന്ന ഇരട്ടസഹോദരന്മാരെ അദ്ദേഹം അകമഴിഞ്ഞു സ്നേഹിക്കുകയും സ്വാതന്ത്ര്യം നല്കുകയും വേട്ടയ്ക്കു പോകുമ്പോൾ കൂട്ടിക്കൊണ്ടുപോകുകയുമൊക്കെ ചെയ്തു. പൊടുന്നനെ അദ്ദേഹം മരണമടഞ്ഞു. മത്യൂഷ, പെട്രൂഷ എന്നീ കിരാതരായ അടിമകൾ തങ്ങൾക്കു സ്വാതന്ത്ര്യം തന്ന രക്ഷകനെ ആഹാരത്തിൽ വിഷം ചേർത്തു കൊടുത്തു കൊല്ലുകയായിരുന്നു. അവർ വീട് കൊള്ളയടിക്കുകയും ചെയ്തു. അടിമത്തത്തിൽനിന്നും ഉന്നതനിലകളിലെത്തുന്നവർ പിന്നീട് തങ്ങളുടെ പഴയ യജമാനന്മാരെ വധിക്കുന്നത് റഷ്യയിൽ അപൂർവമല്ലായിരുന്നു.

ലിയോ താനിനി അധികം ജീവിക്കുന്നുണ്ടാവില്ലെന്നും ഇനി യാസ്നായ പോള്യാനയിലേക്ക് വരേണ്ടതില്ലെന്നും ചെർത്ക്കോവിനോട് പറഞ്ഞതായി അറിഞ്ഞപ്പോൾ എനിക്ക് മോക്ഷം കിട്ടിയതുപോലെ തോന്നി. പക്ഷേ, എന്റെ മകൾ സാഷയ്ക്ക് പിതൃസ്വത്തായി കിട്ടിയതിൽനിന്നും അറുപത്തിരണ്ടേക്കർ ഭൂമി ചെർത്ക്കോവ് വാങ്ങിയിരുന്നതിൽ ഒരു മണിമാളിക പണിയാനാണ് അയാൾ ഒരുങ്ങിയത്. ലിയോയുടെ മരണം മാത്രമേ അവരെ തമ്മിൽ വേർപിരിക്കൂ എന്നെനിക്ക് എന്നെ സമാധാനിപ്പിക്കേണ്ടിവന്നു. ചെർത്ക്കോവ് ലിയോക്കു വഴങ്ങുമായിരുന്നില്ല. ലിയോയുടെ എൺപതാം പിറന്നാൾ ദിനത്തിൽ ചെർത്ക്കോവ് താൻ പണികഴിപ്പിച്ച ആ വൻസൗധത്തിലേക്ക് ചേക്കേറി. എന്തെങ്കിലും

സമാധാനം എന്നിലവശേഷിച്ചിരുന്നുവെങ്കിൽ ആ വരവോടെ അതും കെട്ടു പോയി.

ഗോഗോൾ എന്ന പ്രസിദ്ധ ഹാസ്യസാഹിത്യകാരന്റെ അകാലമരണം സംഭവിച്ചത് ഫാദർ മറ്റ്വേ എന്ന വ്യാജസിദ്ധനെ ആശ്രയിക്കുകയാലാണ്. ചെർത്ക്കോവിനാൽ സ്വാധീനിക്കപ്പെട്ട ലിയോവിന്റെ ഗതിയും മറിച്ചാവില്ല എന്ന രീതിയിൽ ഒരു ലേഖനം പ്രമാണപ്പെട്ട ഒരു പത്രത്തിൽ വന്നിരിക്കുന്നതായി സാഷ കണ്ടു. അവൾ ഭക്ഷണസമയത്ത് എല്ലാവർക്കുമായി ആ ദീർഘലേഖനം വായിച്ചു കേൾപ്പിച്ചു. പരമാർത്ഥമാണ് ആ ലേഖനത്തിലെ വസ്തുതകളെന്ന് ഏവരും അംഗീകരിച്ചു. സാഷ ഓരോ തെളിവും എണ്ണിയെണ്ണി സ്ഥാപിച്ചപ്പോൾ അവൾ പിതൃപക്ഷത്തുനിന്നും പിൻമാറുകയാണോ എന്നുപോലും തോന്നി. ലിയോയുടെ അമ്പതോളം വരുന്ന ഡയറികൾ ചെർത്ക്കോവിന്റെ കൈവശമായിരുന്നു. ആ ഡയറികളിൽ എന്നെക്കുറിച്ചും കുടുംബത്തെ സംബന്ധിച്ചും പലതുമുണ്ട്. ആ ഡയറികൾ തിരികെ വാങ്ങിച്ചുതരണമെന്നതായിരുന്നു എന്റെ ഒരു പ്രധാന ആവശ്യം. അനേകം കൈയെഴുത്തുപ്രതികളും അടിച്ചുമാറ്റപ്പെട്ടിരുന്നു. വന്നുവന്ന് ഒറ്റയ്ക്ക് നടക്കാൻപോലും പപ്പയെ ചെർത്ക്കോവ് അനുവദിക്കുന്നില്ലല്ലോ എന്ന് താനിയായും അഭിപ്രായപ്പെട്ടു. സത്യമായിരുന്നു ആ പ്രസ്താവം. ചെർത്ക്കോവ് ഒരു ക്യാമറയുമായി സദാ കൂടെയുണ്ടാകും. റഷ്യൻ ജനതയുടെ ജന്മാവകാശമായി തന്റെ പകർപ്പവകാശം ലിയോ പ്രഖ്യാപിച്ചെങ്കിലും അതിന്റെ ഗുണഫലം മുഴുവനും ആസ്വദിച്ചത് ചെർത്ക്കോവായിരുന്നു. ചെർത്ക്കോവിന്റെ തൊലിക്കട്ടി അത്യപാരമാണെന്ന് ലേഖകൻ ചൂണ്ടിക്കാട്ടിയിരുന്നു. ലേഖകന്റെ പേരു വെക്കാതെയുള്ളതായിരുന്നു ആ ലേഖനം. ടോൾസ്റ്റോയി ഭവനത്തിൽ നടന്നതെല്ലാം ലേഖകന് തന്നേക്കാൾ സുവ്യക്തമായി അറിയാവുന്നതുപോലെയാണ് അത് വായിച്ചുകേട്ടപ്പോൾ എനിക്കു തോന്നിയത്. മുക്കാൽ ഭാഗമെത്തിയപ്പോഴേക്കും ലിയോയും ചെർത്ക്കോവും കയറിവന്നു. അവർ പ്രസംഗിക്കാൻ പോയതായിരുന്നു. സാഷ വായന നിർത്തിയെങ്കിലും തങ്ങളുടെ അസാന്നിധ്യത്തിൽ തങ്ങൾ വിചാരണ ചെയ്യപ്പെടുകയായിരുന്നുവെന്ന് ഇരുവരും തിരിച്ചറിഞ്ഞതുപോലെയായിരുന്നു അന്ന് പിന്നീടുള്ള അവരുടെ പെരുമാറ്റം.

തനിക്കു ചേരുംവിധം ആശയങ്ങൾ വളച്ചൊടിച്ച് മുപ്പത്തിയാറു വാല്യങ്ങളായി ചെർത്ക്കോവ് ടോൾസ്റ്റോയിയുടെ ചിന്തകൾ പ്രസിദ്ധീകരിച്ചു. അദ്ദേഹത്തിന് ഒരക്ഷരം എതിരായി ഉരിയാടാൻ കഴിഞ്ഞതുമില്ല. മുപ്പത്തയ്യായിരം റൂബിൾ മുടക്കി ഒരു കൂറ്റൻ മാളിക യാസ്നായ പോല്യാനയ്ക്കരികിൽ ചെർത്ക്കോവ് പണിതുയർത്തിയത് ആ വോല്യങ്ങൾ വിറ്റതിന്റെ ലാഭത്തിലാണെന്നറിഞ്ഞ് ടോൾസ്റ്റോയി അദ്ഭുതസ്തബ്ധനായി. ഞങ്ങളുടെ കിടപ്പുമുറിയുടെ മൂന്നിരട്ടി വലുതായിരുന്നു അവിടുത്തെ പഠനമുറിപോലും. പിന്നീട് തന്റെ ഭൂമി ചെർത്ക്കോവിനു വിറ്റതിൽ സാഷ

പശ്ചാത്തപിച്ചു. സാഷയും ടോൾസ്റ്റോയിയുടെ ഒരു അകന്ന ബന്ധുവും ഒരു ടൈപ്പിസ്റ്റുമായ വാർവ്വരയുമായിരുന്നു ചെർത്ക്കോവിന്റെ ഏറ്റവും കടുത്ത ശത്രുക്കൾ - ഞാൻ കഴിഞ്ഞാൽ. അവരെപ്പോലും സ്വപക്ഷ ത്താക്കി എനിക്കെതിരെ പ്രയോഗിക്കാൻ ചെർത്ക്കോവിന് ഒടുവിൽ കഴിഞ്ഞു. ഒരു ടോൾസ്റ്റോയി ശിഷ്യൻ ഇത്രമേൽ ആർഭാടം മുറ്റിയ ഒരു മാളിക പണിയാമോ എന്ന ചോദ്യം കാറ്റിൽ അലഞ്ഞുനടന്നിരുന്നു. അന്തംവിട്ട ധൂർത്തായിരുന്നു എന്തിനുമേതിനും അവിടെ നടന്നത്. വീട് പണിത വകയിൽ കോൺട്രാക്ടർക്ക് പണം തീർത്തുകൊടുത്തില്ലെന്ന് പിന്നീട് കിംവദന്തിയുണ്ടായി. കുതിരലായവും കുളിമുറിയും വീടിന്റെ ഒരു ഭാഗവും അഗ്നിബാധയ്ക്കു വിധേയമായത് കോൺട്രാക്ടറുടെ പക യാലാണെന്നും നാട്ടുകാർ പറഞ്ഞു. അതിസമ്പന്നനായ ഒരു സ്വപ്നജീവി മാത്രമായിരുന്ന ചെർത്ക്കോവ് തനിക്കും ടോൾസ്റ്റോയിയുടേതായ ചിന്താ ഭാരവും വിഷാദവും ഉണ്ടെന്ന് അഭിനയിച്ചു നടക്കുക മാത്രമായിരുന്നു എപ്പോഴും. ടോൾസ്റ്റോയി ജീവിച്ചിരിക്കുമ്പോൾ അയാൾ ആഗ്രഹിക്കു ന്നതെന്തും നടക്കും. അദ്ദേഹം മരിച്ചുപോയാൽ എനിക്കുറപ്പാണ്, അയാൾ കൂടുതൽ ഉപദ്രവങ്ങളുമായി എനിക്കുനേരെ തിരിയും. പാരമ്പര്യമായി ഞാനനുഷ്ഠിച്ചുപോരുന്ന ക്രിസ്ത്യൻ വിശ്വാസം എന്തിന്റെ പേരിലാ യാലും ഞാൻ കൈവെടിയുകയില്ല. ചെർത്ക്കോവ് ഇരിക്കുമ്പോൾ ത്തന്നെ ടോൾസ്റ്റോയിയോട് പകർപ്പവകാശം സൗജന്യമാക്കിയതിനെ ച്ചൊല്ലി ഞാൻ തർക്കിച്ചപ്പോൾ അദ്ദേഹം ഒരു പക്ഷവും പിടിക്കാതെ നിസ്സംഗനായി ഇരുന്നു. അന്ന് എനിക്ക് കഠിനമായ വേദനയുണ്ടായി.

മരണശേഷം ടോൾസ്റ്റോയിയുടെ കാര്യങ്ങൾ കൈകാര്യം ചെയ്യാൻ എനിക്കും മക്കൾക്കും പ്രാപ്തിയുണ്ടാകുകയില്ലെന്നും മരണപത്രം ഇപ്പോഴേ എഴുതിവെക്കുന്നതാവും ഫലപ്രദമെന്നും ചെർത്ക്കോവ് ഗുരു വിന്റെ ചെവിയിലോതി. ആളുകളെ മെരുക്കിയെടുക്കുന്നതിലും നിയന്ത്രി ക്കുന്നതിലും ചെർത്ക്കോവ് അതിസമർത്ഥനായിരുന്നു. എന്നെ മാത്രമേ അയാൾക്ക് ഇരയാക്കാൻ കഴിയാതിരുന്നുള്ളൂ. ആ പ്രശ്നത്തോടെയാണ് ഈ പലായനത്തിലേക്ക് വഴിതുറന്ന സങ്കീർണതകൾ എന്റെ വീട്ടിൽ മുളപൊട്ടുന്നത്. വലിയ ദ്വന്ദ്വയുദ്ധങ്ങളാണ് പിന്നീട് ഓരോ ദിവസവും അവിടെ അരങ്ങേറിക്കൊണ്ടിരുന്നത്.

പിറകുവശത്തെ വാതിലിലൂടെയാണ് ആരാധകർ ഇപ്പോൾ കയറി പ്പോകുന്നത്. റെയിൽവേയിലെ ചില താഴ്ന്ന ജോലിക്കാരാണ് അവിടെ ഇപ്പോൾ ആളുകളെ നിയന്ത്രിക്കുന്നത്. ക്യൂവിൽ ഞാനും കയറിപ്പറ്റി യാലോ? വേണ്ട. ഒരു രംഗം കൂടി സൃഷ്ടിക്കേണ്ട. അവർക്ക് നല്ല മനസ്സ് തോന്നി കയറ്റിവിടുന്നെങ്കിൽ വിടട്ടെ. അവസാനമായി ആ മുഖമൊന്ന് കാണാനെങ്കിലും കഴിഞ്ഞെങ്കിൽ! തണുപ്പിൽ നിന്ന നിലയിൽനിന്ന് കാലുകൾ വേദനിക്കുന്നു. ഒന്നും കഴിച്ചിട്ടില്ലെങ്കിലും വിശക്കുന്നുമില്ല.

ഏഴ്

മരണപത്രം

ഞാൻ മരണപത്രം ഒപ്പിടുവിച്ചത് വളരെ വിദഗ്ധമായാണ്. ഞാൻ എന്റെ അമ്മാവന്റെ മോസ്കോ വസതിയിലായിരുന്ന സമയം ഒരു വൻ സംഗീതവിരുന്നൊരുക്കി. വിശിഷ്ടസംഗീതജ്ഞരായിരുന്നു പരിപാടിയുടെ ജീവൻ. ടോൾസ്റ്റോയി പുത്രി സാഷയോടൊപ്പം പങ്കെടുത്തു. വൻസ്വീകരണമാണ് ഞാൻ ഏർപ്പാട് ചെയ്തിരുന്നത്. അദ്ദേഹം വളരെ ആനന്ദവാനായി. വിശിഷ്ടഭോജ്യങ്ങൾ ആവോളം ആസ്വദിക്കുകയും ചെയ്തു.

രണ്ടാഴ്ചക്കാലം ഗുരു അവിടെ പാർത്തു. സായാഹ്നങ്ങളിൽ നടക്കാനിറങ്ങി. ഒറ്റയ്ക്ക്. അതിനിടെ സോഫിയ ആന്ദ്രേവ്നയും എത്തിച്ചേർന്നു. അവർ അമ്പരക്കുംവിധമായിരുന്നു വരവേല്പ്. ആരുമടുത്തില്ലാത്തപ്പോൾ ഞാൻ ഗുരുവിനെ നിർബന്ധിച്ച് മരണപത്രത്തിലൊപ്പിടുവിച്ചു. ഗുരുവിന്റെ ബൗദ്ധികസ്വത്തിനെല്ലാം അവകാശി ഞാനായിരിക്കുമെന്നായിരുന്നു ആ രേഖയിലെ പൊരുൾ. സാഷ മാത്രം കാര്യങ്ങൾ അറിഞ്ഞു. അവൾ വൃത്തിയായി പ്രമാണമെഴുതി. സാക്ഷികളായി ഒപ്പിട്ടവരിൽ ഒരാൾ എന്റെ സെക്രട്ടറി തന്നെ. മറ്റൊരാൾ ഒരലച്ചിലുകാരനായി അവിടെ വന്നുകയറിയ ഒരുവനും. സോഫിയ ആന്ദ്രേവ്നാ യാതൊന്നുമറിഞ്ഞില്ല. 'യുദ്ധവും സമാധാനവും', 'അന്നാ കരനീന' എന്നിവപോലെ എക്കാലവും പ്രസക്തമായ ക്ലാസിക്കുകൾപോലും അതോടെ എന്റേതായി.

സ്വന്തം ഭാര്യയോട് പോലും ചോദിക്കാതെ ആ മരണപത്രത്തിൽ ഒപ്പിട്ടതിൽ പിന്നീടദ്ദേഹത്തിന് കുറ്റബോധമുണ്ടായി. ഒറ്റയ്ക്കാണ് അദ്ദേഹം മടങ്ങിയത്. യാത്രയയയ്ക്കാൻ റെയിൽവേസ്റ്റേഷനിൽ അയ്യായിരം പേരുണ്ടായി. ആൾക്കൂട്ടത്തെ ഞാൻ തന്നെ വിളിച്ചുകൂട്ടിയതായിരുന്നു. തിക്കിത്തിരക്കിൽപ്പെട്ട് വൃദ്ധൻ നന്നേ വലഞ്ഞു. തീവണ്ടിയിൽ കയറിയപ്പോഴേക്കും ബോധംകെട്ടുവീഴുകയും ചെയ്തു.

ആ വർഷം മേധാക്ഷയം ഗുരുവിനെ ബാധിച്ചുതുടങ്ങി. സ്വന്തം പേരക്കുട്ടികളെപ്പോലും തിരിച്ചറിയാതായിത്തുടങ്ങി. കഠിനമായ നൈരാശ്യം അദ്ദേഹത്തെ കാർന്നുതിന്നു. എല്ലാം അവസാനിക്കുകയാണ് എന്ന് ഇടയ്ക്കിടെ പിറുപിറുത്തുകൊണ്ടുമിരുന്നു.

ഭാര്യയുടെ സാന്നിധ്യംപോലും അദ്ദേഹത്തിന് അതിനകം അസഹ്യമായി. മരണപത്രത്തെപ്പറ്റി ബോധവതിയായ സോഫിയ ആന്ദ്രേവ്ന കൂടെക്കൂടെ വഴക്കിട്ടു. ഭർത്താവ് തന്നെ വെറുക്കുന്നുവെന്ന അറിവ് സോഫിയ ആന്ദ്രേവ്നയേയും നീറ്റി. അതിനകം അവർക്ക് പലവിധ രോഗങ്ങളും ബാധിച്ചിരുന്നു. എന്തു പറഞ്ഞാലും അനവധി ദുരന്തഘട്ടങ്ങൾ അതിജീവിച്ചവരാണവർ. തുടർച്ചയായുള്ള പതിമ്മൂന്നു പ്രസവങ്ങൾ... ആറു കുട്ടികളുടെ മരണം... ഭർത്താവിന്റെ മനശ്ചാഞ്ചല്യങ്ങൾ... എന്നെ അവർ പരിഹസിക്കുന്നത് ടോൾസ്റ്റോയി പൊറുത്തിരുന്നുമില്ല.

ഞാൻ രംഗപ്രവേശം ചെയ്യുംമുമ്പ് ഇരുപത് വയസ്സുള്ള ഒരു സ്കൂൾ അധ്യാപകനായ വാസിലി അലക്സിയേവ് എന്നൊരു യുവാവ് ടോൾസ്റ്റോയിയെ സ്വാധീനിച്ചിരുന്നു. തന്റെ ആശയങ്ങളുമായി വാസിലിയുടെ ചിന്തകൾക്ക് സാധർമ്മ്യമുണ്ടെന്നു കണ്ട് തന്റെ കുട്ടികളുടെ അധ്യാപകനായി നിയമിക്കുകയായിരുന്നു ടോൾസ്റ്റോയി. സോഫിയ ആന്ദ്രേവ്നയ്ക്ക് ഭർത്താവുമായുള്ള ആ യുവാവിന്റെ ഇടപാടുകളിൽ അപകടം മണത്തു. അവരയാളെ പടിക്കുപുറത്താക്കി. എന്നിട്ടും കുറേക്കാലം ടോൾസ്റ്റോയി അയാൾക്കു കത്തുകളെഴുതി. അയാൾ സോഫിയ ആന്ദ്രേവ്നയെ ഭയന്ന് പ്രതികരിച്ചുമില്ല.

ഞാൻ തയ്യാറാക്കിയ മരണപത്രം രാജ്യത്തുതന്നെ വലിയ പ്രത്യാഘാതങ്ങൾ സൃഷ്ടിക്കുമെന്ന് ഞാനുൾക്കൊണ്ടിരുന്നു. സോഫിയ ആന്ദ്രേവ്ന അതറിയാതിരിക്കുവാൻ പല വൃത്തികെട്ട കളികളും ഞാൻ കളിച്ചെങ്കിലും പാളിപ്പോയി. സാഷയേയും ഞാൻ ചൊൽപ്പടിയിലാക്കിയിരുന്നു. അദ്ദേഹം ഇത്തവണ മരണമടഞ്ഞാൽ അവളെന്റെ തനിനിറം ശരിക്കുമറിയും. ഞാനാരാണെന്ന് തിരിച്ചറിയുവാൻ പോകുന്നതേയുള്ളൂ, ഇവരെല്ലാം.

ഒരിക്കൽ ഞാൻ സോഫിയ ആന്ദ്രേവ്നയെ ശരിക്കും നേരിട്ടു. ടോൾസ്റ്റോയിയുടെ കുറിപ്പുകൾകൊണ്ട് അവരുടേയും മക്കളുടേയും മുഖംമൂടി പൊളിച്ച് കള്ളി പുറത്തുകൊണ്ടുവരുമെന്ന് ഞാനലറി. നിഷ്ഠുരത തന്നെയാകാം - അവരെ ചെളിയിലൂടെ വലിച്ചിഴയ്ക്കുമെന്നും ഞാൻ ആക്രോശിച്ചു. ഇത്തരം ഒരാക്രമണം ഞാനഴിച്ചുവിട്ടിട്ടും ഗുരു ഭാര്യക്കോ കുട്ടികൾക്കോ അനുകൂലമായി ഒന്നനങ്ങിയതുപോലുമില്ല. അദ്ദേഹം എന്റെ അടിമതന്നെയായി കഴിഞ്ഞിരുന്നു. എന്റെ കൈവശമുള്ള ഡയറികൾ തിരിച്ചുതരണമെന്ന് അന്നുമുതൽ കണ്ണീരോടെ സോഫിയ ആന്ദ്രേവ്ന അഭ്യർത്ഥിച്ചുതുടങ്ങി.

ഇത്തരം അഭ്യർത്ഥനകൾ തുടരെത്തുടരെ ഞാൻ നിഷേധിക്കെ, സോഫിയ ആന്ദ്രേവ്ന ഭർത്താവിനു മുന്നിൽ ആത്മഹത്യാഭീഷണി മുഴക്കി. അപ്പോൾ മാത്രമാണ് ടോൾസ്റ്റോയി പുത്രി സാഷയെ കളത്തിലിറക്കിയത്. അമ്മയെ ഒരു മനോരോഗവിദഗ്ധനെ കാണിക്കുവാനാണ് ഞാനപ്പോൾ സാഷയോട് പറഞ്ഞത്. അമ്മയുടെ എതിർപ്പ് വകവെക്കാതെ

അവൾ മോസ്കോയിലുള്ള ഒരു ഞരമ്പുരോഗവിദഗ്ധനെ വരുത്തി. സോഫിയ ആന്ദ്രേവ്നയ്ക്ക് ഹിസ്റ്റീരിയയും ഡെമൻഷ്യയും പാരനോയിയമുണ്ടെന്ന് ഡോക്ടർ കണ്ടെത്തി. എനിക്കത് നന്നായി ബോധിച്ചു. എന്നെയും തന്റെ പിതാവിനേയുംകുറിച്ച് അമ്മയ്ക്കുണ്ടായിരുന്ന വിരുദ്ധ കാഴ്ചപ്പാടുകൾ നീക്കാൻ കഴിയുമോ എന്ന് സാഷ ആത്മാർത്ഥമായും ആഗ്രഹിച്ചു. സോഫിയ ആന്ദ്രേവ്നയെ അപമാനിക്കുവാൻ പാകത്തിൽ ഒരു സർട്ടിഫിക്കറ്റ് ഡോക്ടറിൽനിന്നും വാങ്ങുവാൻ ഞാൻ മറന്നതുമില്ല. പിന്നീടതുപകരിക്കുമല്ലോ.

അതിനുശേഷം ഞാൻ ഗുരുവിലുള്ള നിയന്ത്രണങ്ങൾ കൂടുതൽ മുറുക്കി. എനിക്ക് താത്പര്യമുള്ളവർക്കു മാത്രമേ ഗുരുവിനെ കാണാൻ കഴിയൂ എന്ന നിലയിലായി. ആ വീട്ടിൽ നടക്കുന്നതു മുഴുവനും രഹസ്യ ദൂതർ എനിക്ക് റിപ്പോർട്ട് ചെയ്തുകൊണ്ടുമിരുന്നു.

ഇടയ്ക്കിടെ ഗുരു ബോധരഹിതനായി നിലംപതിച്ചുതുടങ്ങി. കട്ടിലിൽ ശൂന്യനേത്രനായി വളരെ നേരം ദൂരേക്ക് നോക്കിയിരിക്കുന്നത് പതിവായി. ഡോക്ടർമാരുടെ ഒരു സംഘം മാറിമാറി പരിശോധിച്ചു. ആ ദിനങ്ങളിലാണ് സോഫിയ ആന്ദ്രേവ്ന ആ മാരകസത്യം തിരിച്ചറിഞ്ഞത് - തന്റെ ഭർത്താവ് ഒരു മരണപത്രം താനറിയാതെ തയ്യാറാക്കിയിരിക്കുന്നു. സോഫിയ ആന്ദ്രേവ്ന തകർന്നുപോയി. ഭർത്താവിന്റെ മരണശേഷം പൊട്ടിപ്പുറപ്പെടാൻ പോകുന്ന ജനപ്രവാദങ്ങളോർത്ത് അവർ സ്വയം ഉരുകിപ്പോയി.

പലവട്ടം ഞാൻ സ്വപ്നം കണ്ടത് അവസാനം സംഭവിച്ചു. ഒടുവിൽ ഗുരു വീടുവിട്ടിറങ്ങി നട്ടപ്പാതിരയ്ക്ക്. സഹായിയായി ഈ ഡോക്ടറും. അവർ കയറിയ തീവണ്ടിയിൽ വലിയ തിരക്കായിരുന്നു. മൂന്നാംക്ലാസിലേ കയറാവൂ എന്ന് ഗുരു നിർബന്ധിച്ചത്രേ! യാത്രക്കാരിൽ ഭൂരിഭാഗവും പുക വലിക്കാരായതിനാൽ ഗുരുവിന് ശ്വാസകോശത്തിലുണ്ടായിരുന്ന കുഴപ്പം വർധിച്ചു. ഡോക്ടർ എനിക്ക് കമ്പിയടിച്ചത് ഭാഗ്യമായി. സോഫിയ ആന്ദ്രേവ്നയും സംഘവും വന്നെത്തുംമുമ്പ് ഞാനെത്തി കാര്യങ്ങൾ എന്റെ നിയന്ത്രണത്തിലാക്കി. ബാക്കി വഴിയേ കാണാം.

എട്ട്
പിന്തുടരുന്ന മരണം

ഒപ്റ്റിനയിലുള്ള സന്ന്യാസാശ്രമത്തിലേക്കായിരുന്നത്രേ അദ്ദേഹം യാത്ര തിരിച്ചത്. അവിടെ തനിക്ക് സ്വസ്ഥമായി ചിന്തിക്കുവാനും എഴുതുവാനും കഴിയുമെന്ന് അദ്ദേഹം മോഹിച്ചുകാണും. ഒപ്റ്റിനയിൽനിന്ന് മകൾ സാഷയ്ക്ക് അദ്ദേഹം കത്തെഴുതി. ചില പുസ്തകങ്ങളാവശ്യപ്പെട്ടു. തന്റെ പരിശ്രമം വിജയിച്ച വിവരവും അതേപ്പറ്റി ഇനിയും അവശേഷിക്കുന്ന ഭയവും ചെർത്ക്കോവിനെ അറിയിക്കണമെന്നും നിർദ്ദേശിച്ചു. രണ്ടു പ്രണയകഥകൾ കൂടി എഴുതുവാനുദ്ദേശിക്കുന്നുണ്ടെന്നും മകൾക്കെഴുതിയ കത്തിലുണ്ടായിരുന്നു. വരുമ്പോൾ കരമസോവ് സഹോദരന്മാർ എന്ന നോവൽ എടുക്കാൻ മറക്കരുതെന്നും നിർദ്ദേശിച്ചിരുന്നത്രേ.

ഞാൻ കുളത്തിൽ ചാടി ആത്മഹത്യയ്ക്കൊരുങ്ങിയ വിവരം സാഷ അദ്ദേഹത്തെയറിയിച്ചുവെന്ന് താനിയ കുറച്ചുമുമ്പെന്നോട് പറഞ്ഞു. ആന്ദ്രേയിയുമായിച്ചേർന്ന് അമ്മ പുതിയ പദ്ധതികൾ ആവിഷ്കരിക്കുക യാണെന്നും അവൾ പറഞ്ഞത്രേ. അവൾ പറഞ്ഞത് വലിയ പാതകം തന്നെ. ഞാൻ വെള്ളത്തിൽച്ചാടിയത് മരിക്കാൻ വേണ്ടിത്തന്നെയായി രുന്നു. സാഷയും ബൾഗാക്കോവും ചേർന്ന് എന്നെ രക്ഷിച്ചു. ഇങ്ങോട്ടു പുറപ്പെടുന്നതുവരെ കിടപ്പിലുമായിരുന്നു. ഞാൻ രക്ഷപ്പെട്ടെന്നു കേട്ട തോടെ അദ്ദേഹം പരിഭ്രമത്തിലായി. അന്വേഷിച്ചുവരുമെന്ന ഭയംകൊണ്ട് വിവരം അറിഞ്ഞ അന്നുതന്നെ അവിടംവിട്ടു. ജ്വരം അധികരിച്ചിരുന്നു താനും. ന്യുമോണിയയാണെന്ന് ഡോക്ടർ സംശയിച്ചതിനാൽ ലിയോ അസ്റ്റപ്പോവ റെയിൽവേ സ്റ്റേഷനിലിറങ്ങി.

സാധുവായിരുന്നു സ്റ്റേഷൻ മാസ്റ്റർ. തന്റെ ചെറിയ വസതി അയാൾ ആ മഹാസാഹിത്യകാരന് ഒഴിഞ്ഞുകൊടുത്തു. എലിശല്യമുള്ള ഈ കുടുസ്സുവീട്ടിൽ ആദ്യത്തെ രാത്രി പതിന്നാലുപേരാണ് കഴിച്ചുകൂട്ടിയത്. സന്ദർശകപ്രവാഹം അപ്പോൾ തുടങ്ങിയതാണ്. ഇപ്പോഴും ധാരമുറിയാതെ തുടരുന്നു. തീവണ്ടികളുടെ ഭയാനകമായ ഇരമ്പം, ദുർഗന്ധം, ശ്വാസം മുട്ടിക്കുന്ന അന്തരീക്ഷം... ഹൊ! മരണാസന്നനായ രോഗി ഇതെങ്ങനെ സഹിക്കുന്നു?

അമ്മയെ സമാധാനിപ്പിക്കണമെന്ന് മക്കൾക്ക് അദ്ദേഹം കത്തെഴുതി. സന്ദേശം ലഭിച്ചയുടൻ ചെർത്ക്കോവ് സ്ഥലത്തെത്തി ഗുരുവിന്റെ അപകടനില കണ്ടു. ന്യുമോണിയ സ്ഥിരീകരിക്കപ്പെട്ടിരുന്നു.

പിറ്റേന്നത്തെ പത്രങ്ങൾ ടോൾസ്റ്റോയിയുടെ അവസ്ഥ റിപ്പോർട്ട് ചെയ്തു. ഞാൻ എത്തിച്ചേർന്നപ്പോഴേക്കും ഈ വീടും പരിസരവും പൊലീസ് ബന്തവസ്സിലായിക്കഴിഞ്ഞിരുന്നു. ഞാൻ വന്ന വിവരം ശിഷ്യർ മനപ്പൂർവം അദ്ദേഹത്തെ അറിയിച്ചില്ല. ഞാൻ ജനാലയിലൂടെ എത്തിനോക്കുന്നതിന്റെ ഫോട്ടോ പത്രത്തിൽ വന്നു. രോഗിയായ ഭർത്താവിനെ കാണാൻ ശിഷ്യർ അനുവദിക്കുന്നില്ല എന്ന വാർത്ത അങ്ങനെ ജനം അറിഞ്ഞിരിക്കുന്നു. എന്നെപ്പറ്റി അദ്ദേഹം താനിയയോട് ആരാഞ്ഞപ്പോൾ ഞാൻ സ്ഥലത്തുള്ള വിവരം അവളും മറച്ചുവെച്ചു. എന്നെപ്പറ്റി അറിയുവാൻ അദ്ദേഹം ഉദ്വിഗ്നത പുലർത്തുംതോറും ആരും ആ ഭാഗം സ്പർശിച്ചതേയില്ല. താനിയയെ ഞാൻ കുറ്റപ്പെടുത്തുന്നില്ല. അമ്മ ഇനിയും അച്ഛനെ കാണുന്നത് കാര്യങ്ങൾ കൂടുതൽ വഷളാക്കുമെന്ന് അവൾ കരുതിപ്പോയിരിക്കും. അവളോട് അച്ഛൻ പറഞ്ഞത്രേ. "പാവം! സകലതും സോഫിയയുടെ ശിരസ്സിലാണ് മഹാഭാരങ്ങൾ... ഞങ്ങൾ കാര്യങ്ങൾ മോശമായി കൈകാര്യം ചെയ്തു. കഷ്ടം" എന്ന്. താനിയ സാഷയെപ്പോലെയല്ല. അവൾ പാവമാണ്. നന്മയെക്കരുതി മാത്രമാവും അവൾ മൗനം പാലിച്ചത്. മരിക്കുംമുമ്പ് അവർ അച്ഛനെ കാണാൻ അമ്മയെ അനുവദിക്കുമെന്ന് ഇന്നലെ രാത്രി അവളെന്നോട് തീർപ്പു പറഞ്ഞത് എനിക്ക് പ്രത്യാശയുണ്ടാക്കുന്നു. 'അമ്മയെ കാണണോ' എന്ന് ചോദിക്കാൻ അവൾ വെമ്പിയപ്പോഴേക്കും അച്ഛൻ അബോധത്തിലേക്ക് വഴുതിപ്പോയത്രേ. അന്ത്യശ്വാസമെടുക്കും മുമ്പെങ്കിലും എനിക്ക് കാണാൻ കഴിയില്ലേ? എന്തൊരു വിധി!

വിവാഹവാർഷികദിനങ്ങളിലെല്ലാം ഞാൻ ക്രെംലിൻ ദേവാലയത്തിലെത്തി പ്രാർത്ഥനാനിരതയായി നില്ക്കും. ഞങ്ങൾ പിന്നിട്ട സാരള്യത്തിന്റേയും മധുരസ്മരണകളുടേയും നേർക്ക് ചേതനയെ തിരിച്ചുവിടും. ടോൾസ്റ്റോയി വഴി ദൈവമെനിക്കു നല്കിയ പരമാനന്ദത്തിന് നന്ദി പറയുകയും ചെയ്യും. കഴിഞ്ഞ ചില വർഷങ്ങളായി എനിക്കതിന് കഴിഞ്ഞിട്ടില്ല.

വീട്ടിലുള്ളപ്പോഴൊക്കെ എന്റെ ശ്രദ്ധ ഭർത്താവിന്റെ കാര്യങ്ങളിലായിരുന്നു. ലിയോയുടെ ആരോഗ്യം തകരാറിലാവാതെ സൂക്ഷിക്കാൻ വേണ്ടതൊക്കെയും ഞാൻ ചെയ്തു. കഴിക്കേണ്ട ആഹാരം, ധരിക്കേണ്ട വസ്ത്രം... എല്ലാം ഞാൻ തന്നെ നിശ്ചയിച്ചു.

പ്രായമേറുംതോറും ഞാൻ ലൈംഗികബന്ധത്തെ വെറുത്തു. പക്ഷേ, അദ്ദേഹത്തിന് പ്രേമത്തിന്റെ ശാരീരികവശം കൂടുതൽ ശക്തമാകുകയാണുണ്ടായത്. ആദർശവൽക്കരിക്കപ്പെടേണ്ടതാണ് പ്രേമമെന്നാണ് ഈ പ്രായത്തിലും എന്റെ അഭിപ്രായം. എന്നിട്ടും ഭർത്താവിന്റെ എല്ലാ

ഇംഗിതങ്ങൾക്കും ഞാൻ വഴങ്ങി - പലപ്പോഴും അത്യന്തം ദുഃഖിതയായിപ്പോലും. ആദർശവാദിയും കലാകാരനുമായ തനയേവാണ് എന്നിലെ സ്നേഹദാഹം തിരിച്ചറിഞ്ഞത്. ആ പിയാനോ വായനയിൽ ഞാൻ ലയിച്ചുപോകും. സ്വന്തം കലയെക്കുറിച്ചുള്ള അയാളുടെ സംസാരം എത്ര കേട്ടാലും മതിവരികയുമില്ല.

അച്ഛന്റെ ആദർശങ്ങളിൽ അടിയുറച്ചു വിശ്വസിച്ചിരുന്ന രണ്ടു പെൺമക്കളായിരുന്നു മാഷയും താനിയയും. ഒരിക്കലുമവർ പിതാവിനെ ഉപേക്ഷിച്ചു പൊയ്ക്കളയുമെന്ന് അദ്ദേഹം കരുതിയിരുന്നിരിക്കുകയില്ല. മാഷയാണെങ്കിൽ പിതാവിന്റെ കാലടിപ്പാടുകൾ പിന്തുടരുന്നതിനായി സ്വന്തം സ്വത്തവകാശംപോലും ത്യജിച്ചവളുമാണ്. അച്ഛനെ അനുകരിച്ച് അവൾ മാംസഭക്ഷണം ഒഴിവാക്കുകകൂടി ചെയ്തുവെന്നോർക്കുക. ഒബോലെൻസ്കിയുമായുള്ള അവളുടെ പ്രണയം ഞങ്ങളറിഞ്ഞിരുന്നേയില്ല. അയാൾ എന്റെ ഒരകന്ന ബന്ധുവായിരുന്നു. ഏതോ വിവാഹത്തിന് സംബന്ധിച്ചപ്പോഴാണ് ഇരുവരും കണ്ടുമുട്ടിയത്. ക്ഷയിച്ച ഒരു പ്രഭുകുടുംബമായിരുന്നു അയാളുടേത്. ഒരു ദരിദ്രകുടുംബത്തിൽച്ചെന്നു കയറിയാലുളവാകാവുന്ന വൈഷമ്യങ്ങളെപ്പറ്റി അച്ഛനവൾക്കു പറഞ്ഞുകൊടുത്തു. പലരീതിയിൽ അവളെ പിൻതിരിപ്പിക്കാൻ ശ്രമിച്ചു. ഒന്നും നടന്നില്ല. അവൾ ആകെ ഇടംതിരിഞ്ഞു. സ്വേച്ഛയാ വിവാഹനിശ്ചയം പ്രഖ്യാപിക്കുകയും താൻ വേണ്ടെന്നുവെച്ച സ്വത്തിനുള്ള അവകാശം പുനഃസ്ഥാപിച്ചുകിട്ടണമെന്ന് കലഹിക്കുകയും ചെയ്തു. തീർച്ചയായും നിയുക്തവരനായ ഒബോലെൻസ്കി അതിനു പിന്നിൽ പ്രേരണ ചെലുത്തിക്കാണും. ക്രിസ്തുമതവിധിപ്രകാരം തന്നെയായിരുന്നു വിവാഹം. ഒരു ദരിദ്രഭവനത്തിലേക്കു മകൾ യാത്രയാകുന്നത് കണ്ണീരോടെ പിതാവ് നോക്കിനിന്നു.

താനിയായുടെ വിവാഹമാണ് അച്ഛനെ അതിലേറെ ദുഃഖിതനാക്കിയത്. അവൾ ഭാര്യയും ആറു കുട്ടികളുമുള്ള ഒരു മധ്യവയസ്കനെ പ്രണയിച്ചു. മുപ്പത്തിമൂന്നാംവയസ്സുവരെ അവൾ പിതാവിന്റെ ആദർശങ്ങൾ പ്രയോഗവൽക്കരിക്കുന്നതിനുവേണ്ടി മാത്രം ജീവിതമുഴിഞ്ഞുവെച്ചവളാണ്.

സാഷയാണ് പിന്നീടുള്ളത്. അച്ഛന്റെ പിറകെപോകാതെ, മതഭക്തയായി അവളെ വളർത്തണമെന്ന് കരുതി എന്റെ ചിറകിൻകീഴിൽ സൂക്ഷിച്ചുതന്നെ ഞാനവളെ വളർത്തിക്കൊണ്ടുവന്നു. എങ്കിലും പതിനഞ്ചു വയസ്സായപ്പോഴേക്കും അവളും അച്ഛന്റെ പക്ഷം ചേർന്നു. തനിക്ക് പള്ളിയിൽ പോകാനാഗ്രഹമില്ലാതായെന്ന് അവൾ വെട്ടിത്തുറന്നു പറഞ്ഞു. പിതാവിന്റെ പ്രേരണയാവും ഈ നിഷേധമെന്നുറപ്പിച്ച് ഞാൻ കരഞ്ഞുകൊണ്ട് അദ്ദേഹത്തിനരികിലോടിയെത്തി. സാഷയെയെങ്കിലും നേരെചൊവ്വേ ജീവിക്കാനനുവദിക്കണമെന്ന് കിണഞ്ഞു പറഞ്ഞു. അദ്ദേഹം അവളെ ഒന്നിനും നിർബന്ധിച്ചിട്ടില്ല എന്നെനിക്കു മനസ്സിലായി.

അമ്മയെ ദുഃഖിപ്പിക്കരുതെന്നും പള്ളിയിൽ പോകണമെന്നുമാണ് അദ്ദേഹം അവളെ ഉപദേശിച്ചത്. ഒരു ദർശനസംഹിതയിൽ ഉറച്ച വിശ്വാസം ഉണ്ടാകുന്ന സമയത്ത് അതിനുവേണ്ടി ജീവിക്കുന്നതിൽ തെറ്റില്ലെന്നും അതിനു സമയമായിട്ടില്ലെന്നും മകളെ ഉപദേശിക്കുകയും ചെയ്തു.

ചെർത്ക്കോവിനേയും മറ്റു ചില ടോൾസ്റ്റോയി ശിഷ്യന്മാരേയും ഗവണ്മെന്റ് നാടുകടത്തിയതോടെ ഞാൻ വിഹ്വലയായി. അദ്ദേഹത്തേയും അവർ നാടുകടത്തുമോ? അഥവാ ശിക്ഷ അതിനുമപ്പുറത്തേക്ക് കടന്നാൽ? ആയിടെ വന്ന ചില ഭീഷണിക്കത്തുകളിൽ അത്തരം സൂചനകളുണ്ടായിരുന്നു താനും. ദസ്തയവ്സ്കി അനുഭവിച്ച ദുരന്തങ്ങൾ ഞാൻ വായിച്ചറിഞ്ഞിരുന്നു. അന്നയെ നേരിൽ കണ്ടപ്പോൾ കൂടുതലറിയുകയും ചെയ്തു.

എന്നാൽ വരുന്നതെന്തായാലും നേരിടാനും കുരിശിലേറ്റപ്പെടാനും പോലുമുള്ള ആത്മശക്തി ടോൾസ്റ്റോയി കൈവരിച്ചിരുന്നു. ഒരു ലോകനായകനായി ഉയർന്നുകഴിഞ്ഞിരുന്ന ടോൾസ്റ്റോയിയെ തൊട്ടാൽ വലിയ ജനരോഷം ഉയർന്നുവരുമെന്നറിഞ്ഞതിനാൽത്തന്നെ ചക്രവർത്തി അദ്ദേഹത്തെ ഉപദ്രവിക്കാൻ ധൈര്യപ്പെട്ടിട്ടുമില്ല.

എന്റെ ഭർത്താവിനെന്തെങ്കിലും സംഭവിച്ചാൽ ഈ കുടുംബം തന്നെ ഇല്ലാതായിപ്പോകും. പക്ഷേ, ഒരു കുടുംബനാഥനെന്ന നിലയ്ക്ക് അദ്ദേഹം ഒരു വൻപരാജയവുമാണ്. ഒരു ഭർത്താവിന്റെ ഉത്തരവാദിത്വം സന്തതികളെ ഉത്പാദിപ്പിക്കൽ മാത്രമാണോ? സകലരും ടോൾസ്റ്റോയിയുടെ മൂല്യങ്ങളെ വാഴ്ത്തി. പക്ഷേ, ഒരു പിതാവെന്ന നിലയിൽ കുഞ്ഞുങ്ങൾ അർഹിക്കുന്ന വാത്സല്യംപോലും അദ്ദേഹം പകർന്നിട്ടില്ല എന്നാരറിയുന്നു?

അങ്ങനെയിരിക്കെ ഒരു നാൾ അദ്ദേഹത്തിന് ശക്തമായ മലമ്പനി ബാധിച്ചു. വാതവും വയറ്റുവേദനയും ശല്യപ്പെടുത്തിക്കൊണ്ടിരിക്കെയാണീ ആക്രമണം. അസൂയാലുക്കൾ അതോടെ സന്തോഷിച്ചു - വൃദ്ധനായ ടോൾസ്റ്റോയി ഇതോടെ ഒടുങ്ങുമെന്ന്. ബന്ധുജനങ്ങളെല്ലാം മരണം ആസന്നമായെന്നു ധരിച്ച് യാസ്നായ പോള്യാനയിൽ വന്നുചേർന്നു. മരണം സംഭവിച്ചാൽ ജനങ്ങൾ ഇളകുമെന്നു ഭയന്ന് ചക്രവർത്തി മുൻകൂട്ടി നിരോധനാജ്ഞകൾ പ്രഖ്യാപിക്കുകവരെയുണ്ടായി.

ഈ ദിനങ്ങളിൽ അദ്ദേഹത്തെ എനിക്ക് സ്വന്തമായി കിട്ടി. ഒരു ശിശുവിനെയെന്നോണം ഞാൻ അദ്ദേഹത്തെ ശുശ്രൂഷിച്ചു. അദ്ദേഹത്തെ പരിചരിക്കുന്നത് എന്റെ ഏറ്റവും വലിയ ആനന്ദമായിരുന്നു. ഏതെങ്കിലും സുഖവാസകേന്ദ്രത്തിൽ വിശ്രമിക്കാനായിരുന്നു ഭിഷഗ്വരരുടെ നിർദ്ദേശം. ഒരു ധനിക സുഹൃത്ത് ഒഴിഞ്ഞുതന്ന ഒരു വലിയ വീട് ഭൂമിയയിലുണ്ടായിരുന്നു. ഞങ്ങൾ അങ്ങോട്ടു മാറി. ഒരു സ്വകാര്യ തീവണ്ടിയിലായിരുന്നു യാത്ര. അടുക്കളയടക്കം എല്ലാ സൗകര്യങ്ങളുമുള്ള വണ്ടി.

ഞങ്ങൾ ചെന്നിറങ്ങിയപ്പോൾ സ്റ്റേഷനിൽ വിദ്യാർത്ഥികളുടെ തിരക്കായിരുന്നു. മഹാനായ ടോൾസ്റ്റോയിയെ ഒരുനോക്കു കാണാൻ വന്നവർ.

സന്ദർശകരുടെ ബഹളത്തിൽനിന്നും രക്ഷപ്പെടാൻ കഴിഞ്ഞിരുന്നില്ലെങ്കിലും ഭൂമിയയിലെ താമസംകൊണ്ട് ആരോഗ്യം രക്ഷപ്പെട്ടു. ചെഖോവും ഗോർഖിയും ആഴ്ചയിലൊരിക്കൽ അവിടം സന്ദർശിച്ചു. അദ്ദേഹത്തിന് ഏറ്റവും പ്രിയപ്പെട്ട രണ്ട് സുഹൃത്തുക്കളായിരുന്നു അവർ. ഗോർഖിയോട് എനിക്ക് വലിയ താത്പര്യം തോന്നിയിട്ടില്ല. അയാൾക്കാണെങ്കിൽ എന്നെ വലിയ ബഹുമാനവുമായിരുന്നു. ടോൾസ്റ്റോയിയെ സന്ദർശകപ്പടയിൽനിന്നും രക്ഷിക്കുന്നതിന് ഒരിക്കൽ അയാളെനിക്കു ഗൗരവമായിത്തന്നെ നന്ദി പറഞ്ഞപ്പോൾ ഞാൻ ചിരിച്ചുപോയി.

സെന്റ് പീറ്റേഴ്സ്ബർഗിൽ നിന്നും ചക്രവർത്തിയെ ചികിത്സിക്കുന്ന ഒരു ഭിഷഗ്വരനെത്തന്നെ ധനവാനായ ഒരു സുഹൃത്ത് കൂട്ടിക്കൊണ്ടുവന്നു. വലിയ പൊങ്ങച്ചക്കാരനായിരുന്നു ആ ഡോക്ടർ. പക്ഷേ, ചികിത്സ ഫലിച്ചു. ഞങ്ങൾ യാസ്നായയിലേക്കു തിരിച്ചുപോയി. അതോടെ സന്ദർശകരുടെ എണ്ണം നിയന്ത്രണാതീതമായി. രണ്ട് കാവൽക്കാരെക്കൂടി എനിക്ക് പടിവാതിലിൽ നിർത്തേണ്ടതായി വന്നു. തീർത്ഥാടകരും യാചകരും സന്ന്യാസിമാരും ഭ്രാന്തന്മാരും പണ്ഡിതരും നിരക്ഷരരും കോടീശ്വരരും റഷ്യ കാണാൻ വരുന്ന വിദേശികളുമെന്നുവേണ്ട, സന്ദർശകരേയും അതിഥികളേയും കൊണ്ടെനിക്ക് വയ്യാതായി. എനിക്ക് പലപ്പോഴും ക്ഷീണംകൊണ്ട് അലറിവിളിക്കാൻ തോന്നിപ്പോയി.

ഈ തിരക്കുകൾക്കിടയ്ക്കും ഞാൻ ടൈപ്പു ചെയ്യാൻ പഠിച്ചു. ചിത്രമെഴുതി. പിയാനോ വായിക്കുകയും ചെയ്തു.

റഷ്യയും ജപ്പാനും തമ്മിൽ യുദ്ധം പൊട്ടിപ്പുറപ്പെട്ടതോടെ ഞാൻ തീർത്തും ചകിതയായി. യുദ്ധസേവനത്തിനായി മകൻ ആന്ദ്രേയി അതിർത്തിയിലേക്കു പൊയ്ക്കളഞ്ഞു. ലിയോവും ചക്രവർത്തിയെ അനുകൂലിച്ചു. സെർജിയുടേയും അഭിപ്രായം മറ്റൊന്നായില്ല.

അതോടെ ടോൾസ്റ്റോയിയുടെ നിഷ്പക്ഷതയും അക്രമരാഹിത്യവും ആർക്കും വേണ്ടാതായി. ഞാനും മക്കളോടൊപ്പം നിന്നു.

യുദ്ധകാലത്ത് ഞാൻ രോഗാതുരയായി വീണുപോയി. ടോൾസ്റ്റോയി എന്റെ മുറിയിൽനിന്നും മാറാതെ നിന്നു. ഡോക്ടർമാർ എനിക്ക് ഒരു ശസ്ത്രക്രിയ വിധിച്ചു. അത് മറികടക്കുകയില്ല എന്നുതന്നെ ഞാൻ കരുതി. അതിനാൽ ഒരു പുരോഹിതനെ വരുത്തി കുമ്പസാരിക്കുകയും ചെയ്തു. അന്ത്യകൂദാശയും ലഭിച്ചു. മക്കളേയും വേലക്കാരേയും വിളിച്ച് അരികിൽ നിർത്തി ഞാൻ ഓരോരുത്തരോടും ക്ഷമ ചോദിച്ചു. മുഖം പൊത്തിക്കരഞ്ഞു. വേദനയോടെ അവർ മുറിവിട്ടുപോയി.

ശസ്ത്രക്രിയ നടന്ന സമയം സമാധാനമായി വീട്ടിലിരിക്കുവാൻ അദ്ദേഹത്തിന്നായില്ല. തൊട്ടടുത്ത ഒരു ഉപവനത്തിലേക്ക് പോയ അദ്ദേഹം

ശസ്ത്രക്രിയ വിജയമായാൽ വീട്ടിലെ വലിയ മണി രണ്ടുവട്ടവും പരാജയമെങ്കിൽ ഒരു തവണയും അടിക്കുവാൻ ഒരു ഭൃത്യന് കല്പന നല്കി. വനത്തിലിരുന്ന് അദ്ദേഹം പ്രാർത്ഥനയിൽ മുഴുകി.

സാഷയാണ് വനത്തിലേക്കോടിച്ചെന്ന് അച്ഛനെ വിവരം അറിയിച്ചത്. മരണം ആസന്നമാണെന്നു വന്ന ദിനങ്ങളിൽ ഞാൻ തികച്ചും ആത്മീയമായ ഒരു മേഖല പൂകി. സ്വത്തിനും ഭോഗാനുഭവങ്ങൾക്കുമായുള്ള മനുഷ്യന്റെ നെട്ടോട്ടമോർത്ത് ഞാൻ ചിരിക്കുകയും കരയുകയും ചെയ്തു. സകലതിനേയും വിട്ട് പരലോകത്തേക്ക് പോകാൻ ഞാൻ സന്നദ്ധയുമായി. ടോൾസ്റ്റോയിയോട് വിട ചോദിച്ചപ്പോൾ മാത്രം ഞാൻ പൊട്ടിക്കരഞ്ഞു. കൂനിപ്പിടിച്ച ശരീരവുമായി അദ്ദേഹം പിൻതിരിഞ്ഞുപോകുന്ന കാഴ്ച എന്റെ ഹൃദയത്തിൽ കൊളുത്തിവലിച്ചു.

കുടുംബം മറ്റൊരു പ്രതിസന്ധിയെക്കൂടി അഭിമുഖീകരിക്കുകയായിരുന്നു. ഒരു ദിവസം നടക്കാനിറങ്ങിയ മാഷാ തിരിച്ചുവന്നത് കൊടിയ തലവേദനയുമായാണ്. അവൾക്കു കഠിനമായ ജ്വരവുമുണ്ടായിരുന്നു. ശരീരം നന്നേ വിറകൊണ്ടുമിരുന്നു. രോഗം ഇരട്ടന്യുമോണിയയായിരുന്നു. വന്നപാടെ കിടക്കയിൽ വീണു. ദിവസങ്ങൾക്കകം രോഗം ഉച്ചസ്ഥായിയിലെത്തി. ഡോക്ടർമാർ നിസ്സഹായരായി. അവൾ മരിച്ചു.

മരണത്തലേന്ന് രാത്രി ഞങ്ങളെല്ലാം അവളുടെ കിടക്കയ്ക്കരികിലെത്തി. അവളുടെ അച്ഛൻ, ഞാൻ, ഭർത്താവ്, സാഷാ... എല്ലാവരും. മെഴുകുതിരി മങ്ങിക്കത്തിക്കൊണ്ടിരുന്നു. ക്രമരഹിതമായി അവളുടെ നെഞ്ചിൻകൂട് ഉയർന്നുതാണുകൊണ്ടിരുന്നു. അവൾ അച്ഛന്റെ കൈകൾ കൂട്ടിപ്പിടിച്ച് നെഞ്ചിൽവെച്ച് “ഞാൻ മരിക്കുന്നു...” എന്നു ഗദ്ഗദം കൊണ്ടു. അതോടെ എല്ലാം നിലച്ചു. അവൾക്ക് മുപ്പത്തഞ്ചേ പ്രായമുണ്ടായിരുന്നുള്ളൂ.

കഠിനമായ ദുഃഖത്തിൽനിന്നും ഞാൻ കരകയറിയത് തത്ത്വചിന്തയിലൂടെ തന്നെയാണ്. പക്ഷേ, എനിക്കതിനു കഴിയുമോ? പതിമ്മൂന്നു കുട്ടികളിൽ ആറെണ്ണം നേരത്തെ പോയി. ഇത് ഏഴാമത്തേതായി വേർപാട്. അവൾ നൂറു ശതമാനം അച്ഛനെ തുണച്ചവളാണ് - തത്ത്വത്തിലും പ്രയോഗത്തിലും. ഞാനുമായി ഒരിക്കലും അവൾ പൊരുത്തപ്പെട്ടിട്ടേയില്ല. പക്ഷേ, അവൾ എന്റെ ഗർഭപാത്രത്തിൽത്തന്നെ കുരുത്തതല്ലേ?

ഒമ്പത്

സ്നേഹദ്വേഷങ്ങൾ

എന്നെ കുറ്റപ്പെടുത്തുന്നവരോട് ഒരു വാക്ക്.

സ്വന്തം ആദർശങ്ങൾക്കനുസരണമായി ജീവിക്കാൻ എന്റെ ഭർത്താവിന് കഴിഞ്ഞിട്ടില്ല. ആദർശങ്ങൾക്കു തമ്മിൽ അന്യോന്യം പൊരുത്തക്കേടുകളുണ്ടായിരുന്നു. അഭിപ്രായങ്ങൾ ഇടയ്ക്കിടെ അദ്ദേഹം മാറ്റിക്കൊണ്ടുമിരുന്നു. ഒരേസ്വരം പുറപ്പെടുവിക്കാൻ താനൊരു മരംകൊത്തിയൊന്നുമല്ല എന്നും പറഞ്ഞിട്ടുണ്ട്. തന്നിൽനിന്നുതന്നെ ഒളിച്ചോടാൻ തക്കം പാർത്തിരിക്കുകയായിരുന്നു അന്ത്യംവരെയും ആ മനുഷ്യൻ.

സമുദായവും പള്ളിയുമാണ് ആ മനുഷ്യന്റെ വിധി ഇത്രമേൽ ദാരുണമാക്കിയത്. എന്നെയല്ല സമുദായത്തെയാണ് നിങ്ങൾ പഴിക്കേണ്ടത്. ഒരേ സമയം ഭാഗ്യവും നിർഭാഗ്യവുമാണ് ടോൾസ്റ്റോയിയുടെ ഭാര്യയായിരിക്കുകയെന്നത്. ഞാനൊരാൾ മാത്രമാണോ സകലതിനും ഉത്തരവാദി? സകലരും എന്നെയാണ് പ്രതിക്കൂട്ടിൽ നിർത്തുന്നത്. ചരിത്രത്തിൽ എക്കാലത്തും സ്ത്രീ ഈ വിധി അനുഭവിക്കുന്നതായി കാണുന്നു. സോക്രട്ടീസിന്റെ ഭാര്യ സാന്തിപ്പിയുടെ കഥ എന്റേതിനേക്കാൾ ദാരുണമാണെന്ന് തോന്നുന്നു. കാരാഗൃഹത്തിന്നരികിൽ കത്തുന്ന വെയിലിൽ ശിശുവിനേയും മാറിലടുക്കി സോക്രട്ടീസിനെക്കാത്തുനില്ക്കുന്ന സാന്തിപ്പിയുടെ ചിത്രം ഞാൻ വായിച്ചിട്ടുണ്ട്. ഞാനും സാന്തിപ്പിതന്നെ - ദരിദ്രയല്ലെന്നുമാത്രം.

മനുഷ്യരാശിയുടെ സുഖത്തിനായി ടോൾസ്റ്റോയി പ്രഖ്യാപിച്ച കാര്യങ്ങളൊക്കെയും എന്റെ ജീവിതത്തെയാകമാനം സങ്കീർണവും ദുഷ്കരവുമാക്കിക്കളഞ്ഞു. എനിക്ക് ചെലവുകൾ കൂടി. താൻ മാത്രമാണ് ശരി എന്ന മനോഭാവം കുടുംബബന്ധങ്ങളെ വല്ലാതെയുലയ്ക്കുകയും ചെയ്തു. പലപ്പോഴും മരവിച്ച ഒരു ഹൃദയമാണ് ഭർത്താവിൽ ഞാൻ കണ്ടെത്തിയത്. ഒരു ഭാര്യയോട് സ്നേഹം പുലർത്തേണ്ട പല ഘട്ടങ്ങളിലും ഒഴിഞ്ഞുമാറിയിട്ടുണ്ട് - ഞാൻ പ്രസവവേദനകൊണ്ട് അലമുറയിടുമ്പോൾപ്പോലും. രാക്ഷസീയമാണതെന്നു പറയാതെ വയ്യ.

മഞ്ഞുകാലത്ത് മോസ്കോയിലും വേനലിൽ യാസ്നായയിലും ഞങ്ങൾ മാറിമാറിത്താമസിച്ചുപോന്നെങ്കിലും നഗരത്തിലേക്ക് കഴിയുന്നത്ര കൂട്ടുവരാതിരിക്കുവാനാണ് അദ്ദേഹം ശ്രമിച്ചിരുന്നത്. നഗരജീവികളുമായി ഒരു വിട്ടുവീഴ്ചയ്ക്കും അദ്ദേഹം തയ്യാറായിരുന്നില്ല. നഗരജീവിതം എനിക്കും കുട്ടികൾക്കും ആനന്ദം പകരുന്നത് സഹിക്കാനും അദ്ദേഹം ഒരുക്കമായിരുന്നില്ല.

പ്രഭുവർഗത്തിന്റെ ജീവിതം അദ്ദേഹത്തിന് മനംമറിച്ചിലുണ്ടാക്കി. ഈ മനോഭാവം എനിക്കു താങ്ങാൻ കഴിഞ്ഞിട്ടില്ല. സ്വന്തം കാലത്തിനപ്പുറം സഞ്ചരിക്കുവാൻ ആ മനുഷ്യനു കഴിഞ്ഞു. ഞങ്ങളെ അതിന് നിർബന്ധിച്ചതെന്തിനായിരുന്നു? അദ്ദേഹം തലമുറകൾക്ക് മാർഗദർശി. ഞാനോ വെറുമൊരു കുടുംബിനിയും. അതേ വേഗത്തിൽ പറക്കുവാൻ എനിക്കു സാമർത്ഥ്യമില്ല. എന്റെ ശീലങ്ങളിൽനിന്നും എളുപ്പം ഞാൻ മുക്തയാകുന്നതെങ്ങനെ? അദ്ദേഹത്തിന്റെ ആദർശങ്ങളും അഭിപ്രായങ്ങളും മിക്കവാറും തീർത്തും ശരിയാണ്. പക്ഷേ, അത് പ്രയോഗവൽക്കരിക്കുവാൻ ഞാൻ പ്രാപ്തയല്ല. അഞ്ഞൂറു വർഷമെങ്കിലുമെടുത്തേക്കും ഞാനതിനൊക്കെ പാകപ്പെട്ടുവരാൻ. പക്വമതികൾക്കുപോലും ദുസ്സാധമായ ആശയങ്ങൾ കുട്ടികളിൽ അടിച്ചേല്പിക്കുന്നത് പൊറുക്കാനും ഞാൻ തയ്യാറല്ലായിരുന്നു. ഈ വൈരുധ്യങ്ങൾക്കിടയിലും സ്നേഹത്തിന്റെ വെള്ളിവെളിച്ചം കെടാതിരിക്കുവാൻ ഞാൻ കഴിയുന്നത്ര കാത്തുപോന്നിരുന്നു താനും. യാസ്നായയിലും മോസ്കോയിലും മാറിമാറിയുള്ള ഞങ്ങളുടെ താമസം അന്തഃഛിദ്രങ്ങളെ വർധിപ്പിക്കുന്നതുമായിരുന്നു.

ഞാൻ ചെറുപ്പത്തിലേതന്നെ ആഡംബരജീവിതവുമായി പരിചയിച്ചുപോയി. എനിക്ക് ഒന്നിനും കുറവുണ്ടായിരുന്നില്ല. വിരുന്നുസൽക്കാരങ്ങൾ, സുഹൃദ്സംഘങ്ങൾ, വിനോദയാത്രകൾ, സുഖാനുഭവങ്ങൾ... സർവത്ര ഒഴിവാക്കിയാണ് ഞാൻ ഭർത്താവിന്റെ ഗ്രാമവസതിയിലേക്കു പോയത്. മോസ്കോ എനിക്ക് പഴയ ജീവിതം തിരികെത്തന്നു. നീലലഹരിയൊഴുകുന്ന നഗരരാവുകൾ ഞാൻ തിരിച്ചുപിടിച്ചു. എന്റെ കുട്ടികളും പ്രഭുജീവിതം പരിചയപ്പെടട്ടെ എന്ന് അകമേ ഞാൻ നിനച്ചു. ഒരു മാതൃഹൃദയത്തിന്റെ വെമ്പലെന്നു കണ്ടാൽ മതി.

ഗ്രാമവസതിയിലും അദ്ദേഹം സ്വസ്ഥനായിരുന്നില്ല. ഭാര്യയും കുട്ടികളും നഗരവസതിയാവുമ്പോൾ താൻ തനിച്ചു യാസ്നായയിൽ കഴിയുന്നതുചിതമല്ല എന്ന് അലട്ടലുണ്ടായി. ഒറ്റയ്ക്കാവുമ്പോൾ മിഥ്യാരോഗഭീതിയും മരണഭയവും വല്ലാതെ വന്നു ഗ്രസിക്കുകയും ചെയ്തിരുന്നത്രേ. സുഹൃത്തും വിദേശത്ത് താമസിച്ചിരുന്ന റഷ്യൻ സാഹിത്യകാരനുമായ തർജനേവ് നട്ടെല്ലിൽ പഴുപ്പുകയറി ഏറെക്കാലം കിടപ്പിലാകുകയും പിന്നീട് മരിക്കുകയും ചെയ്ത വാർത്ത ടോൾസ്റ്റോയിയെ ബാധിച്ചിരുന്നു. മതാത്മകപ്രവർത്തനങ്ങൾ നിർത്തി സാഹിത്യത്തിലേക്കു മടങ്ങണമെന്ന്

മരണക്കിടക്കയിൽ കിടന്ന് സുഹൃത്ത് തനിക്കെഴുതിയ കത്ത് അദ്ദേഹത്തെ അലട്ടി. ആ കത്തിന് മറുപടി അയയ്ക്കാൻ കഴിയാതെ പോയതിലായിരുന്നു ദുഃഖം. ടോൾസ്റ്റോയിയും തർജനേവും തമ്മിലുള്ള ബന്ധം തികച്ചും സങ്കീർണമായിരുന്നു. പരസ്പരം കടിച്ചുകീറാൻ അവർ വെമ്പിയിട്ടുണ്ട്. ഒരിക്കൽ ദ്വന്ദ്വയുദ്ധത്തിന്റെ വക്കിലുമെത്തിയതാണ്. അവർക്കിടയിൽ പരസ്യമായി തർക്കവും കലഹവും ഉണ്ടായിരുന്നുവെങ്കിൽത്തന്നെ കലാകാരന്മാരെന്ന നിലയിലുള്ള അന്യോന്യബഹുമാനം പ്രായംചെല്ലും തോറും വർധിച്ചുവന്നുകൊണ്ടിരുന്നു.

തർജനേവിന്റെ മരണത്തോടെ ടോൾസ്റ്റോയി തർജനേവിന്റെ കൃതികൾ ആവർത്തിച്ചു വായിച്ചു. തർജനേവുമൊത്ത് ജീവിക്കുന്നതിനായിരുന്നുവത്രേ വായന. ഫ്രാൻസിൽനിന്നും തർജനേവിന്റെ ജഡം റഷ്യയിൽകൊണ്ടുവന്നപ്പോൾ വിദ്യാർത്ഥികളും യുവജനങ്ങളും ഒരനുസ്മരണ സമ്മേളനം സംഘടിപ്പിച്ചു. ടോൾസ്റ്റോയി അത് ഉദ്ഘാടനം ചെയ്യാനുള്ള ക്ഷണം സ്വീകരിക്കുകയും പ്രസംഗം പരിശീലിക്കുകപോലും ചെയ്തുവെങ്കിലും സർവനിഷേധവാദിയായിരുന്ന തർജനേവിന് മാതൃരാജ്യത്ത് മരണാനന്തര ബഹുമതികൾ നല്കേണ്ടതില്ലെന്നു നിശ്ചയിച്ച ചക്രവർത്തി ആ അനുസ്മരണച്ചടങ്ങിന് വിലക്കിട്ടു. മാത്രമല്ല ഭ്രാന്തനായ ടോൾസ്റ്റോയിയുടെ വായിൽനിന്നും വീഴുന്നതെന്തെന്ന് ആർക്കും പ്രവചിക്കാനുമായില്ലായിരുന്നുവല്ലോ. ചക്രവർത്തി അത്രയേറെ ടോൾസ്റ്റോയിയെ ഭയന്നിരുന്നു. അപകടരഹിതവും സമാധാനപരവുമായി കലാശിക്കുമായിരുന്ന ആ ചടങ്ങ് ഇല്ലായ്മ ചെയ്യപ്പെട്ടതിൽ എനിക്കും കലശലായ ഖേദമനുഭവപ്പെട്ടു. ഏറ്റവും അതിശയകരമായെനിക്കിതിലനുഭവപ്പെട്ടത് ടോൾസ്റ്റോയിയുടെ തന്നെ മനോഭാവമായിരുന്നു. ഒരു പൊതുചടങ്ങിൽ പ്രത്യക്ഷപ്പെടാതിരിക്കാനായതിൽ അദ്ദേഹം സന്തോഷിക്കുകയാണെന്നാണ് തോന്നിയത്.

പത്ത്

ഡോക്ടർ മക്കോവിറ്റ്സ്കി

വീടുവിട്ടുപോകണമെന്ന ആഗ്രഹം പലവട്ടം ടോൾസ്റ്റോയി പ്രകടിപ്പിച്ചിട്ടുണ്ടെന്ന് സകലർക്കുമറിയാം. പക്ഷേ, ഇത്തവണ അത് നടപ്പിൽ വരുത്തിക്കളഞ്ഞു. രാത്രി പതിനൊന്നുമണിക്ക് പ്രാഞ്ചിപ്രാഞ്ചിവന്ന് എന്നോട് തിരക്കിട്ടു പറഞ്ഞു, അത്യാവശ്യം സാധനങ്ങളുമെടുത്ത് കൂടെച്ചെല്ലാൻ. അർപ്പിതമനസ്കനായ ഒരു ശിഷ്യനെന്ന നിലയ്ക്ക് അദ്ദേഹത്തെ അനുസരിക്കുകയെന്നതായിരുന്നു എന്റെ ധർമ്മം. കുതിരകളെ തയ്യാറാക്കി നിർത്തിയിട്ടുണ്ടെന്നും അദ്ദേഹം പറഞ്ഞു. ഈ പലായനം യാസ്നായ പോള്യാനയിലുണ്ടാക്കാൻ പോകുന്ന പുകിലുകളെപ്പറ്റി ഒരു നിമിഷം ഞാൻ ചിന്തിച്ചു. സാഷയുടെ മുറിയിൽ നേരിയ വെളിച്ചമുണ്ട്. അതിനർത്ഥം അവർ ഉറങ്ങിയിട്ടില്ലെന്നാണ്. തീർച്ചയായും ടോൾസ്റ്റോയി അവളോട് താൻ വീടുവിട്ടുപോകുന്ന കാര്യം അറിയിച്ചിരിക്കും. രോഗിയായ ആ വൃദ്ധനെ മകൾ വീടുവിട്ടുപോകാൻ അനുവദിച്ചുവെങ്കിൽ അദ്ദേഹം വീട്ടിൽ അനുഭവിച്ചിരുന്ന പീഡനം എത്രമേൽ ദുസ്സഹമായിരിക്കുമെന്ന് ചിന്തിച്ചുനോക്കൂ. അത്രയേ ഞാനും കണക്കാക്കിയുള്ളൂ. ഏകാന്തമായിരുന്നു ചിന്തിക്കുവാനും സമാധാനമായി എഴുതുവാനുള്ള ഒരിടമായിരുന്നു അദ്ദേഹത്തിനാവശ്യം. കുതിരാലയം വരെ സാഷയും വാർവ്വരയും വന്നു. സാധനങ്ങൾ ഒരുക്കിവെക്കുവാൻ അവരും എന്നെ സഹായിച്ചു.

കുതിരവണ്ടിയിൽ കയറുവാൻ ഞാൻ അദ്ദേഹത്തെ സഹായിച്ചു. സ്റ്റേഷനിലെത്തിയപ്പോഴേക്കും അർധരാത്രി കഴിഞ്ഞിരുന്നു. വളരെദൂരെ ഒരു ഗ്രാമത്തിലുള്ള കന്യാമഠത്തിൽ അന്തേവാസിയായിരുന്നു ടോൾസ്റ്റോയിയുടെ സഹോദരി. അവർക്കിടയിലുള്ള ആത്മബന്ധം അതിശക്തവുമായിരുന്നു. നേരം പുലരുന്നതിനുമുമ്പ് വൈകിവന്ന ഒരു തീവണ്ടിയിൽക്കയറി ഞങ്ങൾ യാത്രയായി. കുതിരവണ്ടി തിരിച്ച് യാസ്നായയിലേക്കു തന്നെ പോയി.

തീവണ്ടിയുടെ ജനാലയിലൂടെ നോക്കുമ്പോൾ പുറമേക്ക് ഒന്നും കാണാനാവാത്തവിധം മഞ്ഞ് കെട്ടിക്കിടക്കുന്നതാണ് കണ്ടത്. മൂന്നാം

ക്ലാസ് കംപാർട്ട്മെന്റിലേ കേറാവൂ എന്ന് ടോൾസ്റ്റോയി നിർബന്ധം പിടിച്ചതാണ് കഷ്ടമായത്. കാൽ കുത്താൻ ഇടമുണ്ടായിരുന്നില്ല അതിൽ. അദ്ദേഹത്തെ ആരും തിരിച്ചറിഞ്ഞതുമില്ല. യാത്രക്കാരിൽ ഏറിയ കൂറും പുകവലിച്ചുകൊണ്ടുമിരുന്നു. ഇത് ശ്വാസകോശരോഗിയായ അദ്ദേഹത്തെ കൂടുതൽ വലച്ചു. എങ്ങനെയൊക്കെയോ കന്യാമഠമിരിക്കുന്ന സ്റ്റേഷനിലെത്തി. പോർട്ടർമാരുടെ സഹായത്തോടെ ഞാൻ അദ്ദേഹത്തെ താഴെയിറക്കി. ദൈന്യംകണ്ട് ആരോ ഒരു പാത്രം ചൂടുവെള്ളം കൊണ്ടുവന്നുകൊടുത്തു. അതു മുഴുവനും അദ്ദേഹം കുടിച്ചു.

താമസമൊട്ടുംകൂടാതെ ഞങ്ങൾക്ക് ഒരു കുതിരവണ്ടി കിട്ടി. മഠം കുതിരവണ്ടിക്കാരന് അറിയാമായിരുന്നുതാനും. മിനിട്ടുകൾക്കകം ഞങ്ങൾ ലക്ഷ്യസ്ഥാനത്തെത്തി. സഹോദരിയുമായുള്ള സമാഗമം വികാരനിർഭരമായിരുന്നു. തന്നെത്തേടി ഭാര്യ സോഫിയാ മഠത്തിലേക്കെത്താൻ സാധ്യതയുണ്ടെന്ന് ടോൾസ്റ്റോയി ഭയപ്പെട്ടുതുടങ്ങിയിരുന്നു. ഭർത്തൃസഹോദരി താമസിക്കുന്ന മഠം സോഫിയയ്ക്കറിയാം. രാത്രിയും കനത്ത തണുപ്പും പുകപടലവും പൊടിയും ദുർഗന്ധവുമെല്ലാംകൂടി വൃദ്ധനെ നന്നേ ക്ലേശിപ്പിച്ചുവെന്നെനിക്കു ബോധ്യമായി. അന്നു ഞങ്ങൾ ആ ആശ്രമത്തിൽത്തന്നെ തങ്ങി. വിവരത്തിന് സാഷയ്ക്കു കമ്പിയടിച്ചു.

മഠത്തിൽനിന്നും വിശ്രമിക്കുവാനും അല്പം ആഹാരം കഴിക്കുവാനും ഞങ്ങൾക്കു കഴിഞ്ഞു. സന്ധ്യയായപ്പോഴേക്കും മുമ്പൊരിക്കലും കാണാൻ കഴിഞ്ഞിട്ടില്ലാത്തവിധം അദ്ദേഹം ക്ഷീണിതനായി. ഓരോ കാൽവെപ്പും പതറി. വീണുപോകുമോ എന്ന് ഞാൻ അമ്പരന്നു. പിറ്റേന്ന് സാഷയും വാർവ്വരയും എത്തി. അവരോടൊപ്പം വൈകീട്ട് ഞങ്ങൾ വീണ്ടും യാത്രയായി.

ആ യാത്ര ഭയാനകമായിരുന്നു. വൃദ്ധന്റെ അവസ്ഥയിൽ അലിവു തോന്നിയ ഒരാൾ തന്റെ ഇരിപ്പിടമൊഴിഞ്ഞുകൊടുത്തു. ഞാൻ അടുത്തുതന്നെ നിന്നു. അദ്ദേഹം ശ്വാസം വലിക്കുവാൻ ക്ലേശിക്കുന്നതായി അല്പം കഴിഞ്ഞതോടെ ഞാൻ കണ്ടു. ഞാൻ നെഞ്ചു തടവിക്കൊടുത്തു. ആശ്വാസം ലഭിച്ചതായി കണ്ടില്ല. വൈദ്യശുശ്രൂഷ അത്യാവശ്യമാണെന്നു വ്യക്തമായതോടെ തൊട്ടടുത്ത സ്റ്റേഷനിൽ അദ്ദേഹത്തെ ഞങ്ങൾ ഇറക്കി. പോക്കുവെയിൽ മാഞ്ഞുകഴിഞ്ഞിരുന്നില്ല.

കടന്നുപോയവർ അദ്ദേഹത്തെ തിരിച്ചറിഞ്ഞുതുടങ്ങി. ചിലർ തൊപ്പിയൂരി അഭിവാദ്യമർപ്പിച്ചു. ചിലർ ഒരു പുണ്യവാളനോടെന്നോണമായിരുന്നു പെരുമാറിയത്. ചെറിയ ഒരാൾക്കൂട്ടം പെട്ടെന്ന് അദ്ദേഹത്തിനുചുറ്റും രൂപപ്പെട്ടു. സ്റ്റേഷൻമാസ്റ്ററും പ്രത്യക്ഷനായി. സാഷ അദ്ദേഹവുമായി സംസാരിച്ചു.

"നല്ല സുഖമില്ലെന്നു തോന്നുന്നല്ലോ. എന്റെ കോട്ടേജിലേക്കു കൊണ്ടുവന്നോളൂ" എന്ന് മര്യാദക്കാരനായ ആ സ്റ്റേഷൻ മാസ്റ്റർ പറഞ്ഞപ്പോൾ എനിക്ക് വലിയ സമാധാനം തോന്നി. പോർട്ടർമാരുടെ

പ്രിയപ്പെട്ട ലിയോ

സഹായത്തോടെ ഞാൻ അദ്ദേഹത്തെ താങ്ങി ആ തട്ടുതാഴ്ന്ന മുറി കളുള്ള ഇടുങ്ങിയ വീട്ടിലെത്തിച്ചു. അദ്ദേഹം ആസകലം വിറച്ചു. സ്റ്റേഷൻ മാസ്റ്ററുടെ വിനയവതിയായ ഭാര്യ പുതപ്പുകളുമായെത്തി. ഞാൻ അദ്ദേഹത്തെ നന്നായി മൂടി. അപ്പോഴൊക്കെയും ഈ രോഗനില അദ്ദേഹം തരണം ചെയ്യുകയില്ല എന്ന് എന്റെ അന്തരംഗം മന്ത്രിച്ചുകൊണ്ടേയിരുന്നു. അതേ ചോദ്യം സ്റ്റേഷൻ മാസ്റ്റർ എന്നോട് തൊടുത്തുവിട്ടപ്പോൾ "ഈശ്വരേച്ഛ" എന്നു മാത്രമേ എനിക്ക് ഉത്തരം നല്കാൻ കഴിഞ്ഞുള്ളൂ. ആരോഗ്യം വറ്റിപ്പോയ ആ ശരീരം സംക്ഷോഭത്താൽ കോച്ചിവലിക്കുമോ എന്നായി എന്റെ അടുത്ത ശങ്ക. എന്റെ അവസ്ഥയെപ്പറ്റിയും ഭയത്തോടെ ഞാൻ വിശകലനം ചെയ്തു. റഷ്യ മുഴുവനും ആരാധിക്കുകയും ചക്രവർത്തി ഭയപ്പെടുകയും ചെയ്യുന്ന ഈ വിശ്വസാഹിത്യകാരന് അദ്ദേഹത്തിന്റെ ഒരു മകൾ ഒപ്പമുണ്ടെങ്കിലും, ബന്ധുക്കൾ എത്തിച്ചേരുംമുമ്പ് മരണം സംഭവിച്ചാൽ എത്രമാത്രം പഴിയായിരിക്കും എന്നിൽ ചാർത്തപ്പെടുക. സോഫിയ ആന്ദ്രേവ്നയും മക്കളും മാത്രമല്ല ടോൾസ്റ്റോയിയുടെ ശിഷ്യസംഘവും എനിക്കെതിരെ തിരിയുമെന്ന് തീർച്ച. ഗുരുവിന്റെ മരണം ആസന്നമാണെന്ന് ശിഷ്യപ്രധാനിയായ ചെർത്ക്കോവിനെ അറിയിക്കുവാൻ ഞാൻ അപ്പോൾത്തന്നെ തീരുമാനിച്ചു. ടോൾസ്റ്റോയിക്ക് വീട് ഒരു തീരാനരകമായിക്കഴിഞ്ഞിരുന്നു. ഒരു ഡോക്ടറെന്ന നിലയ്ക്കും ശിഷ്യനെന്ന നിലയ്ക്കും വർഷങ്ങളായി ഞാൻ അദ്ദേഹത്തെ പരിചരിച്ചുകൊണ്ട് ആ വീട്ടിൽത്തന്നെ താമസിക്കുകയായിരുന്നതിനാൽ അവിടെ നടന്ന ദാമ്പത്യകലഹങ്ങൾക്ക് മിക്കവാറും എനിക്ക് സാക്ഷിയാകേണ്ടിവന്നിരുന്നു താനും. ആന്തരസത്തയെക്കുറിച്ചുള്ള സമസ്യകളാണ് ഗുരുവിനെ ഏറ്റവുമധികം അലട്ടിക്കൊണ്ടിരുന്നത്. പലവിധ താത്പര്യങ്ങളുള്ള ശിഷ്യന്മാരുടെ ശല്യം മറ്റൊരു വശത്ത്. സർവോപരി ഭാര്യയുടെ ഭാഗത്തുനിന്നുള്ള അവകാശവാദങ്ങളും പ്രതീക്ഷകളും അധികാരപ്രകടനവും അദ്ദേഹത്തെ പിടിനിലയില്ലാത്ത ഒരു കയത്തിലേക്കാഴ്ത്തി. പ്രത്യാശയുടെ നാളങ്ങൾ ആ മഹാത്മാവിന് കെട്ടുപോയി. എനിക്ക് അദ്ദേഹത്തെ ഉപേക്ഷിക്കാൻ വയ്യായിരുന്നു. രോഗാതുരനും മരണമടുത്തവനുമായ ഒരു വയോവൃദ്ധന്റെ യുക്തിഹീനമായ മോഹങ്ങൾക്കു കൂട്ടുനിന്നുവെന്ന കുറ്റം ഏറ്റുവാങ്ങാൻ ഞാനൊരുക്കമാണ്. വരുന്നതുവരട്ടെ.

ഒരു തട്ടിൽ ചായയും പലഹാരങ്ങളുമായി സ്റ്റേഷൻ മാസ്റ്ററുടെ ഭാര്യ വന്നു. സൗമ്യമായ മുഖവും ഇരുണ്ടമുടിയുമാണവരുടേത്. കൊഴുത്ത ശരീരമുള്ള ഒരു മധ്യവയസ്ക. സാവധാനം അവർ അദ്ദേഹത്തിന് ചായ പകർന്ന് വായിലേക്കൊഴിച്ചുകൊടുത്തു. ചായ ഞാനും കഴിച്ചു. ഞാവൽപ്പൊടിയുടെ സ്വാദുള്ള ചായ.

ആ വീട്ടിലെ അതിഥിമുറിയിലേക്ക് ഞങ്ങൾ ടോൾസ്റ്റോയിയെ എടുത്തുകൊണ്ടുപോയി കിടത്തി. ദീർഘകായകനായ ടോൾസ്റ്റോയിക്കു കിടക്കാൻതക്ക നീളമോ വീതിയോ അതിനുണ്ടായിരുന്നില്ല. ക്ഷണനേരം

കൊണ്ട് പക്വമതിയായ വീട്ടമ്മ ആ മുറി ഒഴിവാക്കിയിരുന്നു. ആ മുറിയിൽ പഴക്കവും ഈറനും മണത്തു. ചുവരുകളിൽ പച്ചപ്പൂപ്പൽ പടർന്നുകണ്ടു. എലിക്കാഷ്ഠത്തിന്റെ മണവും അവിടെ നിറഞ്ഞുനിന്നിരുന്നു. തൊട്ടപ്പുറത്ത് പാളങ്ങളിൽ അലയുന്ന വണ്ടികളുടെ ഘോരശബ്ദവും കൂക്കുവിളികളും. വണ്ടി കടന്നുപോയപ്പോഴൊക്കെ വീട് വിറച്ചു. ദുരിതം നിറഞ്ഞ ആ അന്തരീക്ഷത്തിൽ ഞാൻ മരണം മണത്തു.

രോഗിയെ ആ ശബ്ദങ്ങൾ ബാധിക്കുന്നില്ലെന്നു തോന്നി. അഥവാ പ്രതികരിക്കാനാവാത്തതാണോ ആവോ? ഇന്ദ്രിയങ്ങൾ അത്രയ്ക്കും ക്ഷീണിച്ചുകഴിഞ്ഞിരുന്നിരിക്കണം. രണ്ടുവട്ടം അദ്ദേഹം എണീറ്റിരിക്കുവാൻ ശ്രമിച്ച് പരാജയപ്പെട്ടു. മുഖം കൊടിയ വേദനയാൽ വിങ്ങുന്നത് കാണായി. ചിന്തകളാണ് വേദനയായി പ്രത്യക്ഷപ്പെടുന്നത്. ഞാൻ കട്ടിലിലിരുന്ന് സാന്ത്വനിപ്പിക്കുവാനും നെഞ്ചിൽ തടവുവാനും ശ്രമിച്ചപ്പോൾ അദ്ദേഹം വിലക്കി. പിന്നീട് സാവധാനം മയക്കത്തിലേക്ക് വഴുതിപ്പോയി.

"സാഷയെവിടെ?" എന്ന് ഞെട്ടിയെണീറ്റുകൊണ്ട് അദ്ദേഹം ചോദിച്ചു. താൻ ഇപ്പോഴും യാസ്നായ പോല്യാനയിലാണെന്നാവും അദ്ദേഹത്തിന്റെ ധാരണ. കുറേനേരം വീണ്ടും കണ്ണടച്ചുകിടന്നതിനുശേഷം എന്നോട് സാവധാനം ഇങ്ങനെ പറഞ്ഞു; "എനിക്ക് ചെർത്ക്കോവിനെ കണ്ടേതീരൂ... അയാൾക്ക് ഒരു കമ്പിയടിക്കൂ... വേഗം വരാൻ പറയൂ... മറ്റാർക്കും അയക്കരുത്. ഞാനെവിടെയുണ്ടെന്ന് ആരുമേ അറിയരുത്."

"സമാധാനമായിരിക്കൂ... ആരുമറിയില്ല. കരുതലോടുകൂടിയേ പ്രവർത്തിക്കൂ ഞാൻ." എന്റെ മറുപടി കേൾക്കേ കൃതജ്ഞത മുറ്റിയ കണ്ണുകളോടെ അദ്ദേഹമെന്നെ നോക്കി.

രാത്രിവണ്ടികളുടെ ശബ്ദംമൂലം കൺപോളയടയ്ക്കാൻ എനിക്കു സാധിച്ചില്ല. മാത്രമല്ല, ഞാൻ ഉറക്കമൊഴിഞ്ഞ് ഗുരുവിന് കാവലിരിക്കുകയുമായിരുന്നു. മരണത്തിന്റെ പാദപതനസ്വരം ഞാൻ കേട്ടുതുടങ്ങിയിരുന്നു. സാഷയും വാർവ്വരയും മാറിമാറി കാവലിരുന്നു. പിറ്റേന്ന് ചൊവ്വാഴ്ച. രാവിലെ ഗുരു ഉണർന്നെഴുന്നേറ്റപ്പോൾ കഴിഞ്ഞ ദിവസത്തെ ക്ഷീണം മാഞ്ഞുപോയിരുന്നു. മുഖം പ്രസന്നത വീണ്ടെടുത്തു തുടങ്ങിയിരുന്നു. ഇനിയും ജീവിക്കണമെന്ന് അദ്ദേഹം വിളിച്ചുപറഞ്ഞതായെനിക്കു തോന്നി. ഇനിയും പുതിയ രചനകൾ ആ പ്രജ്ഞയിൽനിന്നും ഉറവെടുക്കുമെന്നുപോലും ആ നിമിഷം ഞാൻ പ്രത്യാശിച്ചുപോയി.

കലപിലകൂട്ടിക്കൊണ്ടാണ് അപ്പോൾ സാഷയും വാർവ്വരയും കയറിവന്നത്. വാർവ്വര സോഫിയയുടെ അകന്ന ബന്ധത്തിൽപ്പെട്ട ഒരു യുവതിയാണ്. സാഷയുടെ സമപ്രായക്കാരി. എന്തുകൊണ്ടോ ടോൾസ്റ്റോയി കുടുംബം അവളെ അകറ്റി നിർത്തിയിരിക്കുകയായിരുന്നു. സാഷ കഠിനജ്വരം ബാധിച്ച് കിടപ്പിലായപ്പോൾ ശുശ്രൂഷിക്കുവാൻ കൂട്ടിക്കൊണ്ടുവന്നത് വാർവ്വരയെയാണ്. ഒരു തികഞ്ഞ അധികപ്രസംഗിയാണവൾ. സാഷയും വാർവ്വരയും വല്ലാത്ത സൗഹൃദത്തിലായി. വാർവ്വര സാഷയെ

ആത്മാർത്ഥമായി പരിചരിച്ചു. കുളിപ്പിക്കുകയും മുടി പിന്നിമെടയുകയും ആഹാരം വായിൽ വെച്ചുകൊടുക്കുകയുമൊക്കെ ചെയ്തു. ഒരു പുതപ്പിനു കീഴെയാണ് അവർ ഉറങ്ങിയിരുന്നതുപോലും. ആ ബന്ധം അതിർത്തികൾ ഭേദിക്കുന്നുവെന്നു കേട്ടിട്ടും സോഫിയ ആന്ദ്രേവ്ന അതിലിടങ്കോലിടാൻ നിന്നില്ല. മേൽകീഴില്ലാത്ത സ്വഭാവമാണ് വാർവ്വരയുടേതെന്നതാണ് കുഴപ്പം. ഇവിടേയും അങ്ങനെയാവുമോ പ്രകടനമെന്ന് അവൾ കന്യാമഠത്തിലെത്തിയപ്പോൾ ഞാൻ ഭയന്നു. സാഷയാണെങ്കിൽ, പിതാവിനോട് തത്ത്വശാസ്ത്രസമസ്യകളെപ്പറ്റി വാദിക്കുവാൻ സ്ഥലവും കാലവും പരിഗണിക്കാറുമില്ല.

സാഷയുടെ കൈപിടിച്ച് വൃദ്ധൻ പൊട്ടിപ്പൊട്ടിക്കരഞ്ഞു. സോഫിയ ആന്ദ്രേവ്നയുടെ സ്ഥിതിയെന്താണെന്ന് തിരക്കി. സോഫിയ ആന്ദ്രേവ്ന തന്റെ തിരോധാനത്തെത്തുടർന്ന് എന്തെങ്കിലും കടുംകൈ പ്രവർത്തിച്ചിരിക്കുമെന്ന് ടോൾസ്റ്റോയി ഉറപ്പിച്ചിരുന്നതായി അപ്പോഴെനിക്ക് മനസ്സിലായി.

തൊട്ടപ്പുറത്തെ മുറിയിൽനിന്നും ഒരു ഗ്രാമീണ ഗാനത്തിന്റെ നേർത്ത അലകൾ ഒഴുകിയെത്തിയപ്പോൾ സാഷയുടെ മിഴികൾ വിടർന്നു. അവൾ ആ ഗാനത്തെ പിൻതുടർന്നുപോയി. സ്റ്റേഷൻമാസ്റ്ററുടെ പെൺകുട്ടിയാണ് ഗായിക. സാഷ പെൺകുട്ടിയെ ഉന്തിത്തള്ളി ടോൾസ്റ്റോയിയുടെ കിടക്കയ്ക്കരികിലെത്തിച്ചു. രോഗിക്ക് അതൊക്കെ ശല്യമായിത്തീരുമെന്ന് എനിക്കു പറയണമെന്നുണ്ടായിരുന്നുവെങ്കിലും ഉള്ളിലടക്കി. അമ്പരപ്പൊന്നും കൂടാതെ ആ പെൺകുട്ടി ഗാനമാവർത്തിച്ചാലപിച്ചപ്പോൾ ഗുരു വാത്സല്യത്തോടെ അവളുടെ ശിരസ്സിൽ തഴുകി. അടുക്കളയിൽനിന്നും ഇറച്ചി വേവുന്ന മണം വമിച്ചതിനാലാവാം അവൾ അവിടെനിന്നും പിൻവലിഞ്ഞു. പിന്നീട് ആ മുറിയിലേക്കു വന്നതുമില്ല.

രോഗം ന്യൂമോണിയതന്നെ എന്ന് ഞാൻ സ്ഥിരീകരിച്ചു. തുലായിൽനിന്നും ഏതെങ്കിലും ശ്വാസകോശവിദഗ്ധനെ കൊണ്ടുവരുന്നതാവും ഉചിതമെന്ന് സാഷയോട് അപ്പോൾത്തന്നെ നിർദ്ദേശിക്കുകയും ചെയ്തു. എത്രയുംവേഗം അതിനുള്ള ഏർപ്പാടാക്കാമെന്ന് അവൾ സമ്മതിച്ചുവെങ്കിലും അത് നടപ്പിലാക്കാനാവുമോ എന്ന ശങ്ക അവളുടെ മുഖത്ത് ഞാൻ തെളിഞ്ഞുകണ്ടു. അവൾ ആകെ വിളറിവെളുത്തു - പിതാവ് ന്യൂമോണിയ മറികടക്കുകയില്ല എന്ന് അവൾ സംശയിക്കുന്നതായുമെനിക്കനുഭവപ്പെട്ടു. മാരകരോഗങ്ങളെ മറികടക്കാൻ പറ്റിയ പ്രായമായിരുന്നില്ലല്ലോ ടോൾസ്റ്റോയിയുടേത്. ഇഹലോകജീവിതത്തിൽനിന്നും പുറത്തോട്ടുള്ള ഒരു വാതായനമായിത്തീർന്നേക്കും ഇത്തരം രോഗങ്ങൾ.

രാത്രി രോഗിക്ക് കലശലായ ദാഹമുണ്ടായി. ഞാൻ കിടക്കയ്ക്കരികിൽനിന്നും വിട്ടുമാറാതെ നിന്ന് ശുശ്രൂഷിച്ചു. മരണം ആസന്നമായി എന്ന് ഞാൻ അറിയുന്നുണ്ടായിരുന്നു. ദൈവത്തോട് അദ്ദേഹം പിറുപിറുത്തു. കൊടിയ ചുമയും വന്നുകൂടി. ഓരോ ചുമയിലും ദുർബലമായ ആ

നെഞ്ചിൻകൂട് കുലുങ്ങി. ആൾ ആകെ കീറിപ്പറിഞ്ഞ മട്ടായി. രാവിലെ ദൃശ്യമായ പ്രസന്നത ടോൾസ്റ്റോയിക്ക് നഷ്ടപ്പെട്ടു. ഉത്സാഹവും താത്പര്യവും തീർത്തുംകെട്ടു. എങ്ങനെയൊക്കെയോ ഞാൻ നേരം വെളുപ്പിച്ചു. വെളുക്കുമ്പോഴേക്കും തുലായിൽനിന്നും ഏതെങ്കിലും ഡോക്ടർ എത്തിയാലോ?

ടോൾസ്റ്റോയി അസ്റ്റപ്പോവാ റെയിൽവേ സ്റ്റേഷനിൽ മരണാസന്നനായി കിടക്കുന്നു എന്ന വാർത്താശകലം ഏതോ പ്രാദേശികപത്രം പ്രചരിപ്പിച്ചു. അതോടെ റെയിൽവേ സ്റ്റേഷനിലേക്ക് ആരാധകരുടെ പ്രവാഹമായി. കോട്ടേജിനുള്ളിലേക്ക് ആരെയും കടത്തിവിടാതിരിക്കുവാൻ സ്റ്റേഷൻ മാസ്റ്ററും സഹപ്രവർത്തകരും നന്നേ ക്ലേശിച്ചു. ഒടുവിൽ അവർ നിയമപാലകരുടെ സഹായം തേടി.

ഞാൻ ഗുരുവിന്നരികിൽ മുട്ടുകുത്തിനിന്നു പ്രാർത്ഥിച്ചു - എനിക്കും ഗുരുവിനും വേണ്ടി. ഒരു ശിശുവിനെയെന്നപോലെ ടോൾസ്റ്റോയി എന്നെ സൂക്ഷിച്ചുനോക്കി. "എല്ലാം ശരിയാകും" എന്ന എന്റെ സാന്ത്വനവചനം കേട്ട് അദ്ദേഹം പുഞ്ചിരിക്കാൻ ക്ലേശിച്ചു.

ബുധനാഴ്ച രാവിലെ ആദ്യത്തെ വണ്ടിയിൽ ചെർത്ക്കോവ് എത്തി. അധികം സാധനങ്ങളൊന്നും അയാൾ കരുതിയിരുന്നില്ല. പ്രഭു സഹജമായ അധികാരഭാവത്തോടും പൊള്ളയായ പൊങ്ങച്ചത്തോടുംകൂടി അയാൾ സ്റ്റേഷൻമാസ്റ്ററോടിടപെട്ടു. ആ പാവം അമ്പരന്നുപോയി. ചെർത്ക്കോവിനോടൊപ്പം മൂന്നു തടിമാടന്മാരും വന്നിരുന്നു. അവരുടെ മട്ടും ഭാവവും കണ്ടാൽ അവർ ടോൾസ്റ്റോയിയന്മാരാണെന്ന് പറയുകയില്ല. ചെർത്ക്കോവ് വളർത്തുന്ന ഗുണ്ടകളായിരിക്കണം ഈ ആജാനബാഹുക്കളായ താടിക്കാർ. രണ്ടുപേർ ക്രൂരന്മാരാണെന്ന് മുഖം കണ്ടാലറിയാം. മൂന്നാമൻ ശാന്തനാണെന്ന് പുറമേക്കു തോന്നിക്കുന്നു. സത്യം ദൈവത്തിനു മാത്രമറിയാം. ആൾക്കൂട്ടത്തെ നിയന്ത്രിക്കുവാനും വേണ്ടിവന്നാൽ കൈകാര്യം ചെയ്യാനുമാണ് അത്തരക്കാരെ കൂട്ടിക്കൊണ്ടുവന്നിരിക്കുന്നതെന്ന് ഞാൻ അനുമാനിച്ചു. ചെർത്ക്കോവിനെ നേതാവായി ഞാൻ അംഗീകരിച്ചിരുന്നുവെങ്കിലും അയാളുടെ പിത്തലാട്ടങ്ങൾക്കെല്ലാം ഞാൻ ഒരിക്കലും കൂട്ടുനിന്നിരുന്നില്ല. ടോൾസ്റ്റോയിയുമായി ഇത്രമേൽ അടുത്തിടപഴകാൻ കഴിയുംവിധം ആ വീട്ടിൽ ഒരു ഡോക്ടറായി എന്നെ പരിചയപ്പെടുത്തിയത് ചെർത്ക്കോവാണെന്നതിൽ എനിക്ക് അയാളോട് കൃതജ്ഞതയുമുണ്ട്. പിന്നീട് അയാളുമായി ചിലപ്പോൾ ഏറ്റുമുട്ടേണ്ടിവന്നപ്പോഴേക്കും ഞാൻ ടോൾസ്റ്റോയിയുമായി ഏറെ അടുത്തുകഴിഞ്ഞിരുന്നു. എന്നെ പുകച്ചു പുറത്തു ചാടിക്കുവാൻ കഴിയില്ലെന്നു വന്നപ്പോൾ ചെർത്ക്കോവ് സമന്വയത്തിന്റെ മാർഗം സ്വീകരിച്ചു. ശരിയായ കാരണങ്ങളില്ലാതെ എതിർക്കുവാൻ ഞാൻ നിന്നതുമില്ല. പക്ഷേ, ടോൾസ്റ്റോയിയുടെ ജീവിതദുരിതം അവസാനിപ്പിക്കുന്നതിന് വീടു വിട്ടുപോകുക മാത്രമേ പോംവഴിയുള്ളൂ എന്നതിൽ ഞാൻ ചെർത്ക്കോവിനെ

അനുകൂലിച്ചു. യാസ്നായയിൽ ഞാൻ ഒരു രഹസ്യദൂതനായി ഉപകരിക്കുമെന്ന് ചെർത്ക്കോവ് തുടക്കത്തിൽ തെറ്റിദ്ധരിച്ചിരുന്നു. ആ മോഹം മുളയിലേ ഞാൻ നുള്ളി. അവിടെ ഞാൻ കണ്ട കാര്യങ്ങൾ എന്റെ ഉള്ളിൽ സൂക്ഷിക്കുകയല്ലാതെ ഡയറിക്കുറിപ്പുകളിൽപ്പോലും ഞാനുൾപ്പെടുത്തുമായിരുന്നില്ല.

കോട്ടേജിൽ കയറിവന്നപാടെ ചെർത്ക്കോവ് എന്നോടാവശ്യപ്പെട്ടത് ടോൾസ്റ്റോയിയുടെ മെഡിക്കൽ റിപ്പോർട്ടാണ്. ഇരമ്പിവന്ന ക്രോധം അടക്കിപ്പിടിച്ചുകൊണ്ട് സാവകാശം ഞാൻ കാര്യങ്ങൾ അവതരിപ്പിച്ചു. ചീറിയലച്ചു പൊയ്ക്കൊണ്ടിരുന്ന തീവണ്ടികളുടെ ഭയാനകമായ സ്വരം കൊണ്ട് ഞങ്ങൾക്കിടയിൽ വിനിമയം മുറിഞ്ഞുമുറിഞ്ഞാണ് നടന്നത്. പിന്നീട് അയാൾ കുളിമുറിയിലേക്കു കയറി. സ്റ്റേഷൻ മാസ്റ്ററും കുടുംബവും ആ അതികായന്റെ വരവും അധികാരപ്രകടനങ്ങളും കണ്ട് ചകിതരാവുകയുണ്ടായി. ഞാൻ അവരെ സാന്ത്വനിപ്പിച്ചു. വൈകുന്നേരത്തിനുമുമ്പ് അവർ മറ്റൊരിടത്തേക്കു താമസം മാറ്റി. പ്രാദേശിക ഭരണകൂടം കുറെ പോലീസുകാരെ ഞങ്ങൾക്കു വിട്ടുതന്നു. ടോൾസ്റ്റോയിയുടെ താത്ക്കാലിക വിശ്രമത്താവളം അങ്ങനെ പൊലീസിന്റെ രക്ഷാവലയത്തിലായി. ചെർത്ക്കോവിന്റെ സ്വാധീനം ശക്തമായിരുന്നതിനാലാണത് സംഭവിച്ചത്.

ചെർത്ക്കോവിന്റെ ഗൂഢോദ്ദേശ്യം ഞാൻ അനുമാനിച്ചിരുന്നു. ഏതു വിധേനയും സോഫിയ ആന്ദ്രേവ്ന ഭർത്താവിന്റെ വിവരങ്ങളറിഞ്ഞ് ഇവിടേക്കെത്തിച്ചേരാതിരിക്കുകയില്ല. ഭർത്താവിനെ ഒരു നോക്കു കാണാൻ പോലുമനുവദിക്കാതെ അവരെ ഇവിടെ നിന്നും തുരത്തുക - അതാണ് ചെർത്ക്കോവിന്റെ ഉന്നം. പൊലീസുകാർക്ക് അയാൾ നിർദ്ദേശങ്ങൾ നല്കി. ഭാര്യയിൽനിന്നും രക്ഷതേടി വീടുവിട്ടിറങ്ങിയതിനാലാണ് ടോൾസ്റ്റോയിക്ക് ഇത്തരം ദുരവസ്ഥ സംജാതമായിരിക്കുന്നതെന്ന് അയാൾ പൊലീസുകാരെ ധരിപ്പിച്ചു. ടോൾസ്റ്റോയിയെ സമാധാനമായി മരിക്കാനനുവദിക്കേണ്ടത് രാഷ്ട്രത്തിന്റെ ഉത്തരവാദിത്വമാണെന്നും അയാൾ ശഠിച്ചു. തെളിവിനായി എന്നെ ഹാജരാക്കിയപ്പോൾ അക്കാര്യത്തിൽ സത്യം പറയേണ്ടത് എന്റെ ഉത്തരവാദിത്വമായി. നാല്പത്തഞ്ചു വർഷം ഭാര്യയായിരിക്കുകയും കഷ്ടാനുഭവങ്ങൾ പങ്കുവെക്കുകയും ചെയ്ത ഒരുവളെ പുറത്തുനിർത്തുന്നതിലെ അധാർമ്മികത എന്നെ വേദനിപ്പിച്ചിരുന്നുവെങ്കിൽകൂടി. സോഫിയയും ടോൾസ്റ്റോയിയും തമ്മിലുണ്ടായിരുന്ന കടുത്ത ഭിന്നത ഞാൻ പൊലീസ് മേധാവിയോട് മറച്ചുവെച്ചില്ല.

ബുധനാഴ്ച വൈകുന്നേരമായപ്പോഴേക്കും സോഫിയ മക്കളോടൊപ്പം ഒരു വാടകത്തീവണ്ടിയിൽ അസ്റ്റപ്പോവോയിലെത്തിച്ചേർന്നു. ഭർത്താവ് മരണാസന്നനായിക്കഴിഞ്ഞുവെന്ന വാർത്ത ഏതോ പത്രക്കാരൻ യാസ്നായയിലെത്തിച്ചത്രേ. അപ്പോഴേക്കും ചെർത്ക്കോവ് സോഫിയ

ആന്ദ്രേവ്നയ്ക്ക് വിലക്കേർപ്പെടുത്തിക്കഴിഞ്ഞിരുന്നു. പൊലീസുകാർ കോട്ടേജിന്റെ പടിവാതിൽക്കൽ അവരെ തടഞ്ഞുവെച്ചു. ദയനീയമായി അവർ എന്നെ നോക്കി. ഞാൻ തലകുനിച്ചുകളഞ്ഞു. അവരുടെ കണ്ണുകളിൽ നോക്കാനെനിക്കു കഴിയുമായിരുന്നില്ല. എനിക്ക് സമയാസമയങ്ങളിൽ ആഹാരം തന്ന മാതൃസദൃശയാണവർ - അകമേ ഏതു ടോൾസ്റ്റോയി ശിഷ്യനോടുമുള്ള പക അല്പം എന്നോടും സൂക്ഷിച്ചിരുന്നുവെങ്കിലും. എന്നാൽ ഈ സന്ദിഗ്ധഘട്ടത്തിൽ എനിക്കവരെ സഹായിക്കുവാൻ കഴിയുമായിരുന്നില്ല. കടുത്ത മഞ്ഞിൽ മണിക്കൂറുകളോളം അവർ ദീനയായി പടിവാതിൽക്കൽ നിന്നു. പൊലീസുകാർ അവരോട് ദയയോടെ പെരുമാറി. തിക്കിലും തിരക്കിലുംപെട്ട് വീണുപോകാതെ പൊലീസുകാർ തങ്ങളുണ്ടാക്കിയ താത്ക്കാലിക കൂടാരത്തിലേക്ക് അവരെ ക്ഷണിച്ചെങ്കിലും അവരതിനു വിസമ്മതിച്ചു. പിന്നീട് പെൺമക്കൾ അവരെ വാടകയ്ക്കെടുത്ത തീവണ്ടിയിലേക്കുതന്നെ നിർബന്ധിച്ചു കൂട്ടിക്കൊണ്ടുപോയി. ആരോഗ്യം തകർന്നതിന്റെ ക്ലേശം ഞാൻ സോഫിയയുടെ മുഖത്ത് വായിച്ചു. നിദ്രാരാഹിത്യവും അവരെ വലച്ചിരുന്നുവെന്ന് പ്രത്യക്ഷത്തിലറിയാം. അവരുടെ നെഞ്ചിൽ മരണശയ്യയിലായ ഭർത്താവിനെ ഒന്നു കാണാൻപോലും കഴിയാത്തതിന്റെ മഹാവ്യഥ തിങ്ങിവിങ്ങുന്നത് ഞാൻ കണ്ടു. ചെർത്ക്കോവിനെ എതിർത്ത് അമ്മയെ പിതാവിന്റെയരികിൽ എത്തിക്കുവാൻ ഘടാഘടിയന്മാരായ ആ ആൺമക്കൾക്കുപോലും സാധ്യമല്ലായിരുന്നു. അനാവശ്യകാര്യങ്ങൾക്കുപോലും ദ്വന്ദ്വയുദ്ധം പ്രഖ്യാപിക്കുന്ന വെറിപിടിച്ച പ്രഭുസന്തതികളായിരുന്നു അവർ എന്നുകൂടിയോർക്കണം - സെർജിയും അലക്സിയും. *ദസ്തയവ്സ്കിയുടെ കരമസോവ് സഹോദരന്മാരേക്കാൾ കഷ്ടമാണ് ടോൾസ്റ്റോയി സഹോദരന്മാരുടെ കാര്യമെന്ന് പകുതി കാര്യമായും പകുതി തമാശയായും ഇടയ്ക്ക് ടോൾസ്റ്റോയി തന്നെ പറയുമായിരുന്നു.

ആദ്യമൊക്കെ വീടുവിട്ടുപോകാനുള്ള മോഹം പ്രകടിപ്പിക്കുമ്പോൾ ഗുരുവിനെ ഞാൻ തുറന്നെതിർത്തിരുന്നു. ഡോക്ടർ എന്ന നിലയ്ക്കുള്ള എന്റെ ഉത്തരവാദിത്വമായിരുന്നു ആ ചെറുത്തുനില്പ്. അത്രമേൽ പ്രായം ചെന്ന ജരാനതമായ ഈ വൃദ്ധശരീരം കാലാവസ്ഥ സഹിക്കാൻ കഴിയാതെ എവിടെയെങ്കിലും വീണടിഞ്ഞാലോ എന്ന ശങ്ക എന്നെ വിലക്കി. ഇത്തവണ എന്റെ പിടിയിൽ കാര്യങ്ങൾ നില്ക്കുകയില്ലെന്നെനിക്കുറപ്പായി. എന്റെ സഹായമില്ലെങ്കിൽത്തന്നെ ആൾ വീടുവിട്ടിറങ്ങുമെന്നും ഞാൻ കണ്ടു.

സോഫിയ ആന്ദ്രേവ്ന ഭൃത്യരെക്കൊണ്ട് എന്നെ പരിഹസിപ്പിക്കാറുണ്ട്. ആ വൃദ്ധദമ്പതികൾക്കിടയിൽ ഞാൻ ഒരു പൊരുത്തവും കാണാതായിക്കഴിഞ്ഞിരുന്നു. കലഹത്തിന് കാരണമന്വേഷിച്ചു നടക്കുന്ന ഒരു സ്ത്രീയായിപ്പോലും ചില ഘട്ടങ്ങളിൽ അവരെ ഞാൻ കണ്ടു.

---

* സമകാലീനനായ ഒരു സാഹിത്യകാരൻ

മരണാനന്തരം സകലതും ലോകർക്ക് സമർപ്പിച്ചുകൊണ്ട് ഒരു വിൽപ്പത്രം ടോൾസ്റ്റോയി ചെർത്‌ക്കോവിന്റെ നിർബന്ധത്തിന് വഴങ്ങി എഴുതിക്കഴിഞ്ഞുവെന്ന് സോഫിയ ആന്ദ്രേവ്ന തീവ്രമായി വിശ്വസിച്ചു. അതോടെ അവർക്ക് പേ പിടിച്ചപോലെയായി. ഞാൻ സോഫിയ ആന്ദ്രേവ്നയെ ഇക്കാര്യത്തിൽ കുറ്റപ്പെടുത്തുകയുമില്ല. ഒരു ഗൃഹനാഥയുടെ പക്ഷത്തുനിന്ന് അങ്ങനെയേ സംഭവിക്കൂ. നിത്യം അനവധി സന്ദർശകരും അതിഥികളും. അവർക്കെല്ലാം വെച്ചുവിളമ്പേണ്ടേ? എണ്ണമറ്റ വേലക്കാർ. അവർക്കെല്ലാം ശമ്പളം കൊടുക്കണം. മക്കളും പേരക്കുട്ടികളും സഹായികളുമടങ്ങുന്ന വലിയൊരു കൂട്ടുകുടുംബം. നിരന്തരമെന്നവണ്ണമുള്ള മോസ്കോ യാത്രകൾ. പീറ്റേഴ്‌സ്ബർഗിൽനിന്നും വരുന്ന വിശേഷ വസ്ത്രങ്ങൾ... ദാരുശില്പങ്ങൾ... എല്ലാറ്റിനും പണമാണാവശ്യം. ടോൾസ്റ്റോയിയാണെങ്കിൽ പണം പാപമായി കരുതുന്ന പുണ്യവാളനും.

ഭർത്താവിന്റെ ആദർശങ്ങൾ സഹിക്കുവാനുള്ള ക്ഷമത സോഫിയക്കില്ല. ലാഭത്തിനായല്ല, മർത്ത്യരാശിയുടെ ഉന്നമനത്തിനാണ് താനെഴുതുന്നതെന്ന ഭർത്താവിന്റെ പ്രഖ്യാപനം അവർക്കുൾക്കൊള്ളാൻ കഴിയില്ല. താൻ എഴുതുന്നതെന്തായാലും ഏറ്റവും ദരിദ്രനുപോലും ലഭ്യമാകണമെന്നാണ് ടോൾസ്റ്റോയിയുടെ ശാഠ്യം.

ടോൾസ്റ്റോയിയുടെ മക്കളും പേരക്കുട്ടികളും ആ വിൽപ്പത്രത്തിന് പുറത്താവും എന്ന് സോഫിയാ ആന്ദ്രേവ്ന മുൻകൂട്ടി കണ്ടു. വിൽപ്പത്ര പ്രശ്നമാണ് ആ ദമ്പതികൾക്കിടയിലുള്ള ശൂന്യത വർധിപ്പിച്ചത്. അവർ തമ്മിൽ സംസാരിക്കുന്നതുപോലും വിരളമായി. മതപരവും രാഷ്ട്രീയ പരവുമായ അവരുടെ അഭിപ്രായങ്ങൾ ഭിന്നധ്രുവങ്ങളിലാണ്. ബൈബിൾ അനുസരിക്കുവാൻ ടോൾസ്റ്റോയി കൂട്ടാക്കാതായിട്ട് ദശകങ്ങൾ പിന്നിട്ടിരുന്നു. പള്ളിയിൽ ആരാധനയ്ക്കു പോകുന്ന പതിവും എന്നേ നിർത്തിയിരുന്നു. രക്ഷകനോ ശിക്ഷകനോ ആയി ദൈവത്തെ കാണാൻ അദ്ദേഹം മടിച്ചു. ആത്മാവിൽ മാത്രമായി അദ്ദേഹത്തിന് വിശ്വാസം. ദേശകാലാതീതമായ ആത്മാവിൽ വിശ്വസിക്കുമ്പോൾ മരണത്തിനുശേഷം ആത്മാവിനെന്തു സംഭവിക്കുന്നുവെന്ന ചോദ്യം അപ്രസക്തമാവും. സ്വർഗ നരകങ്ങളെക്കുറിച്ചുള്ള ക്രിസ്ത്യൻ വിശ്വാസങ്ങളെ ഇവ്വിധമാണ് ടോൾസ്റ്റോയി കീറിയെറിഞ്ഞത്. മനുഷ്യർ അന്യോന്യം സ്നേഹസഹിഷ്ണുതകളോടെ ജീവിച്ചുപോകുക എന്നതാണ് യഥാർത്ഥ ആത്മീയത എന്നും അങ്ങനെയല്ലാത്തതിനാലാണ് മനുഷ്യർ ദുരിതമനുഭവിക്കുന്നതെന്നും ടോൾസ്റ്റോയി വിശ്വസിച്ചു.

മാഷ ബുദ്ധിമതിയായ ഒരു യുവതിയായിരുന്നു. അവൾ സുന്ദരിയായിരുന്നില്ല. ആരോഗ്യം കുറവായിരുന്നുവെങ്കിലും അന്യരെ ഏതുവിധേനയും സഹായിക്കുവാൻ അവൾ സന്നദ്ധയായിരുന്നു. പ്രഭുകുമാരിയു ടേതായ ഒരു ജാഡയും അവൾ പ്രദർശിപ്പിച്ചിട്ടേയില്ല. വിവാഹിതയാകേണ്ടതില്ല എന്ന തീരുമാനത്തിൽ പിതാവിനെ സേവിച്ചു കഴിയുകയായിരുന്ന

മാഷ എപ്പോഴോ ബൾഗാക്കോവ് എന്ന ടോൾസ്റ്റോയി ശിഷ്യനിൽ അനുരക്തയായി. അയാൾ യാസ്നായയിൽത്തന്നെ താമസിച്ചിരുന്നു. സുന്ദരനും പ്രഭുകുമാരനുമായിരുന്ന ബൾഗക്കോവ് മാഷയെ ഗാഢമായി പ്രണയിച്ചുവെങ്കിലും ടോൾസ്റ്റോയി വിരുദ്ധ നിലപാടാണ് കൈക്കൊണ്ടത്. ഭഗ്നപ്രണയത്തിൽ തളർന്നുപോയ മാഷ കുറച്ചുകാലം ദുഃഖിതയായിക്കഴിഞ്ഞു. വർഷങ്ങൾക്കുശേഷം മറ്റൊരു ബന്ധത്തിലുൾപ്പെട്ടുവെങ്കിലും അതും കലങ്ങിപ്പോയി. ഏറ്റവുമൊടുവിൽ ടോൾസ്റ്റോയിയുടെതന്നെ അകന്ന ബന്ധത്തിൽപ്പെട്ട നിസ്വനായ ഒരു യുവാവിന്റെ വലയിൽക്കുടുങ്ങി അവൾ പിതാവിനെ ധിക്കരിക്കുകയും അയാളെ വിവാഹം കഴിക്കുകയും ചെയ്തു. അയാളുടെ അമ്മയുടെ പ്രേരണപ്രകാരം അവൾ തനിക്കവകാശപ്പെട്ട പിതൃസ്വത്ത് ആവശ്യപ്പെടുകയും ചെയ്തു. മൂന്നുതവണ അവൾക്ക് ഗർഭമലസിപ്പോയി. ആർക്കെങ്കിലുമൊക്കെ കായികമായി സഹായം ചെയ്തപ്പോഴാണങ്ങനെ സംഭവിച്ചിട്ടുള്ളതത്രെ. കുളത്തിൽ മുങ്ങിപ്പോയ ഒരു ബാലികയെ രക്ഷിക്കുവാൻ ഗർഭിണിയായിരുന്നിട്ടും അവൾ തയ്യാറായി. ബാലിക രക്ഷപ്പെട്ടെങ്കിലും മാഷ ആ ശ്രമത്തിൽ ന്യൂമോണിയ ബാധിച്ചു മരിച്ചുപോയി. ആ മകളെക്കുറിച്ച് ടോൾസ്റ്റോയി ഇടയ്ക്കിടെ മരണക്കിടക്കയിൽ ഓർത്തു വിലപിച്ചു.

തികച്ചും ഒരു സൗമ്യാത്മാവായിരുന്നു മാഷ. എപ്പോഴും അവൾ മറ്റുള്ളവരുടെ കാര്യങ്ങൾ ശ്രദ്ധിക്കുകയും പരിഹാരത്തിന് ശ്രമിക്കുകയും ചെയ്തു. അടിയാത്തികൾ അവളെ മകളെപ്പോലെ സ്നേഹിച്ചു. മാഷ മരിച്ച ദിവസം രാവിലെതൊട്ട് മഴയായിരുന്നു. മഴയത്ത് ആർത്തുല്ലസിച്ചു നടന്ന ബാലികയാണ് നിലയില്ലാത്ത കുളത്തിൽ വീണത്. മഴ നനയുന്നതിൽ മാഷയ്ക്കും ഉത്സാഹമായിരുന്നു. എനിക്കും അവൾ സഹോദരിയെപ്പോലെയായിരുന്നു. ഗോവണിപ്പടിയിറങ്ങുമ്പോൾ തെറ്റി താഴെ വീണു കിടപ്പായപ്പോൾ ഒരാഴ്ച അവൾ എന്നെ പരിചരിച്ചിട്ടുമുണ്ട്. ഒരു മാലാഖയായിരുന്നു അവൾ.

പതിനൊന്ന്

കാലത്തിന്റെ വാഗ്ദാനം മരണം

ഗുരുവിന്റെ പലായനം എങ്ങോട്ടാവുമെന്നെനിക്കൊരു തീർച്ചയുമുണ്ടായിരുന്നില്ല. എന്നോട് പറയാതെ പുറപ്പെടുമെന്നും കരുതിയില്ല. പെട്ടെന്നെന്തോ പ്രകോപനമുണ്ടായിരിക്കണം, തീർച്ച. എങ്ങോട്ടാവാം ടോൾസ്റ്റോയി പോയിരിക്കുക എന്ന് പത്രക്കാർ എന്നോട് ചോദിച്ചു. എന്തുകൊണ്ട് പോയി എന്നതിനെപ്പറ്റിയാണ് ഞാനവർക്ക് വിശദീകരിച്ചത്. സോഫിയ ആന്ദ്രേവ്നയുടെ അത്യാർത്തിയേയും ഭർത്താവിന് അവർ തീർക്കുന്ന ശല്യങ്ങളേയുംപറ്റി വ്യക്തമായ ഒരു ചിത്രം ഞാൻ വാർത്താവതാരകർക്കു നല്കി.

അസ്റ്റപ്പോവയിൽനിന്നും ലഭിച്ച കമ്പിസന്ദേശം വായിച്ച് ഞാൻ ചെറുതായൊന്ന് ഞെട്ടി. ഞാൻ സെർജിയേങ്കോ എന്ന സുഹൃത്തിനേയുംകൂട്ടി അപ്പോൾത്തന്നെ ഇറങ്ങി. സെർജിയേങ്കോ ഒരു പ്രത്യുത്പന്നമതിയാണ്. പ്രതിസന്ധികളെ ലഘൂകരിക്കാൻ സവിശേഷ സാമർഥ്യവുമുണ്ട്. ഒരു കരുതലിന് എന്തിനുംപോന്ന രണ്ടു മല്ലന്മാരേയും ഞാൻ കൂടെക്കൂട്ടി. തീർച്ചയായും ആളു കൂടുമെന്ന് എനിക്കുറപ്പായിരുന്നു. പ്രശ്നങ്ങളുമുണ്ടാകാം.

സ്റ്റേഷൻമാസ്റ്ററുടെ കോട്ടേജിൽ ഒരു ചെറിയ കട്ടിലിൽക്കിടന്നിരുന്ന രൂപം ഗുരുവിന്റേതാണെന്ന് എനിക്ക് വിശ്വസിക്കാനായില്ല. ആൾ ആകെ പ്രാകൃതനായിക്കഴിഞ്ഞിരുന്നു. ശരീരം മെലിഞ്ഞു. മുഖത്തെ ചുളിവുകൾ വർധിക്കുകയും ചെയ്തു. കൈകളിലെ തൊലി ജരമൂടിയും തൂങ്ങിയുമിരുന്നു. അദ്ദേഹമെന്നെ ആർത്തിയോടെ ചുംബിക്കുകയും കെട്ടിപ്പിടിക്കുകയും ചെയ്തു. “അവിശ്വസനീയം, ഒടുവിൽ നീയെത്തി, അല്ലേ?” എന്ന് പിറുപിറുത്തു.

ഈ പ്രകടനംകണ്ട് ഞാൻ ടോൾസ്റ്റോയിയുടെ പുത്രനാണെന്ന് സ്റ്റേഷൻ മാസ്റ്റർ തെറ്റിദ്ധരിക്കുകയുണ്ടായി. സോഫിയ ആന്ദ്രേവ്ന അവിടേക്കെത്തിപ്പെടുമെന്ന് ലവലേശം ഭയക്കേണ്ടതില്ല എന്ന് ഞാൻ അദ്ദേഹത്തെ സാവധാനം ബോധ്യപ്പെടുത്തി. അദ്ദേഹം കലശലായ സംഭ്രമത്തിലായിരുന്നു. ഭാര്യ ആ മുറിയിലേക്ക് ഇടിച്ചുകയറിവരുന്ന രംഗം

അദ്ദേഹം സങ്കല്പിച്ചുവെന്നെനിക്കുറപ്പാണ്. എന്റെ വാക്കുകൾ ഗുരു വിന്റെ ഉള്ള് തണുപ്പിച്ചു. ഞാനത് പ്രത്യക്ഷത്തിൽ കണ്ടു. ഗുരുവിന്റെ മരണവും ദുരിതപൂർണമാക്കാൻ സോഫിയ ആന്ദ്രേവ്നയെ ഞാനനുവ ദിക്കുകയില്ല.

എനിക്ക് ഞാൻ പ്രതീക്ഷിച്ചിരുന്ന വിവരം വൈകാതെ ലഭ്യമായി. ഒരു വാടകത്തീവണ്ടിയിൽ സോഫിയ ആന്ദ്രേവ്ന പരിവാരങ്ങളും ഭാണ്ഡ ങ്ങളുമായി പുറപ്പെട്ടിരിക്കുന്നു. ഏതോ പത്രക്കാർ അസ്റ്റപ്പോവയിൽ ടോൾസ്റ്റോയി ദുരിതത്തിൽപ്പെട്ടിരിക്കുന്നുവെന്ന് അവരെ അറിയിക്കുക യുണ്ടായത്രേ. അവർ വരുന്നതിനുമുമ്പ് എനിക്ക് ചില രംഗസജ്ജീകര ണങ്ങൾ ഒരുക്കേണ്ടിയിരുന്നു. സാഷയേയും വാർവ്വരയേയും എന്റെ കൂടെ വന്നവരേയും ഞാൻ മറ്റൊരു ഉൾമുറിയിലേക്ക് കൂട്ടിക്കൊണ്ടുപോയി. തട്ട് താഴ്ന്നിരുന്നതിനാൽ എനിക്ക് നേരെചൊവ്വേ നില്ക്കാൻ സാധിച്ചില്ല. അറക്കപ്പൊടിയുടേയും മലത്തിന്റേയും സമ്മിശ്രഗന്ധം പുറത്തെവിടെയോ നിന്നു വന്ന കാറ്റിൽ മുറിയിലേക്കടിച്ചപ്പോൾ എല്ലാവരും മൂക്കുപൊത്തി. എന്റെ നിർദ്ദേശം എന്തായിരിക്കുമെന്ന് ഊഹിച്ചിരുന്നതുപോലെ അവർ ഞാൻ പറഞ്ഞുതീരുംമുമ്പ് സർവ്വവും സമ്മതിച്ചു. ഞാൻ കരുതിയതി നേക്കാൾ കാര്യങ്ങൾ എളുപ്പമായി. സോഫിയ ആന്ദ്രേവ്നയെ രോഗിയെ സന്ദർശിക്കുവാൻ ഒരു കാരണവശാലും അനുവദിച്ചുകൂടാ. അവരുടെ വരവ് രോഗിയുടെ മരണം വേഗത്തിലാക്കും. ആ അവസ്ഥയിലും ഗുരു വിനെ പിടിച്ചുവലിച്ചു യാസ്നായ പോള്യാനയിലേക്ക് തിരികെ കൊണ്ടു പോകാൻതക്ക ഔദ്ധത്യം സോഫിയാ ആന്ദ്രേവ്ന പ്രകടിപ്പിച്ചെന്നു മിരിക്കും. ഇതായിരുന്നു എന്റെ വാദം.

അവർ എന്നോടൊപ്പമാണെന്ന് നിശ്ചയം വന്നപ്പോൾ ചില കർശന നിർദ്ദേശങ്ങൾകൂടി ഞാൻ പുറപ്പെടുവിച്ചു. ടോൾസ്റ്റോയിയുടെ ആൺമ ക്കളായ ആന്ദ്രേയിയും സെർജിയും അത്ര നിസ്സാരക്കാരല്ല. വാളെടു ക്കാനോ തോക്കെടുക്കാനോ അവർക്ക് ഒരു മടിയുമില്ല. ഒരുപക്ഷേ അമ്മയെക്കരുതി അവർ എന്റെ നേരെ ചാടിയാലോ? ഏതുവിധേനയും അവരെ പ്രതിരോധിക്കേണ്ടിയിരിക്കുന്നു. ആ വീടിനു ചുറ്റും ഒരു കനത്ത സുരക്ഷാവലയം തീർക്കുകയാണ് ആദ്യം വേണ്ടത്. മക്കൾ വേണമെങ്കിൽ മുറിക്കകത്തു കടന്ന് പിതാവിനെ ഒരു നോക്കു കണ്ടുകൊള്ളട്ടെ. അധികം നേരം അവിടെ നില്ക്കാൻ പാടില്ല. സോഫിയ ആന്ദ്രേവ്നയെ അവർ ബോധവൽക്കരിച്ച് പിന്മാറ്റിക്കൊള്ളുകയും വേണം.

സെർജി എത്തിയപ്പോൾ സാഷ അവനെ കാര്യങ്ങൾ പറഞ്ഞു വിധേ യനാക്കി. അവൻ പിതാവിന്റെ സമീപം അല്പം ചെലവഴിച്ചശേഷം പുറ ത്തിറങ്ങി. സമീപത്തെവിടെയെങ്കിലും മദ്യശാലയുണ്ടോ എന്നന്വേഷിക്കാ നാവണം ആ പോക്ക്. യാസ്നായയിലേക്ക് കൊണ്ടുപോകാം എന്ന് അവൻ പിതാവിനോട് പറഞ്ഞെങ്കിലും വൃദ്ധൻ കേട്ടഭാവംപോലും നടി ച്ചില്ല. പോകുന്ന പോക്കിൽ അവൻ എന്റെ നേരെ ക്രുദ്ധമായൊന്നു നോക്കി. അവന്റെ സാന്നിധ്യം തന്നെ നിസ്സാരീകരിക്കുംവിധം ഞാൻ

അവനെ നേരിട്ടു. സത്യത്തിൽ ഞങ്ങൾക്കിരുവർക്കും പരസ്പരം ഭയമുണ്ട്. ചില മുന്നനുഭവങ്ങൾ അക്കാര്യം വെളിവാക്കിയിട്ടുമുണ്ട്.

പിതാവിന്റെ താമസികഗുണങ്ങൾ യഥാർത്ഥത്തിൽ പകർന്നുകിട്ടിയത് സെർജിക്കാണ്. പട്ടാളക്കാരനായിരുന്ന സമയത്ത് ടോൾസ്റ്റോയി ലൗകികമായ എല്ലാം ആവശ്യത്തിലേറെ ആസ്വദിച്ചിരുന്നു. ചില അടിമസ്ത്രീകളെ അദ്ദേഹം വഴിപിഴപ്പിച്ചിട്ടുള്ള കാര്യം എന്നോട് പറഞ്ഞിട്ടുണ്ട്. അവരിലൊരുവൾക്ക് അദ്ദേഹം ഗർഭാധാനം നടത്തുകയും ചെയ്തു. അക്സീനിയ എന്ന ആ സ്ത്രീ യാസ്നായ പോള്യാനയിൽ ഇപ്പോഴുമുണ്ട്. ആ ബന്ധത്തിലുണ്ടായ കുട്ടി യാസ്നായയിൽ വിറകുവെട്ടുകയും വെള്ളം കോരുകയും ചെയ്തു ജീവിച്ചു. സെർജിയേയും മറ്റു കുട്ടികളേയും സ്കൂളിൽ കൊണ്ടുപോകാൻ കുതിരവണ്ടിയോടിച്ചിരുന്നതും ഇയാളാണ്. ടോൾസ്റ്റോയിയുടെ അതേ ഛായയാണ് ഇയാൾക്കെന്നതിനാൽത്തന്നെ അയാൾ തങ്ങളുടെ അർദ്ധസഹോദരനാണെന്ന് കുട്ടികൾക്കെല്ലാം അറിയുകയും ചെയ്യാം. പക്ഷേ, ആരും അതൊന്നും അറിയാമെന്ന് പുറമേക്ക് ഒരിക്കലും പറയുകയോ ഭാവിക്കുകയോ ചെയ്തിട്ടേയില്ല. യുദ്ധത്തിൽ ടോൾസ്റ്റോയി ശത്രുക്കളെ വധിച്ചിട്ടുണ്ട്. ചൂതാട്ടത്തിൽ അഗ്രഗണ്യനുമായിരുന്നു. സ്വന്തം തറവാടിന്റെ ഒരു ഭാഗം പണയംവെച്ചുകളിച്ച് അത് നഷ്ടപ്പെട്ടപ്പോഴാണ് ചൂതാട്ടഭ്രാന്തൊടുങ്ങിയത്. സ്വന്തം സഹോദരൻ തന്നെ വെറും പതിന്നാലു വയസ്സു മാത്രമുള്ളപ്പോൾ ടോൾസ്റ്റോയിയെ ഒരു വേശ്യാലയസന്ദർശനത്തിനായി കൂട്ടിക്കൊണ്ടുപോയതത്രെ. വിവാഹത്തിനുശേഷം അദ്ദേഹം തീർച്ചയായും സദാചാരപരമായിത്തന്നെ ജീവിച്ചു.

സെർജി അടിമസ്ത്രീകളോട് വഴിവിട്ടു പെരുമാറിയിട്ടുണ്ടാകാം. സൗകര്യം കിട്ടിയപ്പോൾ അവരുടെ ഭർത്താക്കന്മാർ സെർജിയുടെ എസ്റ്റേറ്റിലെ മരങ്ങൾ കൂട്ടത്തോടെ വെട്ടിക്കളയുകയും വീടിന്റെ ഒരു ഭാഗത്തിന് തീയിടുകയും ചെയ്തു. അവർക്ക് ധൈര്യം പകർന്നത് ഞാനാണെന്ന് സെർജി സംശയിച്ചിരുന്നുവെങ്കിലും പിന്നീട് ആ ധാരണ മാറി. പിതാവിന്റെ പിന്നാലെ കൂടിയ 'ഒഴിയാബാധ'യായാണ് അയാൾ എന്നെ പരിഗണിച്ചിരുന്നതെങ്കിലും കൊട്ടാരത്തിലും സൈന്യത്തിലും എനിക്കുള്ള ഉരത്തബന്ധങ്ങൾ എന്നോട് ഏറ്റുമുട്ടുന്നതിൽനിന്നും അയാളെ എപ്പോഴും ഭയപ്പെടുത്തിക്കൊണ്ടേയിരുന്നു. അതെനിക്കറിയാം. എന്റെ ബലം അതാണ് താനും.

രോഗനിലയിൽ മാറ്റമുണ്ടാകുന്നതുവരെ താൻ തീവണ്ടിയിൽ കഴിഞ്ഞുകൊള്ളാമെന്ന് സാഷയോട് സോഫിയാ ആന്ദ്രേവ്ന സമ്മതിച്ചു. അടുത്തെങ്ങും മറ്റു താമസസൗകര്യമുണ്ടായിരുന്നില്ല. ഞാൻ ഉദ്ദേശിച്ചതിലും എളുപ്പത്തിൽ കാര്യങ്ങൾ മുന്നോട്ടു നീങ്ങി.

തുലായിൽ നിന്നും വിദഗ്ധ ഡോക്ടർ എത്തിയപ്പോൾ ഞാനുറക്കമായിരുന്നു. പൊലീസുകാരാണ് എനിക്കും സുഹൃത്തുക്കൾക്കും ആഹാരമെത്തിച്ചിരുന്നത്. സാഷയ്ക്കും വാർവ്വരയ്ക്കും സ്റ്റേഷൻമാസ്റ്ററുടെ ഭാര്യ സമയാസമയങ്ങളിൽ ആഹാരവുമായെത്തിക്കൊണ്ടുമിരുന്നു.

ഡോ. മക്കോവിറ്റ്സ്കി ഞങ്ങളിൽ ആരുടെയെങ്കിലുമൊക്കെ ആഹാരത്തിൽനിന്നും പങ്കുപറ്റി. രോഗി വല്ലപ്പോഴും വെള്ളം കുടിക്കുമെന്നല്ലാതെ ഖരരൂപത്തിലുള്ള ഒന്നും കഴിച്ചതേയില്ല. മരുന്നു കുടിപ്പിക്കുവാനും വലിയ ബുദ്ധിമുട്ടായിരുന്നു. പ്രകൃതിചികിത്സയിൽ മാത്രമേ ഗുരു വിശ്വസിച്ചിരുന്നുള്ളൂ. ഇടത്തേ ശ്വാസകോശത്തിൽ അണുബാധയുണ്ടെന്നും ഹൃദയം തളർന്നിരിക്കുന്നുവെന്നും പുതിയ ഡോക്ടർ വിലയിരുത്തി. രോഗി അധികകാലം ജീവിച്ചിരിക്കുകയില്ലെന്നും ആ ഡോക്ടർ പ്രസ്താവിച്ചു.

പൊടുന്നനെ ചില്ലുജനാലയ്ക്കപ്പുറത്ത് സോഫിയയുടെ രൂപം നീങ്ങുന്നതും കണ്ണുകൾ ജനലിലൂടെ ഉറ്റുനോക്കുന്നതും ഞാൻ കണ്ടു. അതിവേഗം ജനൽത്തിരശ്ശീല ഞാൻ നീക്കിയിട്ടു.

"ആരാണത്? സോണിയാ* ആണല്ലേ?"

ടോൾസ്റ്റോയി ചോദിച്ചു.

"ഏയ്! സ്റ്റേഷൻമാസ്റ്ററുടെ ഭാര്യ. അവർ ആഹാരം കൊണ്ടുവന്നതാ..." സാഷയാണ് മറുപടി പറഞ്ഞത്.

"അല്ലല്ല... സോണിയാ... എനിക്ക് തെറ്റില്ല." ഗുരു ശിരസ്സുയർത്താൻ ശ്രമിച്ചു.

"അങ്ങ് ഓരോന്നു ഭാവന ചെയ്യുന്നു... സമാധാനമായി കിടക്കൂ..." സാഷ പുതപ്പ് നേരെയാക്കി.

"സോണിയ വന്നോട്ടെ... അവൾക്കെന്നെ കാണണമെങ്കിൽ... പക്ഷേ, ഞാൻ ആ വരവോടെ മരിക്കും..."

"ഏയ്! മമ്മ വിവരങ്ങളൊന്നും അറിഞ്ഞിട്ടേയില്ല. ഇപ്പോഴും യാസ്നായ പോള്യാനയിലാണ്."

സാഷ ഉറപ്പിച്ചു പറഞ്ഞു. പിന്നീട് അതേപ്പറ്റി സംസാരമുണ്ടായില്ല.

സാഷ ഇരുട്ടിൽ ഇറങ്ങി പാളം മുറിച്ച് തീവണ്ടിയിലേക്കു നടന്നപ്പോൾ ഞാനവളെ പിന്തുടർന്നു. അവൾക്ക് ഒന്നും ഒരു പ്രശ്നമല്ല. അധോലോകത്തുനിന്നും പ്രത്യക്ഷപ്പെടുന്നവരെ കരുതിയിരിക്കണമെന്ന് ഞാനവൾക്കു മുന്നറിയിപ്പ് നല്കിയിരുന്നു. രാത്രികളിൽ റെയിൽവേസ്റ്റേഷൻ അടക്കിവാഴുന്നത് അധോലോകമാണ്. വിശേഷിച്ചും അസ്റ്റപ്പോവയിൽ.

തീവണ്ടിയിൽനിന്നും അവരുടെ സംസാരം പുറത്തേക്ക് കേൾക്കാമായിരുന്നു. ഞാൻ ശ്രദ്ധിച്ചു.

"ഞാൻ ആത്മഹത്യയ്ക്കു ശ്രമിച്ചത് നീ അദ്ദേഹത്തോട് പറഞ്ഞോ?" സോഫിയാ ആന്ദ്രേവ്ന ചോദിച്ചു.

"പപ്പയ്ക്കു സകലതും അറിയാം."

"അദ്ദേഹമെന്തു പറഞ്ഞു?"

---

* സോഫിയ ആന്ദ്രേവ്നയെ സോണിയ എന്നാണ് ടോൾസ്റ്റോയി വിളിച്ചിരുന്നത്.

“മമ്മ മരിച്ചുപോയിരുന്നുവെങ്കിൽ പപ്പയ്ക്കതു സഹിക്കാൻ കഴിയുമായിരുന്നില്ലെന്ന്.”

പുറത്തിറങ്ങിയ സാഷയേയും കൂട്ടി ഞാൻ തിരിച്ചുനടന്നു. രാത്രി പുറത്തിറങ്ങിപ്പോകരുതെന്ന് ഞാനവളെ വീണ്ടും അറിയിച്ചു.

താനിയാ തേങ്ങിക്കരഞ്ഞുകൊണ്ടാണ് കയറിവന്നത്. അവൾ തീർത്തും വികാരവിവശയും ദുർബലയുമായിരുന്നു. താനിയയോട് ഗുരു സോഫിയയെപ്പറ്റിത്തിരക്കി. പിതാവിന്റെ ദയനീയനിലയും പുറത്ത് തണുപ്പിൽ കാത്തിരിക്കുന്ന മമ്മയുടെ വേദനയും അവളെ പീഡിപ്പിച്ചു. മമ്മയും ഒരു രോഗിയാണെന്ന് മറക്കരുതെന്ന് ഇടയ്ക്കെപ്പോഴൊ എന്നോടവൾ പറഞ്ഞു. ആ പ്രസ്താവം എന്നിൽ ഒരു ചലനവുമുണ്ടാക്കിയില്ല. എന്റെ കടമ ഗുരുവിനോടു മാത്രമായിരുന്നുവല്ലോ. ഗുരുവിന്റെ ഇളയ മകൻ ലിയോ പാരീസിലെവിടെയോ ആണ്. പത്രം വഴി കാര്യങ്ങളറിഞ്ഞ് അവൻ എത്തിച്ചേരുമ്പോഴേക്കും എല്ലാം കൈവിട്ടുപൊയ്ക്കഴിഞ്ഞിരിക്കും. ഉറപ്പ്.

പ്രാദേശികപത്രങ്ങൾ വഴി വളരെ പ്രധാനപ്പെട്ട ഈ വാർത്ത റഷ്യയിലെങ്ങും പരന്നു. അസ്റ്റപ്പോവാ റെയിൽവേ സ്റ്റേഷൻ അതോടെ പത്രറിപ്പോർട്ടർമാരാലും ഫോട്ടോഗ്രാഫർമാരാലും നിറഞ്ഞു. ഭാരിച്ച ക്യാമറകളുമായി ചലച്ചിത്രങ്ങളെടുക്കുന്നവരും പാഞ്ഞെത്തി. അതിവേഗം അസ്റ്റപ്പോവാ എന്ന കുഗ്രാമം പ്രശസ്തമായി. പത്രസമ്മേളനങ്ങൾക്ക് ഡോ, മക്കോവിറ്റ്സ്കി ഹാജരായി. പത്രത്തിൽ ചിത്രങ്ങൾ വരുന്നത് അയാൾക്ക് ഉത്സാഹം പകർന്നു. മണിക്കൂറുകൾ ഇടവിട്ട് അയാൾ മെഡിക്കൽ റിപ്പോർട്ടുകളും പത്രക്കാർക്കു നല്കിപ്പോന്നു.

ഇത്തവണയും പതിവിൻപടി ചക്രവർത്തി ഭയന്നു. ടോൾസ്റ്റോയിയിൽ നിന്നും എപ്പോഴും ഒരു വിപ്ലവാഹ്വാനം ഭരണകൂടം പ്രതീക്ഷിച്ചിരുന്നു. ചക്രവർത്തിക്കു തുല്യനായിത്തന്നെ ടോൾസ്റ്റോയി വളർന്നിരുന്നുവല്ലോ. ടോൾസ്റ്റോയിയുടെ മരണം ഒരു വിപ്ലവം പൊട്ടിപ്പുറപ്പെടുന്നതിന് കാരണമായേക്കുമോ എന്ന സംശയം അതിശയോക്തിപരമാണെന്ന് കരുതുന്നതും ശരിയാവില്ല. റഷ്യ ഒരു കുതിപ്പിന് സജ്ജമായിക്കൊണ്ടിരിക്കുകയായിരുന്നുവല്ലോ. ആയുധമെടുക്കാൻ ടോൾസ്റ്റോയി പ്രേരിപ്പിച്ചില്ലെങ്കിലും ഭരണകൂടത്തിനും പള്ളിക്കും കടകവിരുദ്ധമായിരുന്നു ടോൾസ്റ്റോയിയൻ ആദർശങ്ങൾ. ഒരു പ്രവാചകന്റെ പദവി ജനം അദ്ദേഹത്തിന് നല്കിക്കഴിഞ്ഞുമിരുന്നു. പട്ടാളം ഒരു തീവണ്ടിയിൽ വന്നിറങ്ങിയതോടെ അസ്റ്റപ്പോവാ ഗ്രാമം അക്ഷരാർത്ഥത്തിൽ ചകിതമായി. അധോലോകസംഘങ്ങൾ സ്ഥലംവിട്ടു. പത്രക്കാർക്കും പട്ടാളക്കാർക്കും പൊലീസുകാർക്കും താമസിക്കാൻ പ്രാദേശികഭരണകൂടം കൂടാരങ്ങൾ നിർമ്മിച്ചു. വെള്ളവും വെളിച്ചവുമൊരുക്കിക്കൊടുത്തു. ഞാൻ എല്ലാറ്റിൽനിന്നും പിന്മാറി നിന്നതേയുള്ളൂ. പട്ടാളസേനാമേധാവി എനിക്കു പരിചയമുള്ള ഒരു കൂറ്റൻ മനുഷ്യനാണെന്ന് ഞാൻ കണ്ടു. ഔപചാരികമായി ഞാൻ ചെന്നു പരിചയം പുതുക്കിയില്ലെങ്കിലും ടോൾസ്റ്റോയിയെ സന്ദർശിക്കാനെത്തിയപ്പോൾ

ഞാൻ ചെന്ന് സ്വാഗതം പറഞ്ഞു. പഴയ കഥകൾ അയവിറക്കിക്കൊണ്ട് അദ്ദേഹം ചായ കഴിച്ചു. തങ്ങളുടേത് ഒരു വഴിപാടാണെന്ന് സൂചിപ്പിക്കുകയും ചെയ്തു. ഏതായാലും ഇത്തരം ജാഗ്രതകൾ എനിക്ക് അനുകൂലമായാണ് ഭവിച്ചതെന്ന് ഭാഗ്യംതന്നെ. കാര്യങ്ങളെല്ലാം എന്റെ പിടിയിൽത്തന്നെ നില്ക്കുമെന്നെനിക്കുറപ്പായി. ഞാൻ ഇവിടെയുണ്ടെന്ന കാര്യം ഗവണ്മെന്റ് നേരത്തെതന്നെ അറിഞ്ഞിട്ടുണ്ടെന്ന് സേനാ മേധാവിയുടെ സംസാരം വ്യക്തമാക്കി. അസ്റ്റപ്പോവയിൽ ചാരന്മാർ വന്നുംപോയുമിരുന്നു.

ഒരു പത്ര ഫോട്ടോഗ്രാഫർ തീവണ്ടിയിലിരിക്കുന്ന സോഫിയ ആന്ദ്രേവ്നയെക്കാണാനിടയായി. അയാൾ മറ്റു പത്രലേഖകരേയും ക്യാമറാ സംഘത്തേയുംകൂട്ടി കംപാർട്ടുമെന്റിലേക്ക് കയറി. ആദ്യം സോഫിയാ ആന്ദ്രേവ്ന പ്രതികരിക്കാൻ വിസമ്മതിച്ചുവെങ്കിലും പിന്നീട് വാചാലയായി. എന്നെക്കുറിച്ചായിരുന്നു അവരുടെ വെളിപ്പെടുത്തലുകളും പരാതികളും. അവർ എന്നെ കഴിയുന്നത്ര താറടിച്ചു സംസാരിച്ചു. മരണക്കിടക്കയിൽ കഴിയുന്ന സ്വഭർത്താവിനെ ഒരു നോക്കു കാണുന്നതിൽ നിന്നും ചെർത്ക്കോവ് തന്നെ വിലക്കിയിരിക്കുകയാണെന്ന് വെട്ടിത്തുറന്നു പറഞ്ഞു. എന്റെ ചാരന്മാർ ആളുകൾക്കിടയിൽ നടന്ന് വിവരങ്ങൾ ശേഖരിച്ച് അപ്പപ്പോൾ എത്തിച്ചിരുന്നു. (സാറിസ്റ്റ് ചാരസംഘത്തിലായിരുന്നുവല്ലോ ഞാൻ സേവനമനുഷ്ഠിച്ചിരുന്നത്). സെർജിയും ആന്ദ്രേയിയും തമ്മിലുണ്ടായ വാക്കുതർക്കമാണെന്നെ അക്കൂട്ടത്തിൽ ആകർഷിച്ചത്. ആന്ദ്രേയി അമ്മയെ അനുകൂലിച്ചപ്പോൾ സെർജി എന്റെ പക്ഷം പിടിച്ചത്രേ. തർക്കം രൂക്ഷമായി അടികലശലിലേക്കെത്തിയപ്പോൾ മാത്രം നിയമപാലകർ ഇടപെട്ടു പിടിച്ചുമാറ്റി. സെർജിയുടെ കൈവശം നാടൻ തോക്കുണ്ടാവാനും സാധ്യതയുണ്ട്. മൃഗസ്വഭാവിയായ അയാൾ സഹോദരനെതിരേയും വെടിപൊട്ടിച്ചേക്കും. അനധികൃതമായി നായാട്ടു നടത്തിയതിനും ബലാത്സംഗശ്രമത്തിനും ദ്വന്ദ്വയുദ്ധങ്ങൾക്കുമൊക്കെ അനവധി കേസുകൾ സെർജിയുടെ പേരിലുണ്ട്. പലപ്പോഴും ടോൾസ്റ്റോയിയെക്കരുതി പൊലീസ് അയാളെ പലതിൽ നിന്നും ഒഴിവാക്കി വിട്ടിട്ടുമുണ്ട്.

സോഫിയാ ആന്ദ്രേവ്നയെ രോഗി കിടക്കുന്ന മുറിക്കകത്തു പ്രവേശിപ്പിക്കുകയില്ല എന്ന എന്റെ വിടാപ്പിടി നടപ്പിൽ വരുത്താൻ കഴിഞ്ഞതിൽ എനിക്ക് സന്തോഷവും അദ്ഭുതവുമുണ്ട്. തന്റെ നന്മയിൽ താത്പര്യമുള്ള ശിഷ്യന്മാർക്കു നടുവിൽ താൻ സുരക്ഷിതനാണെന്ന് ഗുരുവും തിരിച്ചറിഞ്ഞുകഴിഞ്ഞിരുന്നുവല്ലോ. ഇടയ്ക്ക് ജ്വരം കുറഞ്ഞപ്പോൾ ഗുരു എന്നെ അരികിൽ വിളിച്ച് സംസാരിച്ചു. സാഷയാകട്ടെ പിതാവിനരികിലിരുന്ന് വിശുദ്ധഗ്രന്ഥങ്ങൾ വായിച്ചുകൊടുത്തു.

മരിച്ചുപോയ മക്കളെക്കുറിച്ച് അദ്ദേഹം വിലപിച്ചു. പ്രധാനമായും മാഷയെച്ചൊല്ലി. മാഷ അദ്ദേഹത്തിന്റെ മനഃസാക്ഷി സൂക്ഷിപ്പുകാരിയായിരുന്നു. എന്നോടും അവൾ തികഞ്ഞ സൗഹൃദം പുലർത്തി. ഒരു

യഥാർത്ഥ ടോൾസ്റ്റോയി ശിഷ്യ എന്തായിരിക്കണമെന്നതിന് മാതൃകയായിരുന്നു ആ ജീവിതം. അപരന് വേണ്ടിയാണ് അവൾ ജീവൻ വെടിഞ്ഞതുപോലും.

അന്നുരാത്രി കോച്ചിവലിക്കലുകൾ അധികരിച്ചു. ഇരമ്പുന്ന ചുമയും വർധിച്ചു. പിച്ചുംപേയും പറഞ്ഞു. ആഹാരം കഴിച്ചതുമില്ല. നിയമപാലകർക്കു നിയന്ത്രിക്കാനാവാത്ത വിധമായിക്കഴിഞ്ഞിരുന്നു സന്ദർശകപ്രവാഹം. രാവെന്നോ പകലെന്നോ വ്യത്യാസമില്ലാതെ ഇരമ്പിയെത്തിക്കൊണ്ടിരുന്ന ആളുകളിൽ ആർക്കുംതന്നെ മുറിക്കകത്തേക്ക് പ്രവേശനം ലഭ്യമായിരുന്നില്ല. ജനലിന് പുറത്തുനിന്ന് ഗുരുവിനെ ഒരു നോക്കുകണ്ട് പ്രണമിച്ച് പുരുഷാരം പിൻവാങ്ങിക്കൊണ്ടിരുന്നു. ചുരുക്കം ചിലർക്കേ അകത്തേക്ക് പ്രവേശനം സിദ്ധിച്ചുള്ളൂ. പക്ഷേ, കോലാഹലം രോഗിക്ക് അത്യാവശ്യമായിരുന്ന ശാന്തി കെടുത്തിക്കളഞ്ഞു. ജ്വരം വീണ്ടും അധികരിച്ചു. ഡോക്ടർമാർ പരിഭ്രമം പുറത്തുകാട്ടി. ചില ഡോക്ടർമാർ സ്ഥലം വിട്ടിരുന്നുതാനും. തങ്ങൾ നിർദ്ദേശിക്കുന്ന മരുന്നുകൾ രോഗി കഴിക്കുവാൻ കൂട്ടാക്കുന്നില്ല എന്ന് അവർ പരാതിപ്പെട്ടു. തന്റെ ചില കഥാപാത്രങ്ങളെക്കുറിച്ചും ടോൾസ്റ്റോയി എന്തൊക്കെയോ പിറുപിറുത്തുകൊണ്ടിരുന്നു. ഒരുപക്ഷേ 'ഇവാൻ ഇലീച്ചിന്റെ മരണം' എന്ന നോവലിലെ നായകനെ അദ്ദേഹം ഓർമ്മിച്ചിരിക്കാം. ആ നായകനെപ്പോലെ താനും ഇപ്പോൾ മരണം കാത്തുകിടക്കുകയാണല്ലോ.

ആന്ദ്രേയി ഇതിനിടെ മോസ്കോയിൽനിന്നും ചില വിദഗ്ധ ഭിഷഗ്വരന്മാരെ വരുത്തി. വന്നപാടെ മരണം ആസന്നമായി എന്ന് അവർ പ്രഖ്യാപിച്ചു. ഇരുശ്വാസകോശങ്ങളും ബാധിതമായിക്കഴിഞ്ഞു. ശരീരത്തിൽ ജലാംശം തീരെ വറ്റിക്കഴിഞ്ഞുമിരുന്നു. ഹൃദയമിടിപ്പും മന്ദമായിക്കൊണ്ടിരുന്നു.

ഞാൻ വിശ്രമിച്ചിരുന്ന കുടുസ്സുമുറിയിലേക്ക് ഒരു നിഴൽ കടന്നുവന്നു. പ്രകാശം കുറഞ്ഞ ആ മുറിയിലേക്ക് വന്നത് സാഷയായിരുന്നു. അവൾ ശിരസ്സ് കുനിച്ച് എന്നെ സൂക്ഷിച്ചുനോക്കി. സ്വരം താഴ്ത്തിപ്പറഞ്ഞു: "മമ്മയെ കടത്തിവിടാം ഇനി... അവർ അന്ത്യചുംബനം നല്കിക്കൊള്ളട്ടെ."

വാതിൽക്കൽ തിരക്ക് അധികരിച്ചു. സാഷ സഹായിയേയുംകൂട്ടി തീവണ്ടിയിൽപ്പോയി അമ്മയുമൊത്ത് തിരിച്ചുവന്നു. വികാരവൈവശ്യത്തോടെ ഓടിക്കിതച്ചാണ് വൃദ്ധ എത്തിയത്. ജനാലയിലൂടെ അവരെ കണ്ടപ്പോൾ ഞാൻ എഴുന്നേറ്റു ചെന്നു. അവർ തീർത്തും അവശയായിട്ടുണ്ട്. ആ അവസാനസമാഗമം വീക്ഷിക്കുവാൻ എനിക്ക് രസം തോന്നി. സാഷ മമ്മയെ താങ്ങിപ്പിടിച്ചിരുന്നുവെങ്കിലും അലമുറയിട്ടുകൊണ്ട് സോഫിയാ ആന്ദ്രേവ്നാ ഭർത്താവിന്റെ ശയ്യയ്ക്കരികെ മുട്ടുകുത്തി വീണു. ക്ഷമായാചനം ചെയ്തും വിലപിച്ചും കണ്ണീർ വാർത്തും അവർ രംഗം ഹൃദയാരുന്തുദമാക്കി. മദ്യപിച്ചു ലക്കുകെട്ട സെർജി ഒരു കോണിൽ നിന്നിരുന്നു.

അയാളും തേങ്ങുന്നുണ്ടായിരുന്നു. ഗുരു സ്വപത്നിയെ തിരിച്ചറിഞ്ഞതായി എനിക്കു തോന്നി. പക്ഷേ, നാവുയർത്തി ഒന്നും പ്രതികരിക്കുവാൻ കഴിയുമായിരുന്നില്ല. തന്റെ പങ്കാളിയുടെ കണ്ണുകളിലേക്ക് ദാരുണമായി അദ്ദേഹം ഒന്നു നോക്കി. ആ നോട്ടത്തിലൂടെ സർവവും വിനിമയം ചെയ്യപ്പെട്ടു. സോഫിയ ആന്ദ്രേവ്നയെ ആ മുറിയിൽനിന്നും പുറത്തേക്കു കൊണ്ടുവരാൻ പിന്നീട് കഴിഞ്ഞില്ല. ഭർത്താവിന്റെ പാദങ്ങൾ തടവിക്കൊണ്ട് അവർ കാൽക്കലിരുന്നു കരഞ്ഞു. ജീവിതത്തിന്റെ ദുരൂഹങ്ങളായ അന്തർധാരകളെക്കുറിച്ച് ആ നിമിഷം ഞാൻ ആലോചിച്ചുപോയി.

പള്ളിയും ഭരണകൂടവുമായി നിരന്തരകലഹത്തിലായിരുന്നുവല്ലോ നമ്മുടെ കഥാനായകൻ. മരണപര്യന്തം സ്വന്തം ആദർശങ്ങളിലുറച്ചു നിന്ന ആൾപോലും അവസാനമടുത്തപ്പോൾ മതപരമായ ചടങ്ങുകൾക്കു വിധേയനായി എന്ന് വിശ്വസിപ്പിക്കുവാനും രാജ്യമൊട്ടാകെ പെരുമ്പറ മുഴക്കുവാനും ഈയവസരം ഉപയോഗപ്പെടുത്താൻ ചക്രവർത്തിയുടെ ബുദ്ധികേന്ദ്രങ്ങൾ ശ്രമിക്കുന്നുണ്ടായിരുന്നു. എനിക്കതേപ്പറ്റി അറിവായപ്പോൾ പൊട്ടിച്ചിരിക്കാൻ തോന്നി. പള്ളിയുടെ ചിട്ടവട്ടങ്ങൾക്കനുസരിച്ച് മരണാസന്നന് പുരോഹിതൻ ശാന്തിശുശ്രൂഷ നല്കണമല്ലോ. അസ്റ്റപ്പോവായിലെ പള്ളിയിൽ നിന്നും നിയോഗിക്കപ്പെട്ട ഒരു പുരോഹിതൻ പടിവാതിൽക്കലെത്തിയപ്പോൾത്തന്നെ സന്ദേശവാഹകൻ വിവരമെത്തിച്ചു. ഞാൻ ചാടിയെണീറ്റ് പടിക്കലെത്തി പുരോഹിതനെ അകത്തേക്ക് വരാനനുവദിക്കാതെ പറഞ്ഞുവിട്ടുവെങ്കിലും തുലായിലെ ബിഷപ്പ് തന്നെ നേരിട്ടുവരുന്നുണ്ടെന്നു കേട്ടപ്പോൾ സത്യത്തിൽ ഞെട്ടിപ്പോയി. ടോൾസ്റ്റോയി പ്രജ്ഞ നശിച്ചുകിടക്കുകയാണെങ്കിലും ബിഷപ്പ് ശയ്യയ്ക്കരികിലെത്തപ്പെട്ടാൽ ഭരണകൂടത്തിന്റെ ലക്ഷ്യം സാധിക്കുകയാവും ഫലം. ബിഷപ്പിനെ കടത്തിവിടാതിരിക്കുവാൻ എനിക്കു കഴിയുമായിരുന്നുവോ എന്ന് സംശയമാണ്.

ശനിയാഴ്ച രോഗിയുടെ ചുണ്ടുകൾ കല്ലിച്ചു. കൈകാലുകൾ നിശ്ചലങ്ങളായി. വിറയ്ക്കുന്ന ചുണ്ടുകളാൽ അദ്ദേഹം എന്തൊക്കെയോ പറയാൻ ശ്രമിച്ചു. കണ്ടുനിന്നവരെല്ലാം വിഷമത്തിലായി. സോഫിയാ ആന്ദ്രേവ്നാ നനഞ്ഞ തുണികൊണ്ട് രോഗിയുടെ നെറ്റിത്തടം തുടച്ചുകൊടുത്തു. അതിനകം കരച്ചിലടക്കി അവൾ ആത്മനിയന്ത്രണം വീണ്ടെടുത്തിരുന്നു. അവസാനമായപ്പോഴേക്കും ചില മരുന്നുകൾ കുത്തിവെക്കാൻ ഡോക്ടർമാർക്കു കഴിഞ്ഞുവെങ്കിലും സമയം വൈകിപ്പോയിരുന്നു. ഒരു മൂലയിൽ മുഖം പൊത്തിനിന്ന് ഡോ. മക്കോവിറ്റ്സ്കി കണ്ണീരടക്കുന്നതും കാണായി. അയാൾ സത്യത്തിൽ ഗുരുവിനെ അകമഴിഞ്ഞു സ്നേഹിച്ചിരുന്നു. അല്ലേ? പതിനഞ്ചു മിനിറ്റുകൂടി കഴിഞ്ഞു. ലിയോ ടോൾസ്റ്റോയി മരിച്ചു.

പന്ത്രണ്ട്
അനിവാര്യം ഈ അന്ത്യരംഗം

പൊയ്പ്പോയ കാലത്തെക്കുറിച്ച് ചിന്തകളിൽ മുഴുകിക്കിടന്നപ്പോൾ സാഷ അരികിൽ വന്നുനില്ക്കുന്നത് കണ്ടില്ല. തീവണ്ടിമുറിയിൽ വെളിച്ചവും കുറവായിരുന്നു. പേരക്കുട്ടികൾ രണ്ടുപേർ ആ മുറിയിൽ കിടന്നുറങ്ങുന്നുണ്ടായിരുന്നു. പരിഭ്രമത്തോടെ ഞാൻ കണ്ണുകൾ തുറന്നപ്പോൾ സാഷ പറഞ്ഞു: "വരൂ... അദ്ദേഹം പുലരുംവരെ കണ്ടേക്കില്ല."

സമയമെത്തിക്കഴിഞ്ഞുവെന്നെനിക്ക് ബോധ്യമായി. അഥവാ ചെർത്ക്കോവ് എന്റെ ഭർത്താവിനെ കാണാൻ എന്നെ അനുവദിക്കുകയില്ലല്ലോ. ഞാൻ രാത്രിവേഷത്തിൽ സാഷയോടൊപ്പം പുറത്തുവന്നു. കൂടെ എന്റെ ഭൃത്യനായ മിഷയും വന്നു. റാന്തൽ തൂക്കി രണ്ടു ടോൾസ്റ്റോയി ശിഷ്യന്മാർ ഞങ്ങൾക്കു മുന്നിൽ നടന്നു. അവരിലൊരാൾ തികച്ചും അക്ഷമനായി. അയാൾ ഫ്രഞ്ചുകാരനാണോ എന്നെനിക്കു സംശയമുദിച്ചു.

പടിവാതിൽക്കൽത്തന്നെ ചെർത്ക്കോവ് നിന്നിരുന്നു. ക്രോധത്തോടെ ഞാനയാളെ നോക്കി. അയാൾ ഇത്തവണ ഒരു മര്യാദരാമന്റെ ഭാഗം അഭിനയിക്കുകയാണ്. പരസ്യമായി ഒരു രംഗം സൃഷ്ടിക്കുന്നതിൽ അയാൾ ഭയപ്പെടുന്നുമുണ്ട്.

എല്ലാം ഊർന്നുപൊയ്ക്കഴിഞ്ഞ ആ ശരീരം ലിയോയുടേതാണെന്ന് തിരിച്ചറിയുക പ്രയാസമായിരുന്നു. മങ്ങിയ റാന്തൽവെട്ടത്തിൽ അസ്പഷ്ടമായി ആ കണ്ണുകൾ ഞാൻ കണ്ടു. ആ ചുണ്ടുകൾ വിറപൂണ്ടിരുന്നു. ഞാൻ കിടക്കയ്ക്കരികിൽ അലച്ചുകെട്ടി വീണു. കരച്ചിലടക്കുവാൻ കഴിയാത്ത ഞാൻ അലമുറയിട്ടു. സാഷ എന്നെ സാന്ത്വനിപ്പിക്കുന്നതിൽ പരാജയപ്പെട്ടു. കഴിഞ്ഞതെല്ലാം ക്ഷമിക്കണമെന്നും മാപ്പു നല്കണമെന്നും ഞാൻ ലിയോയോട് യാചിച്ചു. ആ കരതലം ഞാൻ അമർത്തിപ്പിടിച്ചു. അതിൽ ചേതനയേയില്ലെന്നെനിക്കു തോന്നി. ഒന്നെനിക്കു ബോധ്യമായി – അദ്ദേഹം എന്നെ തിരിച്ചറിഞ്ഞിരിക്കുന്നു. എനിക്കതു മതി.

ആരൊക്കെയോ എന്നെ സാന്ത്വനിപ്പിക്കാൻ ശ്രമിച്ചുകൊണ്ടിരുന്നു. സെർജി മുഷിഞ്ഞ വേഷത്തിൽ കാലുറയ്ക്കാതെ ഒരു മൂലയിൽ നില്ക്കുന്നതു കണ്ടു ഞാൻ ഭയപ്പെട്ടു. എന്റെ പ്രകടനം അസഹനീയമായാൽ

എന്നെ അപമാനിക്കുവാൻ അവൻ മടിക്കുകയില്ല. ഞാൻ സ്വയം നിയന്ത്രിച്ചു. ഒന്നുരണ്ടുപേർ ബലമായി എന്നെ പിടിച്ചെഴുന്നേല്പിക്കാൻ ശ്രമിച്ചു. ഞാൻ തയ്യാറായില്ല. ലിയോയുടെ കാൽഭാഗത്തേക്ക് നിരങ്ങി നീങ്ങി ഞാൻ ആ പാദങ്ങൾ തടവാൻ തുടങ്ങി. ലിയോയുടെ സമ്മതം കൂടാതെ മയക്കുമരുന്ന് കുത്തിവെക്കപ്പെടുമെന്ന് ഞെട്ടലോടെ ഞാൻ തിരിച്ചറിഞ്ഞു. ഞാൻ ആത്മനിയന്ത്രണം വീണ്ടെടുത്തതിനാൽ പിന്നീടാരും എന്നെ ബുദ്ധിമുട്ടിച്ചില്ല. ആ രാത്രി ഞാൻ ആഹാരം കഴിച്ചില്ല. നേരം വെളുത്തപ്പോൾ വലിയ ക്ഷീണം തോന്നി. സാഷ എനിക്ക് കുറച്ച് പഴങ്ങളും വെള്ളവുമായെത്തിയെങ്കിലും എനിക്കത് കഴിക്കാൻ തോന്നിയില്ല. ഡോക്ടർ ഒരു കസേരയിൽ നിദ്രാരാഹിത്യം മൂലം ഒടിഞ്ഞുതൂങ്ങി ഇരിക്കുന്നതു കണ്ടു. ലിയോ രാത്രി മുഴുവനും പിച്ചുംപേയും പറഞ്ഞു.

ഡോക്ടർ എഴുന്നേറ്റ് മുഖം കഴുകി വന്നു രോഗിയെ പരിശോധിച്ചു. ലിയോ ശ്വാസംകിട്ടാൻ നന്നെ പ്രയാസപ്പെടുന്നുണ്ടായിരുന്നു. ഓരോ ശ്വാസവും വലിയ ശബ്ദത്തോടെയാണ് ഉൾക്കൊണ്ടത്. ഞാൻ സ്തബ്ധയായി നോക്കിനിന്നപ്പോൾ ഒരിറക്ക് ജലം ഡോക്ടർ ലിയോയുടെ വായിൽ പകർന്നു.

"കഴിഞ്ഞു." ഡോക്ടർ വേദനയോടെ പ്രസ്താവിച്ചു. വർഷങ്ങളായി ഞാൻ ഭാവനയിൽ കണ്ടിരുന്ന എന്റെ ഭർത്താവിന്റെ മരണമുഹൂർത്തം തൊട്ടുമുമ്പിൽ ആവിഷ്കൃതമായപ്പോൾ ഞാൻ ധൈര്യം സംഭരിച്ച് ഇളകാതെ നിന്നു. ലിയോയുടെ ആത്മശാന്തിക്കായി പ്രാർത്ഥിക്കുവാൻ വന്ന പുരോഹിതനെ ചെർത്ക്കോവ് ഓടിച്ചുവിട്ട കാര്യം ഒരു കുഠാരം കണക്കെ എന്റെ ഹൃദയത്തെ വേദനിപ്പിച്ചുതുടങ്ങി. ലിയോക്ക് എന്നോട് അന്ത്യയാത്രാമൊഴി ചോദിക്കുവാനും എനിക്ക് അന്ത്യചുംബനം നല്കാനുമുള്ള അവസരം ആ നികൃഷ്ടജീവി നിഷേധിച്ചുവല്ലോ. ഹൊ! എത്രമേൽ കൊടിയ മനുഷ്യാവകാശധ്വംസനം! കാലം ഈ ടോൾസ്റ്റോയി ശിഷ്യർക്കു മാപ്പുനല്കുമോ? ആ നിമിഷം എന്നെ സാന്ത്വനിപ്പിക്കാനെന്നോണം ചെർത്ക്കോവ് അടുത്തേക്കുവന്നു. കരതലം എന്റെ ചുമലിലർപ്പിക്കുവാൻ അയാൾ ആഞ്ഞപ്പോൾ ഞാൻ ഒഴിഞ്ഞുമാറി. ഇരട്ട ജീവിതം നയിക്കുന്ന ആ പിത്തലാട്ടക്കാരന്റെ മുഖത്ത് കാറിത്തുപ്പണമെന്നെനിക്കു തോന്നി.

ജനം ജഡം കിടന്ന മുറിയിലേക്കിരച്ചെത്തുമെന്നായപ്പോൾ തോക്കുധരിച്ച പൊലീസുകാർ ശവശയ്യയ്ക്കുചുറ്റും കാവലാളുകളായി. സെർജി ഓടിയെത്തി. അവൻ എന്നെ താങ്ങി മറ്റൊരു മുറിയിലേക്കു കൊണ്ടുപോയി ഒരു വലിയ കസേരയിലിരുത്തി. ആ തണുപ്പിലും ഞാൻ വിയർത്തു. എന്റെ ശരീരം ദഹിക്കുന്നതായെനിക്കു തോന്നി. ദാഹം അളവറ്റതായി. സെർജി എന്റെ കൈകളിൽ തടവുകയും നെറ്റിയിൽ ഉമ്മവെക്കുകയും ചെയ്തു. അവൻ അനുഷ്ഠിച്ച പുത്രധർമ്മം എന്റെ ഉള്ളിൽ ക്കൊണ്ടു. അവൻ അലിവോടെ ഒരിക്കലും പെരുമാറിയതായി ഞാനോർമ്മിക്കുന്നില്ല. ധൃതിപ്പെട്ട് കടന്നുവന്ന് ചെർത്ക്കോവ് അവനെ കൂട്ടിക്കൊണ്ടുപോയി. സകലതിനും സാക്ഷിയെന്നോണം ഞാൻ ആ

കസേരയിൽത്തന്നെ ഇരുന്നു. വാർവ്വര പരിക്ഷീണയായിരുന്നുവെങ്കിലും അവൾ എന്നെ വീശി. ദാഹം തീർക്കാൻ വെള്ളവും തന്നുകൊണ്ടിരുന്നു. എന്റെ തല വല്ലാതെ വിങ്ങി. ഹൃദയം ക്രമാധികം മിടിച്ചു. വിവാഹം കഴിഞ്ഞ വർഷം ക്രിസ്മസ് രാത്രിക്കുവേണ്ടി ക്രിസ്മസ് പൂമരം തയ്യാറാക്കിക്കൊണ്ടുനില്ക്കുന്ന ലിയോയുടെ ചിത്രം ഞാൻ കണ്ണടച്ചപ്പോൾ പ്രത്യക്ഷമായി. വാർവ്വര പൊയ്ക്കഴിഞ്ഞപ്പോൾ ഞാൻ മുഖം കഴുകാനെഴുന്നേറ്റു. ആസകലം ഒരു പെരുപ്പ് പടർന്നിരിക്കുന്നുവെന്ന് ഞാൻ തിരിച്ചറിഞ്ഞു. ഭാവി ഒരു ഭൂതത്തെപ്പോലെ എന്നെ തുറിച്ചുനോക്കി.

ടോൾസ്റ്റോയിയുടെ ഭൗതികപിണ്ഡത്തിനെന്തു സംഭവിക്കുമെന്ന ഉൽക്കണ്ഠയില്ലാതെ ചെർത്ക്കോവ് ഉടനെതന്നെ യാസ്നായ പോല്യാനയിലേക്ക് തീവണ്ടി കയറി. ഗുരു മരിച്ചിട്ട് അരമണിക്കൂർ പോലും തികയുംമുമ്പായിരുന്നു ഈ തിരോധാനം. ധൃതിപിടിച്ച് വീടുവിട്ടുപോന്നപ്പോൾ ലിയോയുടെ പഠനമുറി പൂട്ടാൻ ഞാൻ മറന്നിരുന്നു. മാത്രമല്ല, ആരെങ്കിലും അവിടെ ആക്രമിച്ചു കടക്കുമെന്ന് സ്വപ്നത്തിൽപ്പോലും ഞാൻ കരുതിയിരുന്നുമില്ല. ചെർത്ക്കോവ് സ്ഥലംവിട്ടപ്പോൾ എനിക്ക് ചിത്രം വ്യക്തമായി. യാസ്നായയിൽ ചില വേലക്കാരികൾ മാത്രമേ അവശേഷിക്കുന്നുള്ളൂ. അവർക്ക് ചെർത്ക്കോവിനെ ഭയവുമാണ്. തടയാനൊന്നും അവർക്കു പ്രാപ്തിയില്ല. ടോൾസ്റ്റോയിയുടെ ഇതുവരെ കടത്തിക്കൊണ്ടുപോകാൻ കഴിയാത്ത ഡയറികളും കൈയെഴുത്തുപ്രതികളും രേഖകളും എടുത്തുകൊണ്ടുപോകുകതന്നെയാവും ആ നീചന്റെ ലക്ഷ്യം. താക്കോലുകൾ എവിടെയുണ്ടാവുമെന്നും അയാൾക്കറിയാം. അഥവാ ഭൃത്യകളെ അയാൾ ഭീഷണിപ്പെടുത്തും.

ഞാൻ കസേരയിൽ നിന്നെണീറ്റു മുഖം കഴുകിയശേഷം അവിടെത്തന്നെ ഒരു ചെറുകട്ടിലിൽച്ചെന്നു കിടന്നു. ശരീരമാകെ വേദനിക്കുന്നുമുണ്ടായിരുന്നു. ഒരു ഡോക്ടർ വന്ന് എന്നെ പരിശോധിക്കുകയും മരുന്ന് കുടിക്കാൻ തരികയും ചെയ്തു. ഞാൻ അയാളെ അനുസരിച്ചെന്നു വരുത്തി.ചില ഗുളികകളും ഞാൻ കഴിച്ചു.

മൂവിക്യാമറയുമായി ഒരാൾ ആ മുറിയിലേക്കു കടന്നുവന്നു. എന്റെ ദുഃഖം ചിത്രീകരിച്ച് ലോകത്തിന് വിക്ഷേപിക്കുകയാണ് അവരുടെ ധർമ്മം. ഘോരശബ്ദങ്ങൾക്കും കലമ്പലിനും ഇടയിൽ എന്റെ വാക്കുകൾ മുങ്ങിപ്പോയി.

പ്രാദേശിക ഭരണകൂടം പെട്ടെന്ന് സജീവമായി. ഓരോ മണിക്കൂറിലും വാർത്തകൾ അവിടെനിന്നും പൊയ്ക്കൊണ്ടിരുന്നു. ഒരു ഉന്നതോദ്യോഗസ്ഥൻ അനുയായികൾക്കൊപ്പം അരമണിക്കൂറിനുള്ളിൽ പ്രത്യക്ഷപ്പെട്ടു. അദ്ദേഹത്തിന്റെ പദവി വളരെ ഉന്നതമായിരുന്നുവെന്ന് പ്രത്യക്ഷമായിരുന്നു. പൊലീസ് മേധാവിയും പട്ടാളസേനാ മേധാവിയും അദ്ദേഹത്തെ വണങ്ങി. അദ്ദേഹം നിരന്തരം നിർദ്ദേശങ്ങൾ നല്കിക്കൊണ്ടുമിരുന്നു.

ശവപേടകം കൊണ്ടുവരപ്പെട്ടു. ഓക്കുമരത്തിൽ തീർത്ത തീർത്തും സാധാരണമട്ടിലുള്ള ഒന്ന്. ആർഭാടങ്ങളിൽ ടോൾസ്റ്റോയി വിശ്വസിച്ചിരുന്നില്ലല്ലൊ. എന്റെ പുത്രന്മാരും ചില ടോൾസ്റ്റോയി ശിഷ്യന്മാരും ചേർന്ന് ശവപേടകത്തിലേക്ക് അദ്ദേഹത്തിന്റെ ചേതനയറ്റ ശരീരം ഇറക്കിക്കിടത്തി, തീവണ്ടിയിലേക്ക് എടുക്കപ്പെട്ടപ്പോൾ അനേകം പുഷ്പചക്രങ്ങൾ അതിൽ വന്നുവീണു. പതിനായിരങ്ങൾ തിങ്ങിയ ആ പുരുഷാരം തങ്ങളുടെ സാംസ്കാരികനായകന് അഭിവാദനങ്ങളർപ്പിച്ചു. ടോൾസ്റ്റോയി എസ്റ്റേറ്റിൽ സഹോദരന്റെ ചരമകുടീരത്തിനരികിൽത്തന്നെ തന്നെയും സംസ്കരിക്കണമെന്ന മോഹം ലിയോ സാഷയോട് മുമ്പെപ്പോഴോ അറിയിച്ചിരുന്നു. ഞങ്ങൾ ആ വാടകത്തീവണ്ടിയിൽത്തന്നെ തിരികെ യാത്രയായി. ആ വണ്ടിയിൽ ഞങ്ങളോടൊപ്പം അപരിചിതരായ അനേകമാളുകൾ കയറി. സകലരും തങ്ങൾക്കേറ്റവും വേണ്ടപ്പെട്ട ഒരാളുടെ മരണത്തിലെന്നപോലെ വിഷമിച്ചിരുന്നു.

ഉച്ചതിരിഞ്ഞപ്പോഴേക്കും ടോൾസ്റ്റോയി എസ്റ്റേറ്റിനു സമീപമുള്ള റെയിൽവേ സ്റ്റേഷനിലെത്തി. അവിടെനിന്നും കുതിരവണ്ടിയിൽ ശവപേടകം കയറ്റിയപ്പോൾ ഒരു കർഷകത്തൊഴിലാളി വിളിച്ചു പറഞ്ഞു: “പ്രിയപ്പെട്ട ലിയോ - അങ്ങയുടെ നന്മ നിലയ്ക്കുകയില്ല. അതെന്നെന്നും നിലനില്ക്കും.”

വഴി മുഴുവനും തണുത്തുറഞ്ഞു കിടക്കുകയായിരുന്നു. പുരുഷാരത്തിന് നടക്കാൻതക്ക വീതിയുമുണ്ടായിരുന്നില്ല. ശവഘോഷയാത്രയിൽ പങ്കെടുത്തവർ പ്രാർത്ഥനാനിരതരായി മുഖം താഴ്ത്തി നടന്നു. സാഷയും വാർവ്വരയും എന്റെ ഇരുവശങ്ങളിലുമായി കവചം തീർത്തു. ഞാൻ വീണ്ടും കണ്ണീരിൽ മുങ്ങി.

പിതൃസഹോദരനെ സംസ്കരിച്ച ഇടം സാഷയ്ക്കറിയാമായിരുന്നു. ലിയോ അവൾക്കവിടം ചൂണ്ടിക്കാട്ടിക്കൊടുത്തിരുന്നു. അദ്ദേഹം സ്വാതന്ത്ര്യം നല്കിയ അടിയാത്തികൾ അവിടമാകെ പൂക്കൾ വിതറിയിരുന്നു. എങ്ങുനിന്നെന്നില്ലാതെ പഴയ അടിമകൾ പാഞ്ഞെത്തിക്കൊണ്ടേയിരുന്നു.

ശവപേടകം എസ്റ്റേറ്റ് മന്ദിരത്തിൽ പൊതുദർശനത്തിന് ഇറക്കിവെച്ചു. ശവപേടകത്തിനരികിൽനിന്ന് അവസാനമായി ഞാൻ പ്രാർത്ഥിച്ചു. വൈകുന്നേരത്തിനു മുമ്പ് ശവസംസ്കാരചടങ്ങുകൾ പൂർത്തിയായി. ആചാരങ്ങളിൽ അദ്ദേഹം വിശ്വസിച്ചിരുന്നില്ല എന്നതിനാൽ ചരമകുടീരത്തിനു മുന്നിൽ അത്തരത്തിലൊന്നും വേണ്ട എന്ന് ഞാൻ നിർദ്ദേശിച്ചു.

ഇതിനിടെ ജനക്കൂട്ടത്തെ നിയന്ത്രിക്കാൻ അശ്വാരൂഢരായ പൊലീസുകാരെത്തി. ഒരു പ്രക്ഷുബ്ധതയും സൃഷ്ടിക്കരുതെന്ന് അവരുടെ നേതാവിനോട് ഞാൻ ആന്ദ്രേയിയെ വിട്ട് അഭ്യർത്ഥിപ്പിച്ചു. സന്ധ്യ കഴിഞ്ഞിട്ടും ആൾക്കൂട്ടം പിരിഞ്ഞുപോയില്ല.

യാസ്നായയിൽ തിരിച്ചെത്തിയപ്പോൾ ഞാൻ പ്രതീക്ഷിച്ചതുതന്നെ സംഭവിച്ചിരുന്നു. പഠനമുറിയിലെ അലമാരകൾ തുറന്നുകിടന്നിരുന്നു.

പഠനമുറിയിൽ മാത്രമല്ല കിടപ്പുമുറികളിലും അവർ പരിശോധന നടത്തിയതായി തെളിഞ്ഞു. പലതും നഷ്ടപ്പെട്ടിരിക്കുന്നുവെന്നെനിക്ക് ബോധ്യവുമായി.

തനയേവ് വീണ്ടുമൊരിക്കൽകൂടി എന്നെ കാണാനെത്തി. ഞാൻ പ്രവേശനാനുമതി നിഷേധിച്ചു. താത്ക്കാലിക ഭ്രമങ്ങളെ ഞാൻ അതിജീവിച്ചിരുന്നു. ടോൾസ്റ്റോയിയുടെ ഓർമ്മകൾക്കൊപ്പം യാസ്നായയിൽ ഞാൻ വിശ്രമജീവിതം നയിച്ചുകൊള്ളാം. ടോൾസ്റ്റോയി ഒരു പ്രവാചകനായിരുന്നുവെന്ന് ഞാൻ വിശ്വസിക്കുന്നു. വേദനകളും കയ്പും അളവറ്റു കുടിക്കേണ്ടിവന്നിട്ടുണ്ടെങ്കിലും പിൻതിരിഞ്ഞുനോക്കുമ്പോൾ നിർഭരമായ ഒരു ജീവിതമാണ് ഞാനനുഭവിച്ചതെന്ന് അറിയുമാറാകുന്നു. വലിയ തെറ്റിദ്ധാരണകളിലൂടെ ഞങ്ങൾ കടന്നുപോയി. ആത്മഹത്യക്കുപോലും ഞാൻ തുനിഞ്ഞുവല്ലോ. അതെല്ലാം വെറും സ്വപ്നങ്ങളായേ ഇപ്പോൾ തോന്നുന്നുള്ളൂ. ക്രിസ്തുസദൃശനായ ഒരു മനുഷ്യനാകാനാണ് ടോൾസ്റ്റോയി ശ്രമിച്ചത്. യൗവനത്തിൽചെയ്ത പാപങ്ങളുടേയും പാതകങ്ങളുടേയും മേൽ സ്വയം പുലർത്തിയ തീവ്രമായ പശ്ചാത്താപബോധം ആ മനുഷ്യനെ കഠിനമായി വേട്ടയാടിക്കൊണ്ടേയിരുന്നു. അഭയവും രക്ഷാമാർഗവും എഴുത്തു മാത്രമായിരുന്നു. ടോൾസ്റ്റോയിയുടെ ജീവിതവുമായി എന്നെ ബന്ധിപ്പിച്ചതിന് സർവ്വശക്തന് സ്തുതി.

ഇപ്പോൾ പത്രങ്ങൾ ടോൾസ്റ്റോയിയെപ്പറ്റി എഴുതാൻ തുടങ്ങി. റഷ്യൻ പത്രങ്ങൾ മാത്രമല്ല ഫ്രഞ്ചു പത്രങ്ങളും ടോൾസ്റ്റോയിയെ സംബന്ധിച്ച നിസ്സാരവസ്തുതകൾ ഊതിവീർപ്പിച്ച് വായനക്കാർക്ക് ഭക്ഷണമേശയിൽ വിളമ്പാറുണ്ട്. അർദ്ധസത്യങ്ങളാവും മിക്കവാറും ആ വാർത്തകളുടെ അന്തഃസ്സത്ത. സൽക്കാര മേശപ്പുറത്ത് ലിയോ കാണത്തക്കവിധം ആ വാർത്തകൾ വരുന്ന താളുകൾ ഞാൻ നിവർത്തിയിടാറുണ്ട്. നിലവാരമില്ലാത്ത അത്തരം വാർത്തകൾ അദ്ദേഹം നോക്കാറേയില്ല. ടോൾസ്റ്റോയിയെപ്പറ്റി എന്തെഴുതിയാലും പത്രങ്ങൾ നന്നായി വിറ്റുപോകുമെന്ന് പത്രമുടമകൾക്കറിയാമായിരുന്നു. അത്തരം ചവറുകൾ എന്തിനവർ പ്രസിദ്ധീകരിക്കുന്നുവെന്ന് ഒരിക്കൽ ലിയോ അരിശപ്പെടുകയുമുണ്ടായി. എന്നാൽ പത്രങ്ങളിൽ തന്റെ ചിത്രങ്ങൾ അച്ചടിച്ചുവരുന്നതിൽ അദ്ദേഹം താത്പര്യം പ്രദർശിപ്പിച്ചു. ചില ഫോട്ടോഗ്രാഫർമാർ ഫോട്ടോ എടുക്കുന്നതിന് അനുവാദം ചോദിച്ചുകൊണ്ട് യാസ്നായയിൽ വരുമായിരുന്നു. നിത്യശല്യമായപ്പോൾ അവരെ വിലക്കേണ്ടിയും വന്നു. ചെർത്ക്കോവിൽ ഒരു നിശ്ചലഛായാഗ്രാഹകൻ ഉണ്ടെന്ന അയാളുടെ വിശ്വാസം മൂലം ഒരു ക്യാമറയുമായാണ് അയാൾ ലിയോയുടെ കൂടെയിരിക്കുക. മറ്റേതൊന്നുംപോലെ അയാളെടുത്ത ചിത്രങ്ങളും വഷളായി – ആ ചിത്രങ്ങളെപ്പറ്റി ഗുരു നല്ല അഭിപ്രായമേ പറയുമായിരുന്നുള്ളൂവെങ്കിലും.

ലിയോയുടെ വകയിൽ ഒരു സഹോദരനായിരുന്ന വോൾക്ക്നോസ്കി പ്രഭു ഒരു ഡിസംബറിസ്റ്റായിരുന്നു. സൈബീരിയയിലേക്ക് കാരാഗൃഹ വാസത്തിന് വിധിക്കപ്പെടുകയായിരുന്നു ആ സേനാമേധാവിയായിരുന്ന പ്രഭു. തീരെ ചെറിയ ഒരു കുട്ടിയെ ഉപേക്ഷിച്ച് അദ്ദേഹത്തിന്റെ ഭാര്യ സൈബീരിയയിലേക്ക് ഭർത്താവിനെ പിൻതുടർന്ന് പോയി. ആ പ്രഭുവിനെ ജയിൽവാസത്തിൽനിന്നും നിക്കോളാസ് ഒന്നാമൻ ഏതു കാരണം കൊണ്ടെന്നറിയില്ല ഒഴിവാക്കിക്കൊടുത്തു. അന്നു രാത്രി തന്നെ ടോൾസ്റ്റോയിക്ക് ആ സന്ദേശമെത്തി. അന്നു രാത്രി അദ്ദേഹം ഉറങ്ങിയതേയില്ല. ഡിസംബറിസ്റ്റുകൾ എന്ന പേരിൽ ഒരു നോവൽ ടോൾസ്റ്റോയി എഴുതിത്തുടങ്ങിയതായിരുന്നു. യുദ്ധവും സമാധാനവുംപോലെ. പ്രമാണപ്പെട്ട ഒന്നായിത്തീരുമായിരുന്നു അതെന്നെനിക്കുറപ്പായിരുന്നു. പക്ഷേ, താൻ ക്ലേശിച്ചെഴുതിയാലും ആ കൃതി സെൻസറിംഗിനെ അതിജീവിക്കുകയില്ലെന്ന ഭയത്താലാവും അദ്ദേഹം പിന്നീടെഴുതാതിരുന്നതും എഴുതിയ ഭാഗങ്ങൾ സൂക്ഷിക്കാതിരുന്നതും. തികച്ചും നിരുപദ്രവകരമായ *'ഫാദർ സെർജിയസ്' പോലും ജീവിച്ചിരിക്കെ പ്രസിദ്ധീകരിക്കുവാൻ ലിയോക്ക് കഴിഞ്ഞില്ലല്ലോ. എന്തെന്നറിയില്ല ആ ഡിസംബറിസ്റ്റിനെ വിട്ടയച്ച ദിവസം അദ്ദേഹമനുഭവിച്ച ആനന്ദത്തിന്റെ പ്രകാശം പിന്നീടൊരിക്കലും ആ മുഖത്ത് ഞാൻ കണ്ടിട്ടില്ല. ഇപ്പോൾ വിശ്രാന്തയായി ഇവിടെ ഇങ്ങനെ കിടക്കുമ്പോൾ അന്നത്തെ ആ മുഖം എന്റെ ഹൃദയാന്തരാളത്തിൽ ആവർത്തിച്ചു കടന്നുവരുന്നു.

എന്റെ ചിന്തയിലിപ്പോൾ തെളിയുന്ന ബാല്യകാലസ്മരണകളിൽ ഞാൻ ആദ്യമായി ലിയോയെക്കണ്ട രംഗവും നിറപ്പകിട്ടോടെ എത്താറുണ്ട്. ക്രെംലിനിലുള്ള ഞങ്ങളുടെ വസതിയിൽ പപ്പായെ കാണാൻ വന്നതാണ് അദ്ദേഹം. അലക്കിത്തേച്ച വേഷം. തിളങ്ങുന്ന ബൂട്ടുകൾ. ബൽറ്റിൽനിന്നും ഒരു വാൾ തൂങ്ങിക്കിടക്കുന്നു. അദ്ദേഹം പപ്പയോട് സൗഹൃദസംഭാഷണം നടത്തുന്നത് ഒരു മൂലയിൽ ഒളിച്ചിരുന്ന് ഞാൻ കേട്ടു. ആ കണ്ണുകൾ പത്തുവയസ്സുകാരിയായിരുന്ന എന്നെ ആകർഷിച്ചു. ആ നോട്ടം തടുക്കാനാവാത്തതായിരുന്നു. അന്നുതന്നെ ഏതോ അഭിനിവേശം ശക്തമായി എനിക്കദ്ദേഹത്തോടനുഭവപ്പെട്ടു.

അദ്ദേഹം പൊയ്ക്കഴിഞ്ഞ് പലപ്പോഴും ആ ചെറുപ്പക്കാരനോട് തനിക്കുള്ള താത്പര്യത്തെപ്പറ്റി രാത്രികളിൽ മമ്മയോട് പപ്പാ പറയുന്നത് ഞാൻ കേൾക്കാറുമുണ്ടായിരുന്നു. മമ്മായാണ് അദ്ദേഹത്തിന്റെ വിശ്രുതമായ 'കുട്ടിക്കാലം' എന്ന ആദ്യരചന എനിക്ക് വായിക്കാൻ തരുന്നത് എന്നാണോർമ്മ. ഞാൻ വായിക്കുന്ന ആദ്യപുസ്തകവുമതാണ്. ആ രാത്രി തന്നെ ഞാനതു വായിച്ചുതീർത്തു. സഹോദരിമാരെല്ലാം ഉറങ്ങിക്കിടക്കുകയായിരുന്നു. ആഴ്ചകളോളം ആ പുസ്തകം എന്നിൽ പകർന്ന അനുഭൂതികളുടെ സുഗന്ധവുമായി ഞാൻ നടന്നു. ഒരിക്കൽകൂടി ആ പുസ്തകം എനിക്കു വായിക്കണം. എങ്ങനെയും അത് കണ്ടെത്തണം.

---

* അവസാനം പുറത്തുവന്ന നോവൽ

പതിമ്മൂന്ന്

ഏതു ഗർത്തത്തിനും ഒരു അടിത്തട്ടുണ്ട്

എന്റെ പിതാവ് മഹാനായ ടോൾസ്റ്റോയി ദിവംഗതനായിട്ട് ഒരു വർഷം തികഞ്ഞിരിക്കുന്നു. ഞാൻ ഏറ്റവും ഇളയ പുത്രിയാണ്. ഞങ്ങളുടെ വസതിയിൽ വരുന്നവരിൽ ഏറെ യുവാക്കളും 'ടോൾസ്റ്റോയി' എന്ന വിശ്വ സാഹിത്യകാരന്റെ കൃതി വായിച്ച് മോഹിതരായി ആരാധകരായിത്തീർന്ന വരാണ്. അവർക്ക് ടോൾസ്റ്റോയി എങ്ങനെ ജീവിച്ചാലും പ്രശ്നമൊന്നു മില്ല. പക്ഷേ, പിതാവിന്റെ ദർശനത്തിൽ ആകൃഷ്ടരായി വരുന്നവരുണ്ട്. അവരിൽ യുവാക്കളും മധ്യവയസ്കരും എന്തിന് കുമാരന്മാർ വരെയു ണ്ടാകും. അവർ പ്രതീക്ഷിക്കുന്നത് ജീവിച്ചിരിക്കുന്ന ഒരു പ്രവാചകനെ യാണ്. അവരുടെ സങ്കല്പം ആദർശാധിഷ്ഠിതമായിരിക്കുമല്ലോ. പക്ഷേ, തങ്ങൾ സങ്കല്പിക്കുന്ന ഒരു ബിംബത്തെ യാസ്നായയിൽ അവർക്കു കണ്ടെത്താൻ കഴിയുമായിരുന്നില്ല. യാസ്നായയിലെ ആഡംബരങ്ങളും അലങ്കാരങ്ങളും സമൃദ്ധാന്തരീക്ഷവും അവരെ അമ്പരപ്പിച്ചിരിക്കണം. ഈ വൈരുധ്യത്തിൽനിന്നും രക്ഷനേടുക എന്നതു തന്നെയാവണം പിതാ വിനെ വീടുവിട്ടോടിപ്പോകുക എന്ന തീരുമാനത്തിലേക്കു നയിച്ചത്. ചെർത്ക്കോവിന്റെ പ്രേരണ ആ ഒളിച്ചോട്ടത്തിന്റെ ഗതിവേഗം നിശ്ചയിച്ചു വെന്നു മാത്രം. മമ്മയുമായുള്ള നിത്യകലഹങ്ങളും അദ്ദേഹത്തിന്റെ സഹ നസീമയെ ഉല്ലംഘിച്ചിരുന്നു.

രണ്ടു വർഷങ്ങൾക്കുമുമ്പ് പിതാവ് കഠിനരോഗം ബാധിച്ചു കിടപ്പി ലായതാണ്. അന്ന് രോഗവിമുക്തി നേടി സജീവമാകുമെന്ന് ആരും കരുതി യതല്ല. ശാരീരികമായ വേദനയും ആത്മസംഘർഷങ്ങളും രോഗത്തി ലേക്കു നയിച്ചു എന്നാണ് ഡയറിക്കുറിപ്പുകളിൽ നിന്നും ഞാൻ മനസ്സി ലാക്കിയത്. എന്റെ ചേച്ചി മാഷയുടെ മരണശേഷമാണ് പിതാവിന്റെ കാര്യ ങ്ങളിൽ ഞാൻ ശരിക്കും ശ്രദ്ധ പുലർത്തിയത്. മാഷ യഥാർത്ഥത്തിൽ പിതാവിന്റെ പുത്രി എന്നതിനേക്കാൾ മാനസപുത്രിയായിരുന്നു. എല്ലാ റ്റിനും അദ്ദേഹം അവളെ ആശ്രയിച്ചു. നോവൽ രചന വെടിഞ്ഞ് തത്ത്വ ശാസ്ത്രത്തിലേക്ക് തിരിയുന്നതോടെ മമ്മയുടെ സഹായം എഴുത്തിൽ

പിതാവിന് ലഭിക്കാതെയായി. മാഷ ഈ വിടവ് പരിഹരിച്ചു. ചെർത്ക്കോവുമായി സഹകരിക്കുവാൻ എന്നെപ്പോലെ അവളും നിർബന്ധിതയായിത്തീർന്നുവെങ്കിലും ഒരുതരം വിട്ടുവീഴ്ചയ്ക്കും അവൾ തയ്യാറായിരുന്നുമില്ല. പിതാവിനെ ശല്യപ്പെടുത്തേണ്ട എന്നു കരുതി മാത്രം ഞാനും ചേച്ചിയും ചെർത്ക്കോവിനെ സഹിച്ചു.

ചെർത്ക്കോവ് ഞങ്ങളുടെയെല്ലാം ശത്രുവായിരുന്നു. മൃഗസമാനനായ ഒരു യുവാവിന്റെ സ്വാധീനത്തിനു വഴങ്ങി നാണംകെട്ടു ജീവിക്കുകയെന്നത് പിതാവിനെപ്പോലെ ഉന്നതനായ ഒരു ചിന്തകന് യോജിച്ചതായിരുന്നുവോ? മമ്മാ അവരുടെ ശക്തവും നിശിതവുമായ വിയോജിപ്പ് പ്രകടിപ്പിക്കുമ്പോൾ പിതാവിന് വെറിപിടിക്കുന്നു. ചിലപ്പോൾ ഭ്രാന്തമായി പ്രതികരിക്കുകയും ചെയ്തു. ചുവരിലേക്ക് നോക്കിക്കൊണ്ടാണ് അദ്ദേഹം മമ്മായോട് അവസാനനാളുകളിൽ സംസാരിച്ചത്. ഭൂമിയുടെ പ്രശ്നത്താലും അടിമകളെ സ്വതന്ത്രരാക്കിയതിനാലും പകർപ്പവകാശം സൗജന്യമാക്കിയതിനാലും വിവാദ വിൽപ്പത്രം തയ്യാറാക്കിയതിനാലും അവർ തമ്മിൽ വിനിമയം നിലച്ചിരിക്കുകയായിരുന്നു. മമ്മായോട് എപ്പോഴെങ്കിലും സ്നേഹത്തോടെ സംസാരിച്ചിരുന്ന പതിവും പിതാവിന്റെ ഭാഗത്തുനിന്നും പ്രത്യക്ഷത്തിൽ ഇല്ലാതായി. വാർധക്യത്തിലും അദ്ദേഹം ലൈംഗികാഭിനിവേശം പ്രകടിപ്പിച്ചിരുന്നതാണ് ഏറ്റവും വലിയ വൈരുധ്യം. മമ്മായുടെ എണ്ണിപ്പെറുക്കലുകളിൽ നിന്നാണ് ഞാനീ വിഷയം തിരിച്ചറിഞ്ഞത്. താൻ നയിക്കുന്ന ജീവിതം തനിക്കുതന്നെ അമ്പരപ്പുളവാക്കുന്നതായും താൻ സ്വയം ഒരു ആത്മവഞ്ചകനാണെന്നും അദ്ദേഹം ഇടയ്ക്കിടെ ആത്മഗതം ചെയ്തിരുന്നു എന്നെനിക്കറിയാം. ശരീരമാകെ ജര വന്നു മൂടിയിരുന്നു. കൈകളിലെ നീലഞരമ്പുകൾ തടിച്ച് എഴുന്നുപിണഞ്ഞു കിടന്നു. ചില സായന്തനങ്ങളിൽ അദ്ദേഹം തൊടിയിലിരുന്ന് കണ്ണീർ വാർക്കുന്നതും ഞാൻ കണ്ടിട്ടുണ്ട്. ചുമലുകൾ കുലുക്കിക്കൊണ്ടാണ് കരച്ചിൽ. ശബ്ദം പുറത്തേക്കു വരികയുമില്ല. അനിയന്ത്രിതമായിരുന്നു ആ കരച്ചിൽ - ഒരു ശിശുവിന്റേതുപോലെ. ആ കരച്ചിൽ കാണുമ്പോഴൊക്കെ എനിക്കും കരച്ചിൽ വരുമായിരുന്നു. ചിലപ്പോൾ ഞാൻ അടുത്തുചെന്നിരിക്കും. "എനിക്കെന്റെ ജീവിതം പിടിതരുന്നില്ല... ഞാൻ മരിക്കുന്നുമില്ല." എന്ന് ആത്മാനുകമ്പയോടെ പിറുപിറുക്കുകയും ചെയ്യും.

പിതാവിനോട് മാനസികമായ അകൽച്ച പുലർത്തിയിരുന്നുവെങ്കിലും അദ്ദേഹത്തിന് ഒരു രക്ഷാഭടനെ മമ്മ നിയമിച്ചിരുന്നു. നിത്യവും സഹായമഭ്യർത്ഥിച്ചുകൊണ്ടെത്തിയിരുന്നവർ പലതരക്കാരായിരുന്നു. ഭ്രാന്തന്മാരും അരാജകവാദികളും യാചകരുമൊക്കെ ടോൾസ്റ്റോയിയെ അവരുടെ രക്ഷാപുരുഷനായി കരുതിയിരുന്നു. തന്നെ അവരിൽനിന്നും കാത്തുകൊള്ളുവാൻ നിയമിതനായ രക്ഷാഭടനെ കാണുന്നതുതന്നെ പിതാവിന് കലിയാണ് താനും. തന്റെ ജോലി ഗൗരവമായെടുത്ത് അയാൾ രാപ്പകൽ റോന്തുചുറ്റിക്കൊണ്ടിരുന്നു. അരയിൽ ഒരു വാളുമുണ്ട്. യാസ്നായ

പോള്യാനയിൽ അപരിചിതർ അലഞ്ഞുതിരിയുവാൻ അയാൾ യാതൊരു കാരണവശാലും അനുവദിച്ചിരുന്നില്ല. വൃക്ഷങ്ങളിൽ നിന്നടർന്നുവീഴുന്ന പൂക്കൾ ശേഖരിക്കുവാൻ വന്ന കുട്ടികളെപോലും അയാൾ ഓടിച്ചുവിട്ടു. അയാൾ ക്രൂരനായിരുന്നുവെന്നതും സത്യമാണ്. താൻ ഒരിക്കൽ പീഡിപ്പിച്ച ഒരു മധ്യവയസ്കയെയാണ് അയാൾ വിവാഹം കഴിച്ചതത്രേ. യാസ്നായയിൽനിന്നും കുറച്ചു വിറകു പെറുക്കിക്കൊണ്ടിരുന്ന ഒരു കിഴവനെ ഇയാൾ ഒരിക്കൽ പിടികൂടി തമ്പ്രാട്ടിയുടെ മുന്നിലെത്തിച്ചു. അതിനു മുമ്പ് തന്നെ ഒരു മരത്തിൽ കെട്ടിയിട്ട് തൊഴിക്കുകയും ചെയ്തു. പിതാവിന് കുട്ടിക്കാലംതൊട്ടേ അറിയാവുന്ന ഒരു അടിമയായിരുന്നു മർദ്ദിതൻ. അയാളെ വെറുതെ വിടണമെന്നും മർദ്ദകനെ പിരിച്ചുവിടണമെന്നും പിതാവ് ക്ഷോഭിച്ചുവെങ്കിലും മമ്മാ തരിമ്പും കൂട്ടാക്കിയില്ല. ഓരോരുത്തനും ഇങ്ങനെ മോഷണത്തിന് മുതിർന്നാൽ യാസ്നായയിൽ ഒന്നും അവശേഷിക്കുകയില്ലെന്നായി മമ്മ. പപ്പായ്ക്ക് ഒന്നും ആവശ്യമില്ലെന്നിരിക്കിലും മക്കൾക്കും പേരക്കുട്ടികൾക്കും ആവശ്യമുണ്ട് എന്നും മമ്മാ വാദിച്ചു. ആ വഴക്ക് വളരെ നീണ്ടുപോയി. രാത്രി അത്താഴമേശയിൽ പിതാവ് വന്നുകണ്ടില്ല. നിരാഹാരമിരിക്കുകവഴി തന്റെ പ്രതിഷേധം പ്രകടിപ്പിച്ചു. പലതിലും ഒരു ഉന്മാദലാഞ്ഛനയും അനിയന്ത്രിതത്വവും ആ സംഭവത്തിനുശേഷം പപ്പാ പ്രകടിപ്പിച്ചുതുടങ്ങി.

പിന്നീടുള്ള ദിവസങ്ങളിൽ ഡയറിപോലുമെഴുതാതെ പപ്പാ മുറിയിൽ മുനിഞ്ഞിരുന്നതേയുള്ളൂ. ഒരിക്കൽ പതിവുനടത്തത്തിനുശേഷം വിയർത്തുകുളിച്ചു കയറിവന്ന് കിടക്കയിലേക്കുവീണു. ഞാൻ ഓടിച്ചെന്ന് താങ്ങിയിരുന്നില്ലെങ്കിൽ നിലംപതിച്ചേനെ. 'എനിക്ക് ചെർത്ക്കോവിനെ കാണണം' എന്ന് പിറുപിറുക്കുകയും ചെയ്തു. തത്ക്കാലം അതിനു നിവൃത്തിയില്ലെന്നും ആരോഗ്യം വീണ്ടുകിട്ടുമ്പോൾ ചെർത്ക്കോവിന്റെ വസതിയിലേക്ക് കൊണ്ടുപോകാമെന്നും ഞാൻ സമാധാനിപ്പിച്ചു.

തനിക്ക് ഇഷ്ടപ്പെടാത്ത കാര്യങ്ങളിൽ വലിയ അസഹിഷ്ണുതയാണ് സമാധാനദൂതനെന്ന് കേൾവിപ്പെട്ട എന്റെ പപ്പാ പുലർത്തിപ്പോന്നത്. ഈസ്റ്റർ ദിനത്തിൽ പണം ധൂർത്തടിക്കുന്നതിനോട് വലിയ എതിർപ്പായിരുന്നു അദ്ദേഹത്തിന്. ആ പണം ദരിദ്രർക്കു നല്കരുതോ എന്നാണ് ചോദ്യം.

പിതാവിന്റെ ശിഷ്യർ മിക്കവാറും നഗരത്തിൽനിന്നുള്ള ഉപരിവർഗ്ഗസന്തതികളായിരുന്നു. "ടോൾസ്റ്റോയിയുടെ കല്പനകൾ" നടപ്പിൽ വരുത്താനിറങ്ങിയ അക്കൂട്ടർ അമ്പേ പരാജിതരായി. ഭരണകൂടത്തിന്റെ ആയുധങ്ങൾക്കുമുന്നിൽ അവർ പതറിപ്പോയിതാനും.

എന്റെ മമ്മാ ഒരു കലാകാരിയായിരുന്നുവെന്ന് ഞാൻ പറയും. മമ്മ കുട്ടിക്കാലത്തുതന്നെ കവിതയും കഥയുമെഴുതി. ചിത്രം വരയ്ക്കുകയും പിയാനോ നന്നായി വായിക്കുകയും ചെയ്തിരുന്നു. എങ്കിലും വയസ്സുകാലത്ത് തനയേവിന്റെ ശിഷ്യത്വം സ്വീകരിക്കുകയും അയാൾക്കൊപ്പം

വിലാസിനി ചമയാൻ നിന്നതും ഏറെ ദുഷ്പ്പേരുണ്ടാക്കി. മമ്മയുടെ ജീവിതം പിതാവ് എഴുത്തുകാരനെന്ന നിലയിൽ പ്രയോജനപ്പെടുത്തിയിട്ടുമുണ്ട്. മമ്മ തന്റെ കുട്ടികൾ മരണമടഞ്ഞപ്പോൾ എഴുതിയ ഹൃദയദ്രവീകരണ സമർത്ഥങ്ങളായ കത്തുകൾ 'അന്നാ കരനീന'യിൽ അതേപടി പ്രയോഗിച്ചു. ഒരു പ്രസവ വേളയിൽ പനി പിടിച്ച് മമ്മ മരണത്തമുഖാമുഖം കണ്ട രംഗവും അതേപടി ആ നോവലിൽ പ്രത്യക്ഷമായി. എന്തിനു പറയുന്നു 'ക്രൂയിറ്റ്സർ സൊനാറ്റ' എന്ന നോവൽ മമ്മയും തനയേവുമായുള്ള ബന്ധത്തിൽനിന്ന് നേരെ പിറന്നുവീണതാണല്ലോ.

പന്ത്രണ്ടാമത്തെ കുട്ടിയെ ഗർഭം ധരിച്ചിരിക്കെ ഏതോ നിസ്സാരവസ്തുതയെച്ചൊല്ലി ആരംഭിച്ച കലഹം പിതാവിനെ വീടുവിട്ടിറങ്ങാൻ പ്രേരിപ്പിച്ചു. പ്രസവദിനം സമാഗതമായിക്കഴിഞ്ഞിരുന്നു. പൂർണഗർഭിണിയായിരുന്ന മമ്മ പപ്പായുടെ പിന്നാലെ ഓടിച്ചെന്ന് പോകരുതെന്നഭ്യർത്ഥിച്ചപ്പോൾ താനിനി ഒരിക്കലും മടങ്ങിവരില്ലെന്ന അലർച്ചയോടെ പപ്പാ പൊയ്ക്കളഞ്ഞത്രേ. അന്നു രാത്രി മമ്മാ പ്രസവിച്ചു. ആ കുട്ടിയാണ് ഞാൻ – സാഷ. രാത്രി വളരെ വൈകി പപ്പാ തിരിച്ചെത്തുകയും ചെയ്തു. മമ്മായ്ക്കും പപ്പായ്ക്കും വേണ്ടാത്ത ഒരു കുട്ടിയായി ഞാൻ വളർന്നു.

ഒരു ദിവസം രാത്രി ഉറക്കത്തിൽനിന്നും വിളിച്ചുണർത്തി ഭാര്യയോട് "മേലിൽ നീയെന്റെ ഭാര്യയല്ല" എന്ന് പപ്പാ പറഞ്ഞു. തന്റെ ഭാര്യ താൻ വഹിക്കുന്ന ഒരു കുരിശാണെന്നും ജീവിതാന്തരീക്ഷം ദുസ്സഹമാണെന്നും ചെർത്ക്കോവിന് പിറ്റേന്ന് എഴുതുകയും ചെയ്തു. ആരുംതന്നെ കുടുംബത്തിൽ തന്റെ അഭിപ്രായങ്ങൾക്ക് വില നല്കുന്നില്ലെന്നും അദ്ദേഹം പരാതിപ്പെട്ടു.

പതിനെട്ടു വയസ്സുള്ളപ്പോൾ ടോൾസ്റ്റോയിയുടെ പത്നിയാകുകയും ഇത്രമേൽ പ്രശസ്തനാകുവാൻ അദ്ദേഹത്തെ സഹായിക്കുകയും ചെയ്തവളാണ് എന്റെ മമ്മാ സോഫിയാ ആന്ദ്രേവ്നാ. വിവാഹത്തിനു ശേഷമെഴുതിയ ബൃഹദ്നോവലുകളാണ് പിതാവിനെ റഷ്യൻ സാഹിത്യമണ്ഡലത്തിന്റെ മകുടമണിയാക്കിത്തീർത്തത്. ഇരുപതു വർഷങ്ങൾ കൊണ്ട് ടോൾസ്റ്റോയി വിശ്വവിഖ്യാതനുമായി.

അവസാനമായപ്പോഴേക്കും കുടുംബച്ചെലവുകൾ നിർവഹിക്കാനാകാതെ മമ്മാ ക്ലേശിച്ചു. നിത്യേന അനേകർക്ക് ആഹാരം കൊടുക്കേണ്ടിയുമിരുന്നു. സ്വയം പ്രസിദ്ധീകരണശ്രമങ്ങളിലേക്ക് തിരിയാൻ മമ്മ നിർബന്ധിതയായി. ഞാനും സഹായിച്ചു. മമ്മായോടൊപ്പം ഞാൻ ദസ്തയവ്സ്കിയുടെ ഭാര്യയെ കാണാൻ പോകുകകൂടി ചെയ്തു. എനിക്ക് പ്രായം തീരെ കുറവായിരുന്നു അന്ന്. പീറ്റേഴ്സ്ബർഗിലേക്കുള്ള എന്റെ ആദ്യയാത്രയായിരുന്നു അത്. ദസ്തയവ്സ്കിയുടെ ഭാര്യ ഭർത്താവിന്റെ 'ഭൂതാവിഷ്ടർ' എന്ന നോവൽ സ്വയം പ്രസിദ്ധീകരിച്ചു വിജയിപ്പിച്ചിരുന്നു. പ്രസിദ്ധീകരണത്തിന്റെ ഔപചാരികതയും നിയമങ്ങളും ദസ്തയവ്സ്കിയുടെ പത്നി അന്ന ഞങ്ങൾക്കു വിശദീകരിച്ചു തന്നു.

വളരെ വിനയവതിയും ബുദ്ധിശാലിനിയുമായിരുന്നു ആ സ്ത്രീ. ടോൾസ്റ്റോയിയെ അവർക്ക് വലിയ കാര്യമായിരുന്നു. അന്നാ കരനീനയും യുദ്ധവും സമാധാനവുമൊക്കെ അവർ ഏറ്റവും ഇഷ്ടപ്പെട്ട രചനകളുമായിരുന്നു. ടോൾസ്റ്റോയിയുടെ പത്നി തന്റെ വീട്ടിലേക്കു വരുന്നു എന്ന അറിയിപ്പ് കിട്ടിയപ്പോൾ മുതൽ അവർ ആനന്ദത്തിലായിയത്രേ.

ദീർഘദൂരം സഞ്ചരിക്കാനുണ്ടായിരുന്നതിനാൽ ഞങ്ങൾ അധികനേരം അവിടെ തങ്ങിയില്ല. ടോൾസ്റ്റോയിക്കു സമശീർഷനാണ് ദസ്തയവ്സ്കി എന്ന് വിമർശകർ പ്രഖ്യാപിക്കുമ്പോൾ മമ്മാ അല്പം കയ്പോടെയാണെങ്കിലും അതംഗീകരിച്ചിരുന്നുതാനും. ഞങ്ങൾ പീറ്റേഴ്സ്ബർഗ് സന്ദർശിച്ചത് കുടുംബാംഗങ്ങളിൽ മറ്റാരും അറിഞ്ഞില്ല. രഹസ്യദൂതന്മാർക്കോ ചെർത്ക്കോവിനുപോലുമോ മണത്തറിയാൻ കഴിഞ്ഞുമില്ല. മോസ്കോയിലെ വസതിയിലേക്കാവുമെന്ന് സകലരും കരുതി. അവിടെ ചുവരിൽ ദസ്തയവ്സ്കിയുടെ ഒരു കൂറ്റൻ എണ്ണച്ഛായാചിത്രം ഞാൻ കണ്ടു.

മമ്മ പ്രസിദ്ധീകരണശാല നടത്തിക്കൊണ്ടിരിക്കുമ്പോൾ അവിടെ കയറിച്ചെന്ന് പപ്പാ പ്രശ്നമുണ്ടാക്കി. വിവാഹമോചനം ആവശ്യപ്പെടുമെന്നും ഭീഷണിപ്പെടുത്തി. രാപ്പകലില്ലാതെ പണിയെടുത്തുകൊണ്ടിരുന്ന മമ്മയ്ക്ക് എല്ലാംകൊണ്ടും സഹികെട്ടു.

അക്രമരാഹിത്യമായിരുന്നു പിതാവിന്റെ ഏറ്റവും ഉന്നതമായ ആദർശം. വാക്കുകളിൽ മാത്രമായിരുന്നില്ല ജനസേവനം. പ്ലേഗും ക്ഷാമവും പൊട്ടിപ്പുറപ്പെട്ടപ്പോൾ നേരിട്ട് ഗുരുതരാവസ്ഥകളിലേക്ക് അദ്ദേഹം ഇറങ്ങിച്ചെന്നു. അത് കണ്ട് വെറുതെയിരിക്കുവാൻ ശിഷ്യന്മാരെപ്പോലെ എനിക്കു കഴിഞ്ഞില്ല. മാഷയും ഞങ്ങൾക്കൊപ്പം കഴിവിനുപരി പണിയെടുത്തു. പ്ലേഗും ക്ഷാമവും അന്യരാജ്യങ്ങൾ അറിയരുതെന്ന വാശി ഭരണകൂടത്തിനുണ്ടായിരുന്നു. മരണത്തെ കൂസാതെയായിരുന്നു പകർച്ചവ്യാധി പിടിച്ചവർക്കിടയിൽ ഞങ്ങൾ സഹായത്തിനിറങ്ങിയത്. ടോൾസ്റ്റോയിയുടെ മക്കളെന്ന നിലയിൽ എനിക്കും ചേച്ചിക്കും അഭിമാനം തോന്നിയ ദിനങ്ങളാണവ. ഞങ്ങളുടെ സഹായികളിൽ പലരും പ്ലേഗ് ബാധിച്ച് മരിച്ചുവീഴുകയും ചെയ്തു.

ഏഴ് വയസ്സിൽ മരിച്ചുപോയ വാനിയയ്ക്കുശേഷമാണ് എന്റെ പിറവി. ഞാനാണ് ഏറ്റവും ഇളയ കുട്ടി. ഇരുപത്താറു വർഷങ്ങൾ പിതാവിനെ സേവിക്കുവാനെനിക്കു കഴിഞ്ഞു. ഞങ്ങളുടെ കുടുംബത്തിൽ ജീവിതം ഒട്ടും എളുപ്പമായിരുന്നില്ല. രണ്ടു വഴികളിൽ ഏതെങ്കിലുമൊന്ന് തിരഞ്ഞെടുക്കാൻ കഴിയാതെ ഞങ്ങൾ കുഴങ്ങി – ഒരു ഉപരിവർഗ്ഗസന്തതിയായി ജീവിക്കണമോ അതോ കർഷകസന്തതിയെപ്പോലെയാകണമോ എന്നീ വഴികൾ. പപ്പായുടെ മാർഗം രണ്ടാമത്തേതായിരുന്നു. പന്ത്രണ്ടു ഭൃത്യരുണ്ടായിരുന്ന ആ തറവാട്ടിൽ ഞങ്ങളെങ്ങനെ പപ്പായുടെ മാർഗം പിൻതുടരുമായിരുന്നു? ഈ പരുഷമായ സത്യം മയപ്പെടുത്തിയെടുക്കുക

എളുപ്പമായിരുന്നില്ല. പപ്പായെപ്പോലെ കുതിരകളോട് എനിക്കു വലിയ കമ്പമായിരുന്നു. കുതിരപ്പുറത്ത് പപ്പായോടൊപ്പം സഞ്ചരിക്കുകയെന്ന തായിരുന്നു എന്റെ ഏറ്റവും വലിയ വിനോദം. പപ്പായെ പിരിഞ്ഞു പോകേണ്ടിവരുമെന്നതിനാൽ എനിക്കുവന്ന കല്യാണാലോചനകൾ ഞാൻ തിരസ്കരിച്ചു. പിതാവതിൽ സന്തോഷിച്ചുതാനും. എനിക്ക് പെൺസുഹൃത്തുക്കൾ മാത്രമേ ഉണ്ടായിരുന്നിട്ടുമുള്ളൂ.

ടൈപ്പിംഗ് ഞാൻ സ്വയം അഭ്യസിച്ചു - പപ്പായെ സഹായിക്കുവാൻ വേണ്ടി മാത്രം. എനിക്ക് രോഗബാധയുണ്ടായ ഒരു ചെറിയ ഇടവേളയിൽ വിദഗ്ധ ചികിത്സയ്ക്കായി അല്പകാലം ഭൂമിയയിൽ താമസിച്ചു. ആ ഘട്ട മൊഴിച്ചാൽ ഇതുവരെ ഞാൻ പപ്പയോടൊപ്പം തന്നെയായിരുന്നു. പപ്പാ ഒടുവിൽ വീടുവിട്ടുപോകുന്ന കാര്യം എനിക്കറിയാമായിരുന്നുതാനും. ഞാൻ അദ്ദേഹത്തെ അതിനനുവദിച്ചു - അത്രമേൽ ദുരിതം അദ്ദേഹം വീട്ടിൽ അനുഭവിക്കുന്നതായി ഞാൻ കണ്ടു.

പപ്പായ്ക്ക് എൺപത്തിരണ്ട് വയസ്സ് തികഞ്ഞതിന് പത്തു ദിവസ ങ്ങൾക്കു ശേഷമായിരുന്നു ആ പലായനം. അല്പം സമാധാനംപോലും വീട്ടിൽ അവശേഷിച്ചിരുന്നില്ല. യുദ്ധമാണെങ്കിൽ ഘോരവും. മമ്മയും പപ്പയും തമ്മിലുള്ള അസ്വാരസ്യങ്ങളിൽ ഞാൻ മധ്യവർത്തിയായി നില കൊണ്ടു. ഉരുക്കിന്റെ ഇച്ഛാശക്തിയോടെ ഞാനവരെ രണ്ടുപേരേയും കൈകാര്യം ചെയ്തുപോന്നെങ്കിലും. ഒടുക്കം കാര്യങ്ങൾ എന്റെ പിടി വിട്ടുപോയി. ഞാൻ പിതൃപക്ഷം ചേർന്നു. ഒരു കാര്യം ഞാൻ മരിക്കും വരെ പറയും: "ടോൾസ്റ്റോയി ഒരു മഹാമനീഷിയായിരുന്നു. സദാ ജന നന്മയായിരുന്നു ആ മനുഷ്യന്റെ സ്വപ്നം. നന്മ, സമത്വം, സാഹോദര്യം, സ്വാതന്ത്ര്യം എന്നിവയായിരുന്നു ആ ദൈവാന്വേഷിയുടെ ആദർശങ്ങൾ... ഞാനതിൽ എന്റെ മരണം വരെ അഭിമാനംകൊള്ളും. മറ്റുള്ളവരെ അനാവശ്യമായി സംശയിക്കുകയും അവിശ്വസിക്കുകയും ചെയ്യുന്നതരം മാനസികരോഗം എന്റെ മമ്മയ്ക്കുണ്ടായിരുന്നുവെന്ന് ഇന്ന് ഞാൻ വിശ്വസിക്കുന്നു. പിതാവിന്റെ മരണശേഷവും മമ്മ അത് തുടരുന്നു. മുമ്പ് ഇതേപ്പറ്റി തീർച്ചയില്ലാത്തപ്പോഴും അലക്സി ഡോക്ടറെ കൊണ്ടുവന്ന പ്പോൾ ഞാൻ സഹകരിച്ചിരുന്നു. രോഗിയായിരുന്നതുകൊണ്ട് എന്താണ് താൻ മറ്റുള്ളവരോട് പെരുമാറുന്നതെന്ന് മമ്മയ്ക്ക് അറിയാൻ കഴിയുമാ യിരുന്നില്ല. താൻ ലിയോയെ ശല്യപ്പെടുത്തിയിരുന്നുവെന്നും നീ അതി നെനിക്കു മാപ്പുതരുമോ എന്നും ഒരാഴ്ച മുമ്പ് മമ്മാ നിസ്സംഗയായി എന്നോട് ചോദിച്ചു. ഞാനതിനിങ്ങനെ മറുപടി പറഞ്ഞു. "മമ്മാ.. മമ്മാ സ്വസ്ഥയായിരുന്നില്ലല്ലോ. രോഗിണിയുമായിരുന്നു." പിന്നീട് ഞങ്ങൾ സുഹൃത്തുക്കളെപ്പോലെ കെട്ടിപ്പിടിച്ച് പരസ്പരം ഉമ്മവെച്ചു. മരണമട യുന്നതിന് തൊട്ടുമുമ്പ് പപ്പാ പറയുന്നതെന്താണെന്നറിയുവാൻ ഞാൻ കാതുകൂർപ്പിച്ച് അരികിലിരുന്നിരുന്നു. "ഞാൻ അനന്തതയെ പ്രേമി ക്കുന്നു" എന്നതായിരുന്നു ആ അന്ത്യവചനം. മറ്റെന്തോ കൂടി പറയാൻ വെമ്പി. ഒന്നും പുറത്തുവന്നില്ല. അദ്ദേഹം മരിച്ചു.

മമ്മായുടെ ദുഃഖം അസ്റ്റപ്പോവായിൽവെച്ച് ചലച്ചിത്രഛായാഗ്രാഹകർ പകർത്തി ലോകത്തെ കാണിച്ചു. പക്ഷേ, ലോകം ആ ദുഃഖം ഉൾക്കൊണ്ടില്ല. പലപ്പോഴും പപ്പയുടെ ശ്രദ്ധ പിടിച്ചുപറ്റുവാൻ വ്യാജമായ ആത്മഹത്യാശ്രമങ്ങൾ മമ്മ നടത്തിയിട്ടുണ്ടാകാം. പക്ഷേ, അവസാനത്തെ ശ്രമം അങ്ങനെയായിരുന്നില്ല എന്ന് ഞാൻ നേരിട്ടറിഞ്ഞതാണ്. ലോകം ടോൾസ്റ്റോയിയെ വാഴ്ത്തി. സോഫിയാ ആന്ദ്രേവ്നയെ ഇപ്പോഴും പഴിക്കുന്നു.

പപ്പായുടെ വഴി ഞാൻ തിരഞ്ഞെടുക്കുന്നു. ദുഃഖിതർക്ക് സാന്ത്വന മരുളുകയെന്നതാവും എന്റേയും ജീവിതലക്ഷ്യം. മനുഷ്യാവകാശങ്ങൾക്കുവേണ്ടി ഞാൻ പൊരുതുകതന്നെ ചെയ്യും.

ഒരു ദേശീയ സ്മാരകമായി ഗവണ്മെന്റ് യാസ്നായ പോല്യാന ഏറ്റെടുക്കേണ്ടതുണ്ട്. ഗവണ്മെന്റ് മമ്മയ്ക്ക് ഒരു പെൻഷനനുവദിച്ചുവെന്നത് നന്നായി. ഭർത്താവിന്റെ പഠനമുറിയിലും കിടപ്പുമുറിയിലും ആരേയും കയറുവാൻ മമ്മാ അനുവദിക്കുന്നില്ല. സ്വയം അവ വൃത്തിയാക്കി സൂക്ഷിക്കുന്നു. ടോൾസ്റ്റോയിയുടെ ജീവിതകഥ എഴുതാൻ തയ്യാറായി വന്നവരോട് സഹകരണം വാഗ്ദാനം ചെയ്തിട്ടുമുണ്ട്. സ്വയം ചിലത് ഇപ്പോൾകുറിക്കുന്നതും കാണാം.

പപ്പാ വീട് വിട്ടോടിപ്പോയ ദിവസം സന്ധ്യക്ക് ചായ കഴിക്കുവാൻ ഏതോ തിരുത്തു പകർപ്പ് പരിശോധിച്ചുകൊണ്ടിരുന്ന മമ്മാ വൈകിയാണ് ഭക്ഷണമേശയിലേക്കെത്തിയത്. പപ്പയും ഡോക്ടറും വാർവ്വരയും ഞാനും മാത്രമായിരുന്നു ആദ്യം. ഞാവൽപ്പൊടിയിട്ട ചായയാണ് പപ്പാ കുടിച്ചിരുന്നത്. ഞാൻ മമ്മാ വരുംമുമ്പേ എന്റെ മുറിയിലേക്കു പോയി. കുറച്ചുകഴിഞ്ഞു മുറിയിലേക്കു വന്ന വാർവ്വര പറഞ്ഞു, മമ്മ വന്നയുടനെ പപ്പാ എണീറ്റുപോയി എന്ന്. അന്നു രാത്രി എനിക്ക് അധികനേരം ഉറങ്ങാൻ കഴിഞ്ഞില്ല. മുകളിലുള്ള പപ്പായുടെ പഠനമുറിയിൽ ആരോ ഉലാത്തുന്നതായി എനിക്കു തോന്നി.

അല്പം കഴിഞ്ഞ് എന്റെ വാതിൽക്കൽ മുട്ടുകേട്ട് ഞാൻ തുറന്നു. ദൃഢനിശ്ചയം നിറഞ്ഞ മുഖവുമായി പപ്പാ നില്ക്കുന്നു. ഒരു മെഴുകുതിരി കൈവശമുണ്ട്. മെഴുകുതിരിവെട്ടത്തിൽ ഞാൻ കണ്ട ആ രൂപം ഇനി ഒരിക്കലും മറക്കാൻ കഴിയില്ല.

“ഞാൻ എന്നെന്നേക്കുമായി വീടുപേക്ഷിക്കുകയാണ്.” പപ്പാ പറഞ്ഞു. “ഞാൻ സോണിയക്ക് ഒരു കത്തെഴുതി കിടക്കയിലിട്ടിട്ടുണ്ട്.” ഉത്സാഹത്തോടെ പപ്പാ കൂട്ടിച്ചേർത്തു.

ഞാനും വാർവ്വരയുംകൂടി മുകളിലെ മുറിയിലേക്കു കയറി. അവിടെ ഡോക്ടർ മക്കോവിറ്റ്സ്കി പോകാനുള്ള സാധനങ്ങൾ ഒരുക്കിവെക്കുകയാണ്. അയാളുടെ വിഭ്രാന്തമായ ചലനങ്ങളിൽ നിന്നും അയാൾ അനുഭവിക്കുന്ന വേവ് ഞങ്ങൾ തിരിച്ചറിഞ്ഞു. ഞാനും അയാളെ സഹായിക്കാനൊരുങ്ങിയെങ്കിലും എന്റെ ഹൃദയം കുതിച്ചുചാടി. കൈകൾ വിറച്ചു.

ധൃതികൊണ്ട് എന്റെ കൈയിൽനിന്നും ചിലത് താഴെ വീണു. ഒരു പെട്ടി യിൽ എന്തോ കുത്തിനിറച്ച് ചരടിട്ടു കെട്ടുകയായിരുന്നു അപ്പോൾ പപ്പാ. തനിക്ക് ഏറ്റവും അത്യാവശ്യമായവ മാത്രമേ വേണ്ടൂ എന്ന് സ്വരം താഴ്ത്തി അദ്ദേഹം പലവട്ടം പറഞ്ഞു. എന്നാൽ ഒരു ധൃതിയും അദ്ദേഹം പ്രദർശിപ്പിക്കുന്നില്ലല്ലോ എന്ന് കണ്ട് എനിക്ക് വിസ്മയവും തോന്നി. ഒരു കൂമ്പാരം കൈയെഴുത്തു പ്രതികൾ ചൂണ്ടിക്കാട്ടിക്കൊണ്ട് അദ്ദേഹം പറഞ്ഞു. "സാഷാ... ഇവയൊക്കെ നീ ഭദ്രമായി സൂക്ഷിക്കണേ..." സോഫിയ ആന്ദ്രേവ്നയുടെ മുറിയുൾപ്പെടെ അങ്ങോട്ടുള്ള മൂന്നു മുറി കളും താൻ പൂട്ടിയിട്ടുണ്ടെന്നും അധികം ശബ്ദം കേൾപ്പിക്കരുതെന്നും പപ്പാ കൂട്ടിച്ചേർത്തു.

"മൂന്നു ദിവസത്തിനകം ഞാൻ നിന്നെ വിളിക്കാം. എങ്ങോട്ടാണ് പോകേണ്ടതെന്ന് പിന്നീട് തീരുമാനിക്കും. ഇപ്പോൾ സമോർഡിനോവി ലുള്ള സഹോദരിയുടെ അടുത്തേക്കാണ് ഞാൻ... തൊട്ടി നിറഞ്ഞത് ഇന്നാണെന്ന് അമ്മയോട് പറഞ്ഞേക്കൂ. അവൾ രാത്രി വന്ന് എന്റെ മുറി കൾ പരിശോധിക്കുന്നത് ഞാൻ കണ്ടു. എനിക്ക് അറപ്പു തോന്നി. ജുഗു പ്സയുളവാക്കുന്ന ദൃശ്യമായിരുന്നു അത്. ഞാൻ ഉറക്കംവരാതെ കിട ക്കുകയായിരുന്നു. 'എനിക്ക് കുഴപ്പമൊന്നുമില്ലല്ലോ' എന്ന് കുറേക്കഴിഞ്ഞ് അവൾ വന്നു ചോദിച്ചു. രാത്രി മുഴുവനും ഞാനുറങ്ങിയില്ല. പുറപ്പെടാൻ ഇപ്പോൾ തീരുമാനിച്ചതേയുള്ളൂ."

പരിഭ്രമംകൊണ്ട് സ്യൂട്ട്കേയ്സുകൾ യഥാവിധി പൂട്ടുവാൻ എനിക്ക് കഴിഞ്ഞില്ല. അരമണിക്കൂറിനകം പാക്കിംഗ് റെഡിയായി. അദ്ദേഹം വസ്ത്രം ധരിച്ച് ബൂട്ടുകളുമണിഞ്ഞ് കുതിരലായത്തിലേക്കു പോയി. വാർവ്വര ചില ഭക്ഷണസാധനങ്ങളും പൊതിഞ്ഞുകെട്ടി ഡോക്ടറെ ഏല്പിച്ചു.

കുതിരലായത്തിലേക്കു പോയ പപ്പായ്ക്ക് വഴിതെറ്റി. ഇരുട്ടിൽ ഒന്നും കാണാൻ കഴിഞ്ഞില്ലത്രേ. തൊപ്പിയും വഴിയിൽ നഷ്ടപ്പെട്ടു. മറ്റൊന്ന് ഞാൻ പെട്ടെന്നുതന്നെ പരതിയെടുത്തു ധരിപ്പിച്ചു. ഭാണ്ഡങ്ങളും ചുമ ലിലേറ്റി ഞങ്ങൾ കുതിരലായത്തിലേക്കു നടന്നു. മുന്നിൽ മിന്നിക്കത്തുന്ന ഒരു വിളക്കുമായി പപ്പായും. വഴിയിൽ ചെളിയിൽ എല്ലാവരും വഴുതി.

എല്ലാം വളരെ വേഗം കഴിഞ്ഞു. ഞാൻ പപ്പായ്ക്ക് ഒരുമ്മ കൊടുത്തു. ഞങ്ങൾ സാധനങ്ങൾ കുതിരവണ്ടിയിൽക്കയറ്റി. ഡോക്ടറും കയറി. എന്നെന്നേക്കുമായി പപ്പാ യാസ്നായ പോള്യാന വെടിഞ്ഞുപോകുക യാണെന്ന് ആ നിമിഷം ഞാൻ തിരിച്ചറിഞ്ഞു. ഒരുപക്ഷേ, ഇനി ഞാൻ പപ്പായെ കണ്ടുമുട്ടുകയില്ലെന്നും.

ഞാനും വാർവ്വരയും അഞ്ചുമണിയോടെ വീട്ടിൽ തിരിച്ചെത്തി. തുടി ക്കുന്ന ഹൃദയത്തോടെ ഞാനെന്റെ മുറിയിൽച്ചെന്നിരുന്നു. എട്ടുമണി വരെ ഞാൻ ഘടികാരത്തിൽ ശ്രദ്ധിച്ചു കഴിച്ചുകൂട്ടി. പപ്പാ കയറുവാനു ദ്ദേശിച്ച തീവണ്ടി അപ്പോഴേക്കും സ്റ്റേഷൻ വിട്ടിരിക്കണം. ജ്യേഷ്ഠനായ ഇലിയാവാസില്യേവിച്ചിനോട് വിവരം പറയാൻ ഞാൻ തീരുമാനിച്ചു.

സാവധാനം വീട്ടിലുള്ളവരെല്ലാം വാർത്ത അറിഞ്ഞു. ഭൃത്യർ അഭിപ്രായം പുറപ്പെടുവിക്കാൻ ധൈര്യപ്പെടാതെ നിന്നു. ഒരു വൃദ്ധ ഭൃത്യ മാത്രം നിലവിളിക്കുകയും തമ്പ്രാട്ടിയുടെ തെറ്റാണ് ഈ പോക്കിന് കാരണമെന്ന് വിളിച്ചുപറയുകയും ചെയ്തു.

പപ്പായെ സ്റ്റേഷനിലേക്കു കൊണ്ടുപോയ വണ്ടിക്കാരൻ തിരികെ വന്നപ്പോൾ എനിക്കൊരു കുറിപ്പു നല്കി.

"ഞങ്ങൾ ഭദ്രമായെത്തി. ഓപ്റ്റിനയിലേക്കു പോയേക്കും. ഈ ആഴ്ച ഞാൻ കത്തൊന്നും അയക്കുകയുണ്ടാവില്ലെന്ന് ചെർത്ക്കോവിനോട് പറഞ്ഞേക്കൂ."

പതിനൊന്നു മണിവരെ സംഭ്രമം എന്നെ വിട്ടൊഴിഞ്ഞു പോയില്ല. പപ്പായുടെ പലായനത്തെപ്പറ്റി മമ്മയോട് ഉണർത്തിക്കുന്നതെങ്ങനെ? പെട്ടെന്ന് മമ്മാ കിതച്ചുകൊണ്ട് ഓടി മുറിയിലേക്കുവന്നു. പപ്പായുടെ കിടക്കയിൽനിന്നു കിട്ടിയ കത്ത് ഞാൻ മമ്മയ്ക്കു നീട്ടി.

കത്ത് വായിച്ചുകഴിഞ്ഞയുടൻ മമ്മ തൊടിയിലേക്കോടി. കുളത്തിൽ ച്ചാടാനാവുമെന്ന് ഞാനുറപ്പിച്ചു. ബൾഗാക്കോവ് എന്ന ടോൾസ്റ്റോയി ശിഷ്യനെ ഞാൻ സഹായത്തിനു വിളിച്ചു. ബൾഗാക്കോവ് പിന്നാലെയോടി. അയാൾക്ക് വേഗത കുറവാണെന്ന് കണ്ട് ഞാനും പിന്നാലെയോടി. ഞങ്ങൾ ഉപയോഗിച്ചുകൊണ്ടിരുന്ന കുളമാണത്. എനിക്കു പിടികിട്ടുംമുമ്പ് അമ്മ കുളത്തിലേക്കു ചാടി. ഞാനും പിന്നാലെ ചാടി. ബൾഗാക്കോവും കൂടെച്ചാടി. നെഞ്ചറ്റം വെള്ളത്തിൽ ഞാൻ നിന്നു. ഞങ്ങളെല്ലാവരും കൂടി മുങ്ങിത്താഴ്ന്നുകൊണ്ടിരുന്ന അമ്മയെ പിടിച്ചുകയറ്റി.

അന്നുതന്നെ മമ്മ വീണ്ടും കുളത്തിലേക്കോടി. ഇത്തവണയും ബൾഗാക്കോവും ഞാനും പിന്നാലെ ചെന്നു ബലം പ്രയോഗിച്ചു കൂട്ടിക്കൊണ്ടുവന്നു. കുളത്തിൽ ചാടിയ എനിക്ക് വേഷം മാറാൻപോലും അന്നത്തെ ദിവസം സാധിച്ചില്ല. ഞാൻ സഹോദരങ്ങൾക്കു കമ്പിയടിച്ചു. തുലായിൽനിന്നും സെർജി അന്നുതന്നെയെത്തി.

മുകളിലെ നിലയിൽനിന്നും താഴേക്കു ചാടാനും അമ്മ ശ്രമിച്ചു. ഞാൻ കണ്ണിമയ്ക്കാതെ പിന്നാലെ നടന്നിരുന്നതിനാൽ ആ ശ്രമവും വിഫലമായി.

എന്നിൽനിന്നും വിവരങ്ങൾ ഒന്നും ലഭിക്കില്ലെന്നായപ്പോൾ മമ്മാ സ്റ്റേഷനിലേക്ക് ഒരാളെ പറഞ്ഞയച്ചു. എവിടേക്കാണ് ടിക്കറ്റുകൾ എടുത്തിരിക്കുന്നത് എന്ന് അറിഞ്ഞുവരാൻ.

വൈകീട്ട് ആന്ദ്രേയി വന്നു. ഒപ്പം ഒരു ഡോക്ടറും. വന്നപാടെ ഡോക്ടർ മുകളിൽപ്പോയി മമ്മയുമായി ഒരു മണിക്കൂർ സംസാരിച്ചു. ഹിസ്റ്റീരിയയാണെന്ന് അയാൾ വിലയിരുത്തി. ഭ്രാന്തു പിടിച്ചിട്ടില്ലെന്നും ചിരിച്ചുകൊണ്ട് പറഞ്ഞു.

"ബന്ധുക്കളെ അമ്പരപ്പിക്കുന്നതിനുവേണ്ടി കല്പിച്ചുകൂട്ടിയല്ലാതെ തന്നെ ചില സ്ത്രീകൾ ആത്മഹത്യ ചെയ്യുന്നു. ഇവരെ ശരിക്കും ശ്രദ്ധിക്കണേ" എന്ന് അയാൾ ഒരു മുന്നറിയിപ്പും നല്കി.

അന്നു രാത്രി ബൾഗാക്കോവും വൃദ്ധഭൃത്യയും അമ്മയ്ക്കു കാവലിരുന്നു. കാര്യങ്ങൾ എങ്ങനെയെന്ന് ശ്രദ്ധിക്കുവാൻ പലവട്ടം ഞാൻ ഗോവണിപ്പടി കയറിപ്പോയി നോക്കുകയും ചെയ്തു. പിന്നീട് ആത്മഹത്യാശ്രമമൊന്നുമുണ്ടായില്ല. മമ്മ നിരന്തരം പൊട്ടിക്കരഞ്ഞുകൊണ്ടേയിരുന്നു.

പിറ്റേന്നും കരച്ചിൽ തുടർന്നു. "പ്രിയപ്പെട്ട ലിയോ തിരിച്ചുവരൂ" എന്ന് മുറവിളിയിട്ടു. ചിലപ്പോൾ പപ്പായെ ശപിച്ചു. വിദേശത്തായിരുന്ന ഒരു സഹോദരൻ ഒഴികെ എല്ലാവരും അപ്പോഴേക്കും എത്തിച്ചേർന്നു. സെർജി ഒഴികെ എല്ലാവരും പപ്പാ തിരിച്ചുവരും എന്നാണ് അഭിപ്രായപ്പെട്ടത്.

"എനിക്കിവിടെ തൂങ്ങിപ്പിടിച്ചു നില്ക്കാനാവില്ല. എനിക്കെന്റെ പണിയുണ്ട്." ആന്ദ്രേയി തുറന്നടിച്ചു.

"എനിക്കുമതെ." ഇലിയാ പിന്തുണച്ചു.

"എനിക്കും കുട്ടികളുടെ കാര്യം നോക്കണം. സാഷാ നീ വേണം പപ്പായുടെ അടുത്തേക്കു ചെല്ലാൻ. കൂട്ടിക്കൊണ്ടുവരാൻ." താനിയാ അഭിപ്രായപ്പെട്ടു.

"ശരി. മമ്മയോടുള്ള ഉത്തരവാദിത്വം ഞാൻ നിറവേറ്റാം" എന്ന് ഞാൻ അരിശത്തോടെ പ്രഖ്യാപിച്ചു.

കഴിഞ്ഞ അഞ്ചുമാസങ്ങളായി ആ വീട്ടിൽ നടന്നിരുന്ന കലഹങ്ങൾ സഹോദരങ്ങളെയെല്ലാം സമയാസമയം ഞാൻ അറിയിച്ചിരുന്നുവെന്ന കാര്യം അവരെ ഒരിക്കൽക്കൂടി ഞാൻ ഓർമ്മിപ്പിച്ചു. മമ്മയെ ഒരു സാനിറ്റോറിയത്തിലാക്കേണ്ടതിന്റെ ആവശ്യം ബോധിപ്പിച്ചപ്പോൾ അവരെല്ലാം ഒഴിഞ്ഞുമാറിയതുമാണ്. "ആ എൺപത്തിരണ്ടു വയസ്സുകാരനായ മനുഷ്യന്റെ ചുമലിലേക്ക് ഇനിയും ഈ ദുരിതഭാരം വെച്ചുകെട്ടിക്കൊടുക്കണമെന്നാണോ നിങ്ങളുദ്ദേശിക്കുന്നത്?" ഞാൻ പൊട്ടിത്തെറിച്ചുപോയി.

കുടുംബത്തിൽ നിന്നും ഒരു സഹായവും ലഭിക്കുകയില്ലെന്നെനിക്കു വ്യക്തമായി. എനിക്ക് സകലതും കയ്ച്ചു. ഒരു സഹോദരൻ മാത്രം എന്നെ പിൻതാങ്ങി. "സാഷ പറയുന്നതാണ് ശരി. പപ്പാ ഇനിയും മടങ്ങിവരുന്നത് ശരിയല്ല. ഇന്നുതന്നെ ഞാൻ പപ്പായ്ക്കെഴുതും ഇനി മടങ്ങിവരികേയരുതെന്ന്."

ആ ജ്യേഷ്ഠൻ കത്തെഴുതുകയും ചെയ്തു. പപ്പാ എവിടെയുണ്ടാകുമെന്ന് ഞാൻ ജ്യേഷ്ഠന് സൂചന നല്കിയിരുന്നു. തനിക്ക് പപ്പായെ ഉൾക്കൊള്ളാൻ കഴിയുന്നുണ്ടെന്നും പപ്പാ ചെയ്തത് തെറ്റല്ലെന്നും ഇരുപത്താറു വർഷങ്ങൾക്കുമുമ്പ് ഈ തീരുമാനമെടുക്കേണ്ടതായിരുന്നുവെന്നും ജ്യേഷ്ഠൻ കത്തിൽ കുറിച്ചു. തന്റെ ഓടിപ്പോക്കിന്റെ പ്രത്യാഘാതങ്ങൾ

എന്തൊക്കെത്തന്നെയായിരുന്നാലും സ്വയം ശപിക്കരുതെന്നും ജ്യേഷ്ഠൻ പപ്പയോട് പറഞ്ഞു.

ശേഷിച്ച കുടുംബാംഗങ്ങളെല്ലാം പപ്പാക്കെഴുതിയത് തിരിച്ചുവരണമെന്നാണ്. രാത്രി മമ്മായും ഒരു കുറിപ്പെഴുതി - വിലാസമറിയില്ലെങ്കിലും.

“പ്രിയപ്പെട്ട ലിയോ വീട്ടിലേക്കു തിരിച്ചുവരൂ. ഇനിയുമൊരു ആത്മഹത്യാശ്രമത്തിൽനിന്നും എന്നെ രക്ഷിക്കൂ. എന്റെ ജീവിതത്തിന്റെ പൊരുളേ... തിരിച്ചുവരൂ. അങ്ങാഗ്രഹിക്കുന്നപോലെ ഞാൻ ജീവിക്കാം. എല്ലാത്തരം ആർഭാടങ്ങളും ഉപേക്ഷിക്കാം. അങ്ങയുടെ സുഹൃത്തുക്കളുമായി ഞാനും ചങ്ങാത്തത്തിലാവാം. ഞാൻ സ്വയം ഭേദപ്പെടുത്തിക്കൊള്ളാം. ദയയുള്ളവളായിരിക്കാം. തിരിച്ചുവരൂ... എന്നെ അങ്ങ് രക്ഷിച്ചേ തീരൂ. ഒരു കാരണവശാലും സ്വന്തം പത്നിയെ കൈവെടിയരുതെന്ന് ബൈബിൾ പറയുന്നില്ലേ? എന്റെ ആത്മസുഹൃത്തേ എന്നെ രക്ഷിക്കൂ. ഒരിക്കലെങ്കിലും തിരിച്ചുവന്ന് അന്തിമമായി വിടപറഞ്ഞശേഷം പൊയ്ക്കൊള്ളൂ...

...അങ്ങെവിടെയാണ്? സുഖമാണോ? പ്രിയപ്പെട്ടവനേ - ഇനിയുമെന്നെ ദുരിതത്തിലാഴ്ത്തരുതേ. എന്റെ സത്ത മുഴുവനുമുപയോഗിച്ച് അങ്ങയെ ഞാൻ പരിചരിക്കും. ദൈവത്തെക്കരുതി തിരിച്ചുവരൂ. നമുക്ക് എല്ലാം രമ്യമായി പരിഹരിക്കാം. അങ്ങ് ആഗ്രഹിക്കുന്നിടത്തേക്ക് നമുക്കൊരുമിച്ചുപോകാം... ഒരുമിച്ചു ജീവിക്കാം.”

ഒരു പുതിയ തുടക്കത്തിനു വേണ്ടിയാണ് ശാരീരികമായി ക്ഷീണിതനെങ്കിലും മനസാ ചൈതന്യവാനായ പപ്പാ വീടുവിട്ടിറങ്ങിയത്. ചിലർ ആ യാത്രയെ ഒളിച്ചോടലായി വിശേഷിപ്പിച്ചു. ചിലർ വിടവാങ്ങലായും. സത്യത്തിൽ ഇപ്പറഞ്ഞ രണ്ടുമായിരുന്നു ആ യാത്ര. യാത്രക്കിടെ താൻ പിടിക്കപ്പെടുമെന്ന് പപ്പാ ഭയന്നിരുന്നുതാനും.

ആത്മാരാധകനായ പപ്പാ ചെർത്ക്കോവിൽ കണ്ടിരുന്നത് അവനവനെത്തന്നെയായിരുന്നുവോ? അഥവാ ഇത്രമാത്രം അയാളോട് കീഴടങ്ങുംവിധം ജീവിച്ചതെന്തിന്? ടോൾസ്റ്റോയിയന്മാരുടെ ചക്രവർത്തിയായിരുന്നു വ്ളാഡിമിർ ഗ്രികറിയേവിച്ച് ചെർത്ക്കോവ്. ഉപരിവർഗ്ഗസന്തതികളുടെ ഭാവഹാവാദികളുള്ള ഒരു ആജാനുബാഹു. നിശിതത്വമായിരുന്നു അയാളുടെ മുഖമുദ്ര. കണ്ണുകൾ ഇടയ്ക്കിടെ കോപംകൊണ്ട് ഇരുളും. ഇടുങ്ങിയ നെറ്റിയും റോമൻ നാസികയും ശക്തിയും അധികാരവും വിക്ഷേപിച്ചു. ആളുകൾ അയാൾക്ക് അതിവേഗം വിധേയരായിപ്പോകും. “ഇയാൾ എനിക്കുവേണ്ടി സർവ്വവും ത്യജിച്ചു. രാജ്യസഭയിലെത്തേണ്ടിയിരുന്ന ജീവിതം എനിക്കുവേണ്ടി തുലച്ചു. എനിക്കുവേണ്ടി ആയുസ്സ് പാഴാക്കി. നാടുകടത്തപ്പെട്ടതുപോലും എന്നെ പ്രതിയാണ്. പാവം.” എന്ന് പപ്പാ ഒരിക്കൽ അയാളുടെ സാന്നിധ്യത്തിൽ എന്നോട് പറഞ്ഞു. അയാളുടെ കൈകളിൽ ത്വഗ്രോഗത്തിന്റെ പാടുകളുണ്ടായിരുന്നതിനാലാണ്

കൈയുറകൾ ധരിക്കുന്നതെന്നും എപ്പോഴോ ഞാനറിഞ്ഞു. ഓരോ ശ്വാസത്തിലും പപ്പാ ചെർത്ക്കോവിനെ ഓർത്തു. നാടുകടത്തൽ കഴിഞ്ഞ് തിരിച്ചെത്തിയ ചെർത്ക്കോവ് യാസ്നായയ്ക്കരികിൽ താമസമാക്കിയപ്പോൾ പപ്പാ അകമഴിഞ്ഞ് സന്തോഷിക്കുകയും ചെയ്തു.

ചെർത്ക്കോവ് തനിക്കുവേണ്ടി അനുഷ്ഠിച്ച ത്യാഗങ്ങളെപ്രതി എന്തും തന്നോടാവശ്യപ്പെടാനുള്ള സ്വാതന്ത്ര്യം പപ്പാ ചെർത്ക്കോവിനു നല്കി. സ്വന്തം ആവശ്യത്തിന് കച്ചവടാടിസ്ഥാനത്തിൽ ചെർത്ക്കോവ് ടോൾസ്റ്റോയി കൃതികൾ പ്രസിദ്ധം ചെയ്തുതുടങ്ങിയപ്പോൾ അയാളുടെ കൈയിലിരിപ്പ് എനിക്കു വ്യക്തമായിത്തുടങ്ങി. അക്കാര്യത്തിൽ പപ്പാ ആദ്യം ചെർത്ക്കോവിനെ എതിർത്തുവെങ്കിലും അവസാനം നിരുപാധികമായി കീഴടങ്ങി.

ചെർത്ക്കോവിനെ സംബന്ധിച്ച സകലതിനേയും മുൻധാരണയോടും വെറുപ്പോടും കൂടിയാണ് മമ്മാ നോക്കിക്കണ്ടിരുന്നത്. ഇരുട്ടിന്റെ സന്തതികളായാണ് പൊതുവെ ടോൾസ്റ്റോയിയന്മാരെ മമ്മാ കണ്ടിരുന്നതും. മുമ്പൊരിക്കലും ആരും പപ്പായുടെ പഠനമുറിയിൽക്കയറി മെനക്കെടുത്താൻ തയ്യാറായിരുന്നില്ല. ഈ ശിഷ്യസംഘമാകട്ടെ മണിക്കൂറുകളോളം പഠനമുറിയിൽ ചർച്ചകളും തീറ്റയുമായി കഴിച്ചുകൂട്ടിപ്പോന്നു. സ്വതേ മമ്മയിലുണ്ടായിരുന്ന ഞരമ്പുരോഗം ചെർത്ക്കോവിന്റെ വരവോടെയാണ് അധികരിച്ചത്. ചെർത്ക്കോവിന്റെ വരവോടെ യാസ്നായയിലെ ജീവിതം അത്യന്തം സങ്കീർണമായി. പപ്പാ മരിക്കുന്നതിന് ഒരു വർഷം മുമ്പ് പ്രാദേശികഭരണകൂടം ചെർത്ക്കോവിനെ മോസ്കോക്കരികിലുള്ള ഒരിടത്തേക്ക് വീണ്ടും നാടുകടത്തിയപ്പോൾ മമ്മായ്ക്ക് ശ്വാസം നേരെ വീണു.

ഒരിക്കൽ ഞാൻ പഠനമുറിയിലേക്കു ചെന്നപ്പോൾ പപ്പാ പൊടുന്നനെ പറഞ്ഞു. “എന്റെ മരണപത്രം നിന്റെ പേരിലെഴുതുകയാണ് ഞാൻ... ഇവിടെ നീ മാത്രമാണെന്നോടൊപ്പം നില്ക്കുന്നത്. ഇതോടെ മുമ്പ് ചെർക്കോവ് പിടിച്ചു വാങ്ങിയ വില്പത്രം അസാധുവാകുകയും ചെയ്യും. പോരേ?”

ഞാൻ സ്തബ്ധയായി നിന്നപ്പോൾ പപ്പാ അക്കാര്യം ആവർത്തിച്ചു. എന്റെ സംശയങ്ങൾ ഞാൻ മുന്നോട്ടുവെച്ചു.

“ഞാനത് നിശ്ചയിച്ചു കഴിഞ്ഞു. ഇക്കാര്യത്തിൽ നിനക്കുതന്നെ ചുമതലയേല്പിക്കുന്നു... പിന്നെ നീ അകാലത്തിൽ മരിക്കുകയാണെങ്കിൽ.” അദ്ദേഹം ഒന്നു ചിരിച്ചശേഷം തുടർന്നു. “നിന്റെ അവകാശങ്ങൾ താനിയക്കു ചെന്നുചേരും.”

“ഒരുപക്ഷേ ഇതുതന്നെയാവും നല്ലത്. ചെർത്ക്കോവുമായുള്ള പ്രശ്നങ്ങൾ ഞാൻ ഒത്തുതീർപ്പിലെത്തിക്കാം. പപ്പയുടെ കൃതികളുടെ പ്രധാന പ്രസാധകൻ അയാളാണല്ലോ.” ഞാൻ പറഞ്ഞു.

അന്നുതന്നെ ചെർത്ക്കോവിന്റേയും സെക്രട്ടറിയുടേയും സാന്നിധ്യ ത്തിൽ ഞങ്ങളുടെ തൊടിയിൽവെച്ച് വിൽപ്പത്രമെഴുതപ്പെട്ടു. ചെർത് ക്കോവ് മറ്റൊരു രേഖകൂടി ഒപ്പിടുവിച്ചു. ടോൾസ്റ്റോയി കൃതികളുടെ പകർപ്പവകാശം സൗജന്യമാക്കുന്നതിനുള്ള ഔദ്യോഗികരേഖയായി രുന്നു അത്. മുമ്പ് അക്കാര്യം പപ്പായുടെ പ്രസ്താവനയിലൊതുങ്ങി യിരുന്നു.

അവസാനകാലത്ത് ചെർത്ക്കോവ് വീട്ടിലുള്ളപ്പോൾത്തന്നെ മമ്മ ചെർത്ക്കോവിനെ പരോക്ഷമായി വിമർശിച്ചുതുടങ്ങി. "പൊലീസു കാരേക്കാൾ കഷ്ടമായി അപരിചിതർ വീട്ടിൽ വിലസാൻ തുടങ്ങിയിരി ക്കുന്നു"വെന്നാണ് ഒരിക്കൽ തട്ടിവിട്ടത്. തുലാ പ്രവിശ്യയിൽ നിന്നും ചെർത്ക്കോവിനെ നാടുകടത്താൻ വേണ്ട നടപടികൾ താൻ കൈക്കൊ ണ്ടിട്ടുണ്ടെന്നാണ് മറ്റൊരിക്കൽ പ്രഖ്യാപിച്ചത്. സർവരും അത് കേട്ട് അമ്പ രന്നുപോയി. ചെർത്ക്കോവ് അപമാനം സഹിയാതെ എണീറ്റുപോയി.

പല രാത്രികളിലും മമ്മ ഉണർന്ന് പപ്പയുടെ മുറിയിൽച്ചെന്നു. പപ്പാക്ക് സ്വൈരം കൊടുക്കാൻ ഞാൻ മമ്മായോട് കിണഞ്ഞു പറഞ്ഞു. മമ്മാ എന്നോട് അലറിവിളിക്കുകയും വീട്ടിൽ നിന്നെന്നെ പുറത്താക്കുമെന്ന് പ്രഖ്യാപിക്കുകയും ചെയ്തു. പിന്നീട് ഞാൻ പപ്പയുടെ പഠനമുറിയിലേക്ക് പോകുമ്പോഴൊക്കെ മമ്മാ എന്നെ പിന്തുടർന്നു വരുമെന്നായി. ഞങ്ങൾ തമ്മിൽ ഒന്നുംതന്നെ സംസാരിക്കുവാൻ ഇടതരില്ലെന്നായി. ഞങ്ങളെ തമ്മിൽ വേർപിരിക്കുവാനുള്ള കടുത്ത ശ്രമങ്ങളിലായി പിന്നീട് മമ്മയുടെ ശ്രദ്ധ. ഒരിക്കൽ പപ്പാ എന്നെ വിളിക്കാൻ മണിയടിച്ചപ്പോൾ മമ്മയും മറ്റൊരു വാതിലിലൂടെ കയറിച്ചെന്നു.

"സോണിയാ – നീ പുറത്തുപോകാമോ? എനിക്ക് സാഷയെക്കൊണ്ട് ഒരു കത്തെഴുതിക്കാനുണ്ട്."

പക്ഷേ, മമ്മാ പുറത്തുപോയില്ല.

പിന്നീട് ഞാൻ കത്തുകളും കുറിപ്പുകളും അടുക്കിവെക്കുമ്പോൾ ഒരു കുറിപ്പിൽ ഇങ്ങനെ കണ്ടു.

"സോണിയയോട് ഈ വീട്ടിൽ ആരും കയർക്കുന്നില്ല. ദൈവത്തിന് നന്ദി. എല്ലാവരും അവളോട് സൗമ്യമായിത്തന്നെ ഇടപഴകുക." പപ്പാ ഏതു വിട്ടുവീഴ്ചയ്ക്കും സന്നദ്ധനായിക്കഴിഞ്ഞിരുന്നുവെന്നതിനുള്ള അടയാളമായി ഞാനതിനെ കണ്ടു. അന്നുതന്നെ ശിഷ്യനായ ബൾഗാ ക്കോവിനോട് 'ചെർത്ക്കോവിനോട് ഇവിടെ വന്ന് എന്നെ കാണേണ്ട എന്നു പറഞ്ഞേക്കൂ' എന്ന് നിർദ്ദേശിക്കുകയും ചെയ്തു.

പപ്പായുടെ ക്ഷമയും ദൗർബല്യവും എന്നെ അതിശയപ്പെടുത്തി. മമ്മാ യുടെ പെരുമാറ്റവും സംഭാഷണവും സഹിക്കുവാനും അപ്രീതി പുറ ത്തുകാട്ടാതിരിക്കുവാനും പപ്പായ്ക്കെങ്ങനെ കഴിയുന്നു? എനിക്കതിനു കഴിയില്ല. ഞാൻ മമ്മയെക്കൊണ്ട് പൊറുതിമുട്ടിയിരുന്നു. എന്താണ്

ചെയ്യേണ്ടതെന്നു നിശ്ചയമില്ലാതെ ദിവസം മുഴുവനും കരയുകയും ഉദ്വേ ഗത്തോടെ മുന്നോട്ടു പോകുകയും ചെയ്തു. എന്റെ ആത്മാവ് നിലവിളിച്ചു. പപ്പാ ജീവിതാന്ത്യം വരെയും മമ്മയെ സഹിച്ചുകൊണ്ടിരിക്കുവാൻ തീരുമാനിച്ചോട്ടെ. ശരി. ഞങ്ങൾ കുട്ടികൾ മമ്മാ ഇഞ്ചിഞ്ചായി പപ്പയെ കൊല്ലുന്നത് നോക്കിക്കൊണ്ടിരിക്കണോ? എനിക്കെന്തു ചെയ്യാൻ കഴിയും? മമ്മായ്ക്ക് മാനസികപ്രശ്നമുണ്ടെങ്കിൽ അവരെ സാനിറ്റോറി യത്തിലാക്കണമെന്ന് ഞാൻ സഹോദരങ്ങളോട് വാദിച്ചു.

ഒരു രോഗിണിയായ സ്ത്രീ അനേകംപേരുടെ വിധിയെ ബാധിച്ചു കൂടാ എന്നും മൂത്ത സന്താനങ്ങൾ പിതാവിന്റെ ദുരിതങ്ങൾ വെറുതെ കൈയുംകെട്ടി നോക്കിക്കൊണ്ടിരുന്നുകൂടാ എന്നും ഞാൻ അഭിപ്രായ പ്പെട്ടു. ഓരോ ദിവസവും താനനുഭവിക്കുന്ന പീഡനങ്ങൾ പപ്പായുടെ അന്തസ്സിനെ കുറച്ചുകൊണ്ടുവന്നു. ഒറ്റയ്ക്ക് ഈ വീട്ടിൽ എനിക്കെന്തു ചെയ്യാൻ കഴിയുമായിരുന്നു? ഏറ്റവും ഇളയ കുട്ടിയെന്ന നിലയ്ക്ക് വിശേ ഷിച്ചും! സ്നേഹം ലഭിച്ചിട്ടില്ലാത്തവളും അനാവശ്യജന്മമെന്ന് കുടുംബാം ഗങ്ങൾ ചിന്തിക്കുന്നവളുമായ ഈ എനിക്ക്.

മമ്മായ്ക്ക് അസുഖമാണെന്ന് കരുതി എനിക്ക് പ്രതികരിക്കാതിരി ക്കുക എളുപ്പമായിരുന്നു. പക്ഷേ, സാമ്പത്തികപ്രശ്നങ്ങളിലുള്ള അവ രുടെ കടന്നുകയറ്റവും ആ വിൽപ്പത്രത്തെച്ചൊല്ലിയുള്ള കലഹവും പപ്പാ യെപ്പോലെ സഹിക്കുവാൻ എനിക്ക് കഴിഞ്ഞതേയില്ല. താനിയ എന്നേ ക്കാൾ ഭാഗ്യവതിയായിരുന്നു. എനിക്കവളോട് അസൂയ തോന്നി. അവൾ ദൂരെ ഭർത്താവിനോടൊപ്പമാണ്. എനിക്ക് മമ്മയോട് തോന്നുന്ന ദ്വേഷം അവൾക്ക് തോന്നേണ്ടി വന്നിട്ടില്ലല്ലോ.

വീട്ടിലെ അവസ്ഥ കൂടുതൽ രൂക്ഷമായി വന്നു. ഞങ്ങൾക്ക് രാപ്പ കൽ വിശ്രമമില്ലെന്നായി. ഓരോന്നിനും മമ്മാ വിശദീകരണം ആവശ്യ പ്പെട്ടു. താൻ പലതും മറച്ചുവെക്കുന്നുവെന്ന് ആരോപിച്ച് ക്രുദ്ധയായി. അവസാനം താനിയായും ഭർത്താവും വന്ന് കാര്യങ്ങൾ സമനിലയിലാ ക്കാൻ ശ്രമിച്ചിട്ടും നടന്നില്ല. താനിയാ മമ്മയോട് ഒടുവിൽ ദേഷ്യപ്പെട്ടു. മമ്മയുടെ സ്വാർത്ഥതമൂലം സാഷയും പപ്പായും ക്ലേശിക്കുകയാണെന്ന് അവൾ തുറന്നടിച്ചു. അന്നു രാത്രി അത്താഴത്തിനിരിക്കെ പപ്പാ ഏറെ നാൾ കഴിഞ്ഞ് ചിരിക്കുന്നത് കാണാൻ കഴിഞ്ഞു. താനിയയുടെ വീടി നടുത്തു കർഷകരുടെ വീട്ടിൽ നടന്ന ഒരു വിവാഹം ഛായാഗ്രാഹകൻ പകർത്തിയ കാര്യം പറഞ്ഞപ്പോഴായിരുന്നു ആ മന്ദഹാസം. ഒരു ആട്ടിട യനായിരുന്നു വരൻ.

എന്നാൽ ആ സ്വരലയം ക്ഷണികമായിരുന്നു. പിറ്റേന്ന് എനിക്കും താനിയയോടൊപ്പം തുലായിലേക്കു പോകേണ്ടിയിരുന്നു. ഞങ്ങൾ കുതിര വണ്ടിയിൽ കയറാൻ നിൽക്കേ പപ്പാ കരഞ്ഞുകൊണ്ട് ഇറങ്ങിവന്നു. "സാഷാ... നീ പോകരുതേ... സോണിയാ ആത്മഹത്യയ്ക്കൊരുങ്ങുന്നു..."

പപ്പായ്ക്ക് നിലയുറയ്ക്കുന്നില്ലെന്നെനിക്കു തോന്നി. ഞാൻ ഓടിച്ചെന്നു താങ്ങി. താനിയ അകത്തേക്കോടി. അവളുടെ ഭർത്താവും.

താനിയ അന്ന് തിരിച്ചുപോകേണ്ട എന്ന് തീരുമാനിച്ചു. സന്ധ്യയായപ്പോൾ ഞങ്ങൾ ഡോക്ടറെ വിളിക്കാനുറച്ചു. അപ്പോൾ പപ്പാ പറഞ്ഞു. "ഡോക്ടറെ വിളിക്കണോ? അത് ഒരു കുറ്റകൃത്യമായിത്തീരില്ലേ? അവൾ വീണ്ടും കരുതും നാമെല്ലാം ചേർന്ന് അവളെ ഒറ്റപ്പെടുത്തി ഓരോ പദ്ധതിയിടുകയാണെന്ന്. വേണ്ട." ഞങ്ങൾ പപ്പായുടെ നിർദ്ദേശം ചെവികൊണ്ടില്ല. ഡോക്ടർമാരെ കൊണ്ടുവന്നു. അവർ മമ്മായേയും പപ്പായേയും പരിശോധിച്ചു. മമ്മായുടെ കാര്യത്തിൽ ഹിസ്റ്റീരിയയും പാരനോയിയയും അതിരുകടന്നിരിക്കുന്നുവെന്നും ഭാര്യാഭർത്താക്കന്മാരെത്തമ്മിൽ എന്തായാലും വേർപിരിച്ചു താമസിപ്പിക്കേണ്ടിയിരിക്കുന്നുവെന്നും ഡോക്ടർമാർ അഭിപ്രായപ്പെട്ടു. മമ്മാ ആ അഭിപ്രായം കേട്ട് കൊടുങ്കാറ്റ് പോലെ ചീറി. പപ്പായുടെ ഹൃദയത്തിന്റെ പ്രവർത്തനക്ഷമത കുറഞ്ഞിരിക്കുന്നതായും ഡോക്ടർ കണ്ടെത്തി.

താനിയയും ഭർത്താവും പോയിക്കഴിഞ്ഞപ്പോൾ സ്ഥിതിഗതികൾ വീണ്ടും പഴയ പടിയായി. ഞാൻ ഏകാകിനിയുമായി. അമ്മ വിൽപ്പത്രത്തെപ്പറ്റി വീണ്ടും കലഹിച്ചു. ആന്ദ്രേയിക്ക് ആളെ വിട്ടു. അതോടെ എനിക്കു ഭയമായി. താനിയ അതിനകം വീട്ടിലെ അവസ്ഥ വിശദീകരിച്ചുകൊണ്ട് ആന്ദ്രേയിക്കു കത്തയച്ചിരുന്നു - എരിതീയിൽ എണ്ണ പകരരുതെന്ന്. അമ്മയ്ക്ക് സുഖമില്ലെന്നും പപ്പായോട് ദയാപൂർവ്വം പെരുമാറണമെന്നും അവൾ കേണുപറഞ്ഞു.

ആന്ദ്രേയി വന്നുകഴിഞ്ഞപ്പോൾ ഞാൻ ആ മുറിയിലേക്കു ചെന്നു. താനിയയുടെ കത്ത് ജ്യേഷ്ഠൻ ഉയർത്തിക്കാട്ടി. "എന്തു മണ്ടത്തരമാണിവൾ എഴുതി നിറച്ചിരിക്കുന്നത്? മമ്മാക്ക് അസുഖമൊന്നും ഞാൻ കാണുന്നില്ല. പപ്പാക്കാണ് പ്രശ്നം... അക്രമരാഹിത്യം... എന്തൊരു മണ്ടത്തരം. ഈ അക്രമരാഹിത്യമെന്ന ആദർശംകൊണ്ട് സകലർക്കും സ്വസ്ഥത കെട്ടു. ഈ കിഴവന്റെ ആദർശങ്ങളിൽ ഞാൻ കാറിത്തുപ്പുന്നു. മാന്യരായ ആളുകൾ എന്റെ അഭിപ്രായം സാധൂകരിക്കും. ഒരു പേപ്പട്ടിയെപ്പോലെ ആളുകളെ നോക്കി മുരളുകയാണിപ്പോഴും കിഴവൻ."

"അയ്യോ! എന്താണീ പറയുന്നത്? അദ്ദേഹം ആരെ ഉപദ്രവിച്ചു?" ഞാൻ വിമ്മിപ്പൊട്ടി.

"കിഴവൻ ഒന്നും ചെയ്യുന്നേയില്ല. അതുപോരേ? അങ്ങേര് ആൺമക്കളെയാകെ ശത്രുക്കളായി കരുതുന്നു... എന്നോടാണെങ്കിൽ ഞാൻ വരുമ്പോഴൊക്കെ ഏറ്റുമുട്ടാറുമുണ്ട്."

"ഇല്ലില്ല. ജ്യേഷ്ഠന്റെ കുഴപ്പങ്ങൾകൊണ്ട് ഗുണദോഷിക്കുന്നതേയുള്ളൂ."

"ഈ ഭ്രാന്തന്റെ കൂടെ ജീവിച്ച് നിങ്ങൾക്കെല്ലാം ഭ്രാന്തായിക്കഴിഞ്ഞു. സമനിലയുള്ളവരുടെ അഭിപ്രായങ്ങൾ നിങ്ങൾക്കു രുചിക്കുകയില്ല."

ആന്ദ്രേയി മുറിയൊഴിഞ്ഞു പോയിട്ടും ഞാൻ വിറച്ചുകൊണ്ടേയിരുന്നു. ഉച്ചഭക്ഷണസമയത്ത് ഗോതമ്പ് കർഷകർക്കിടയിൽ വീതംവെക്കുന്നതിനെപ്പറ്റിയായി ചർച്ച. പിന്നീടത് നാടകശാലകൾ, നൃത്തശാലകൾ, കുപ്പായങ്ങൾ, മുഖത്തെ ചുളിവു മാറ്റുന്നതിനുള്ള മരുന്ന് എന്നിങ്ങനെ വിവിധ വിഷയങ്ങളിലായി. പപ്പാ ഒരക്ഷരം മിണ്ടാതെ എല്ലാം കേട്ടുകൊണ്ടേയിരുന്നു. ആന്ദ്രേയി വിചാരണയ്ക്ക് കളമൊരുക്കുകയായിരുന്നു.

പിറ്റേന്ന് എന്നെ ഒറ്റയ്ക്കു കിട്ടിയപ്പോൾ അമ്മ വ്യാകുലപ്പെട്ടുകൊണ്ടിരിക്കുന്ന വിൽപ്പത്രം സത്യത്തിൽ ഉള്ളതുതന്നെയോ എന്ന് ആന്ദ്രേയി ഒരു ജ്യേഷ്ഠന്റെ അധികാരസ്വരത്തിൽ എന്നോട് ചോദിച്ചു. അതിന് ഇപ്പോൾ ഉത്തരം നല്കാൻ കഴിയില്ല എന്ന് ഞാൻ മറുപടിയും നല്കി. എന്നെ പോകാൻ വിടാതെ തടഞ്ഞുവെച്ച് ആന്ദ്രേയി ഭീഷണമാംവിധം സ്വരമുയർത്തി. ഞാൻ പപ്പായുടെ പഠനമുറിയിലേക്കോടിക്കയറിയപ്പോൾ ആന്ദ്രേയി പിന്നാലെ വന്നു പപ്പയോട് പറഞ്ഞു.

“പപ്പാ... എനിക്ക് ചിലത് സംസാരിക്കാനുണ്ട്.”

“പറഞ്ഞോളൂ.”

“സാഷ ഇവിടെ നില്ക്കുമ്പോൾ പറ്റില്ല.”

“ഇവൾ അവിടെ നിന്നോട്ടെ. എനിക്ക് ഇവളിൽനിന്നും ഒളിച്ചുവെക്കാനൊന്നുമില്ല.”

പപ്പാ തികഞ്ഞ നിസ്സംഗതയോടെ പറഞ്ഞു.

“പപ്പാ... ഈ വീട്ടിൽ എത്ര വലിയ കുഴപ്പമാണ് നടക്കുന്നതെന്നറിയില്ലേ? മമ്മാ ആകെ ദുഃഖിതയുമാണ്... പപ്പാ വിൽപ്പത്രമെന്തെങ്കിലും തയ്യാറാക്കിയിട്ടുണ്ടോ?”

“നിന്നോട് ഉത്തരം പറയാൻ ഞാൻ ബാധ്യസ്ഥനേയല്ല.”

ദൃഢനിശ്ചയത്തോടെ പപ്പാ പ്രതികരിച്ചു.

“ങാഹാ! അപ്പോൾ ഉത്തരം പറയുകയില്ലല്ലേ?”

“ഇല്ല.”

ആന്ദ്രേയി എണീറ്റു. “അപ്പോൾ കഥ വേറെയുണ്ട്.”

അയാൾ പുറത്തിറങ്ങി വാതിൽ ചാരി. ഗോവണിക്കീഴിൽ വെച്ചു വീണ്ടുമെന്നെക്കണ്ടപ്പോൾ ആന്ദ്രേയി അലറി: “നീയെന്തിനാണാ കിഴവനെ ചുറ്റിപ്പറ്റി നടക്കുന്നത്? നീ കൂടെയില്ലെങ്കിൽ കിഴവൻ ഞങ്ങൾക്കു വഴങ്ങും.”

പിറ്റേന്നും ചോദ്യശരങ്ങളാൽ ഞാൻ മൂടപ്പെട്ടു. ഞാൻ തലേന്നത്തെപോലെതന്നെ നിലകൊണ്ടു. എന്നാൽ സായാഹ്നമായപ്പോഴേക്കും ഒരു അഗ്നിപരീക്ഷ എനിക്ക് നേരിടേണ്ടിയിരുന്നു. മമ്മാ എന്നെ അടുത്തേക്ക് സാവധാനം വന്ന് കണ്ണുകളിൽ തുറിച്ചുനോക്കിക്കൊണ്ട് ചോദിച്ചു. “സാഷാ - നീ നുണ പറയാറുണ്ടോ?”

"ഇല്ല." ഞാൻ മറുപടി പറഞ്ഞു.

"എങ്കിൽ പറയൂ... പപ്പാ വിൽപ്പത്രമെഴുതിയോ?"

"രാവിലെ മമ്മായുടെ മകനോട് ഞാൻ പറഞ്ഞ മറുപടിയേ എനിക്കിപ്പോഴും പറയാനുള്ളൂ. പപ്പാ ജീവിച്ചിരിക്കുമ്പോൾ പപ്പായുടെ മരണത്തെപ്പറ്റി ഞാൻ സംസാരിക്കുകയില്ല. അത് പൈശാചികമാണെന്ന് ഞാൻ ധരിക്കുന്നു... മമ്മ ഒരു വിൽപ്പത്രമെഴുതി വായിക്കുന്നുവെങ്കിൽപ്പോലും അത് കേൾക്കാൻ ഞാനുണ്ടാവില്ല. പിതാവിനോട് മക്കൾ ചെന്ന് വിൽപ്പത്രത്തെക്കുറിച്ച് സംസാരിക്കുന്നത് നീചമാണെന്നും ഞാൻ കരുതുന്നു."

"കൊള്ളാം. ഇത് സാമ്പത്തികമായ വിഷയമേയല്ല. ലിയോക്ക് എന്നിലുള്ള വിശ്വാസം നഷ്ടപ്പെട്ടുവോ എന്നറിയണമെന്നേയുള്ളൂ. ഞാനദ്ദേഹത്തെ സ്നേഹിക്കുന്നു. തിരസ്കരണം എന്നെ വേദനിപ്പിക്കുന്നു." മമ്മാ പിൻവാങ്ങാനൊരുക്കമല്ലായിരുന്നു.

"അത് ശരിയല്ല." ധാർമ്മിക രോഷത്തോടെ ഞാൻ പറഞ്ഞു. "സ്നേഹിക്കുന്നുവെങ്കിൽ അദ്ദേഹത്തിന്റെ മരണം പരാമർശിക്കുംവിധം ഒന്നും നിങ്ങളാരും സൂചിപ്പിക്കുവാൻപോലും പാടില്ല. അദ്ദേഹത്തെ അദ്ദേഹത്തിന്റെ പാട്ടിനു വിട്ട് സ്വസ്ഥനാക്കുവാനേ സ്നേഹിക്കുന്നവർക്കു കഴിയൂ." ഞാൻ എന്റെ നിലപാടിലുറച്ചു നിന്നു.

അന്തഃസംഘർഷങ്ങൾമൂലം അന്ന് വൈകീട്ടായപ്പോഴേക്കും ചെറുപ്പക്കാരിയായ ഞാൻപോലും നന്നേ ക്ഷീണിച്ചുപോയി. വൃദ്ധനായ പപ്പായ്ക്ക് അപ്പോൾ എത്ര ക്ഷീണമുണ്ടാവുമെന്ന് ഞാൻ ചിന്തിച്ചു. സ്വയം ശപിച്ചുകൊണ്ട് കൈക്കസേരയിൽക്കിടന്ന പപ്പായെ ഞാൻ സാന്ത്വനിപ്പിച്ചു. ഞാൻ കരയുകയും ചെയ്തു. "എല്ലാം കലങ്ങിത്തെളിയും. സമാധാനമായിരിക്കൂ." പപ്പാ എന്റെ ചെവിയിൽ മന്ത്രിച്ചു. താനിയയോട് എല്ലാ രഹസ്യവും താൻ പറയാൻ പോകുന്നതായും പറഞ്ഞു. എന്നോട് ഏറ്റവും അടുത്ത ആ സഹോദരി കാര്യങ്ങൾ അറിയുന്നത് നന്നാവുമെന്ന് എനിക്കും തോന്നി. അവൾ മാത്രമേ എന്നോട് സഹകരിക്കുകയുള്ളൂ.

എന്നാൽ താനിയ കാര്യങ്ങൾ അറിഞ്ഞശേഷം എന്റെ അരികിൽ വന്നുപറഞ്ഞതിങ്ങനെയായിരുന്നു. "കാര്യങ്ങൾ ഇങ്ങനെയായതിൽ ഞാൻ സന്തുഷ്ടയാണ്. പക്ഷേ, നീയെങ്ങാനും പെട്ടെന്നു മരിച്ചാൽ എല്ലാം ചേട്ടന്മാർ കൈയടക്കും. എന്റെ കാര്യം അവതാളത്തിലുമാവും. അതിനാൽ നീ വേഗം ഒരു വിൽപ്പത്രമെഴുതണം. എനിക്ക് സ്വകാര്യമായി സൂക്ഷിക്കുവാൻ വേണ്ടി."

അമ്മയുടെ ഇരിക്കപ്പൊറുതിയില്ലായ്മ അധികരിച്ചു. ഏകാഗ്രമായി ഒന്നും ചെയ്യാനാവില്ല എന്ന നിലയായി. ഒരു പുസ്തകം വായിക്കാൻ പോലും അവർക്ക് സ്വസ്ഥത കിട്ടിയില്ല. താൻ ദരിദ്രയായിപ്പോകുമോ എന്ന സംശയമായിരുന്നു അവരെ വിഭ്രാന്തയാക്കിയത് - ആവശ്യത്തിലേറെ സമ്പത്ത് അമ്മയുടെ പേരിൽത്തന്നെയുണ്ടായിരുന്നുവെങ്കിലും. പപ്പായെ

പരിചരിച്ചും പ്രസവങ്ങളുടെ ദുരിതം ചുമന്നും താൻ കീറിപ്പറിഞ്ഞു പോയതായി മമ്മാ നിരന്തരം പരാതിപ്പെട്ടു. ജീവിതത്തിൽ ഒരിക്കലു മുണ്ടായിട്ടില്ലാത്തവിധം മമ്മാ അസൂയാലുവായി. വീട്ടിൽ കലഹ മൊഴിഞ്ഞ ദിനങ്ങൾ ഇല്ലാതെയുമായി.

പപ്പാ വീടുവിട്ടുപോയപ്പോൾ ഉള്ളിൽ വിഷമമുണ്ടായിരുന്നുവെങ്കിലും ഞാൻ സമ്മതിച്ചത് ഇക്കാരണങ്ങൾകൊണ്ടായിരുന്നു. അസ്റ്റപ്പോവയിൽ അദ്ദേഹത്തിന് ലഭിച്ചത് ശാന്തമായ മരണമായിരുന്നുവെന്നേ ഞാൻ കരു തുന്നുള്ളൂ. ഈ വീട്ടിൽ അത്തരം ഒരു മരണം ഏതുനിലയ്ക്കും അസാധ്യമായിരുന്നു.

യാസ്നായ പോള്യാനയിലെ പൂങ്കാവനം ഒരു ഉപവനത്തിൽച്ചെന്നാണ് ലയിക്കുന്നത്. അതിനപ്പുറം വലിയ കാടുമാണ്. ഒരിക്കൽ കുട്ടിയായിരു ന്നപ്പോൾ ഞാനും മമ്മായും പൂങ്കാവനത്തിലിരിക്കുമ്പോൾ ഒരു ചെറു കൊടുങ്കാറ്റു വീശി. ഞങ്ങൾ ഓടിയോടി വനത്തിലാണ് ചെന്നെത്തിയത്. ഓക്കുമരങ്ങളുടെ ഒരു കാടാണത്. ഇതിനുള്ളിൽ മിക്കവാറും മധ്യഭാഗ ത്തായാണ് പപ്പായെ സംസ്കരിച്ചത്. ആ മൺകൂനയ്ക്കുമേൽ ഇപ്പോഴും ഞങ്ങൾ പുഷ്പാർച്ചന നടത്തിപ്പോരുന്നു.

പപ്പായുടെ മരണത്തിന്റെ പിറ്റേന്നുതന്നെ മമ്മാ കിടപ്പിലായി. വ്യാധി കടുത്തതായിരുന്നു. ഡോക്ടർമാർ വിശ്രമം വിധിച്ചു. രണ്ടാഴ്ചയ്ക്കു ശേഷം താനേ എഴുന്നേറ്റു നില്ക്കാമെന്നായപ്പോൾ പ്രാഞ്ചി പ്രാഞ്ചി ഭർത്താവിന്റെ കുഴിമാടത്തിലേക്കു നടന്നു. പൊടുന്നനെ വന്നുചേർന്ന ഭർത്തൃവിയോഗത്തിന് താനാണ് മൂലകാരണമെന്ന വേദനയും നൈരാ ശ്യവും ആ വൃദ്ധയെ തകർത്തെറിഞ്ഞിരുന്നു. അവസാനകാലത്ത് ലിയോ അനുഭവിച്ച ദുരിതങ്ങളും വേദനയുമോർത്ത് മമ്മാ അനുതപിച്ചു. തനി ക്കിനി മുന്നോട്ടുപോകാനേ കഴിയില്ലെന്ന് മമ്മായ്ക്കു തോന്നി. അവർക്ക് രാത്രികളിൽ വീണ്ടും ഉറക്കം നഷ്ടപ്പെട്ടു. കരച്ചിൽ വെളുക്കുംവരെ നീണ്ടു. ഇരുട്ടിലേക്കു നോക്കുംതോറും മനസ്സാക്ഷിയുടെ കുറ്റപ്പെടുത്ത ലുകൾ മമ്മായെ നീറ്റി. അകത്തും പുറത്തും ഇരുട്ട്.

നാല്പതാം ദിവസം മുതൽ അവർ ഗ്രാമത്തിലെ പള്ളിയിൽപ്പോയി മുട്ടുകുത്തി പ്രാർത്ഥിച്ചു. അവർക്ക് മാനസികമായ ഒരുണർവിലേക്ക് സാവ ധാനം തിരിച്ചുവരാൻ കഴിയുമെന്നായി. ഒരു രീതിയിലും മമ്മായെ ശല്യ പ്പെടുത്താതിരിക്കുവാൻ ഞാൻ പ്രത്യേകം ശ്രദ്ധിക്കുകയും ചെയ്തു. പിന്നീട് ഭർത്താവിന്റെ കുഴിമാടത്തിന്നരികിലെത്തുമ്പോഴേ കണ്ണീർ വാർക്കൂ എന്നായി.

ഒരു മാസം കഴിയുംമുമ്പേ തന്നെ പപ്പായെ സംസ്കരിച്ച ഇടം തീർത്ഥാടകർക്കുള്ള ഒരു ലക്ഷ്യസ്ഥാനമായി മാറിയിരുന്നു. തീർത്ഥാട കരാകട്ടെ ഞങ്ങളെ ശല്യപ്പെടുത്താതിരിക്കുവാൻ ശ്രദ്ധിച്ചിരുന്നു.

ചെർത്ക്കോവ് മമ്മായ്ക്ക് പിന്നെയും സമാധാനം കൊടുക്കാതിരി ക്കുവാൻ ശ്രദ്ധിച്ചുപോന്നു. കോടതി വ്യവഹാരങ്ങൾപോലുമുണ്ടായി.

വ്യവഹാരങ്ങൾക്കൊടുവിൽ യാസ്നായ പോള്യാന എന്റെ പേരിൽ പതിച്ചുകിട്ടി. അതിനുമുമ്പുതന്നെ ചെർത്ക്കോവ് തൊടിയിലെ മരങ്ങളെല്ലാം മുറിച്ചുനീക്കി വിറ്റിരുന്നു. എനിക്ക് നോക്കിയിരിക്കാൻ മാത്രമേ കഴിഞ്ഞുള്ളൂ. വിവരങ്ങൾക്കു ഞാൻ സെർജിക്കെഴുതിയെങ്കിലും ആരും തിരിഞ്ഞുനോക്കിയതുമില്ല.

മമ്മാ ഒരു ആത്മകഥയെഴുതിത്തുടങ്ങിയിരുന്നു. ഇപ്പോഴും തീർന്നിട്ടില്ലത്. അന്ധത മമ്മയെ വല്ലാതെ ശല്യപ്പെടുത്തിത്തുടങ്ങിയിട്ടുണ്ട്. താനനുഭവിച്ച ക്ലേശങ്ങൾ തന്റെ പാപങ്ങൾക്കുള്ള പ്രായശ്ചിത്തമായി അംഗീകരിക്കുവാൻ മമ്മാ സന്നദ്ധയായി. മമ്മായ്ക്ക് വന്നിരിക്കുവാനായി പപ്പായുടെ കുഴിമാടത്തിനരികിൽ ഒരു സിമന്റ് ബെഞ്ച് ഞാൻ പണികഴിപ്പിച്ചു.

മമ്മാ ഇപ്പോൾ തികച്ചും ഒരു സൗമ്യാത്മാവായി മാറിയിരിക്കുന്നു. മണിക്കൂറുകളോളം ഇരുന്നിടത്തുതന്നെ ഇരിക്കും. വളരെ കുറച്ചു മാത്രമേ സംസാരിക്കുകയുള്ളൂ. പപ്പാ ഉപയോഗിച്ചിരുന്ന കൈക്കസേരയിലാണിരിക്കുക. മിക്കവാറും അതിൽക്കിടന്ന് ഉറക്കത്തിലുമായിരിക്കും. ഒരു കൂനു ബാധിച്ചിട്ടുള്ളതിനാൽ തലകീഴ്പ്പോട്ട് കിടക്കും. ഇടയ്ക്ക് വിറയ്ക്കുകയും ചെയ്യും. ശരീരം ചുക്കിച്ചുളിഞ്ഞുകഴിഞ്ഞു. ഒരിക്കൽ പ്രകാശവത്തായിരുന്ന ആ വലിയ കണ്ണുകളിലെ ജ്വാല കെട്ടുപോയിരിക്കുന്നു. ■

www.ingramcontent.com/pod-product-compliance
Lightning Source LLC
LaVergne TN
LVHW041854070526
838199LV00045BB/1607

* 9 7 8 9 3 8 6 1 2 0 4 6 5 *